한 번에 끝!

OPIc
베트남어

합격 노하우!

1. 시험의 첫 단추, '자기소개' 완벽 대비
2. Background Survey를 전략적으로 선택하기 위한 길잡이
3. 콤보 문제 해결을 위한 모범 답변 수록
4. 롤플레이(Role Play) 준비하기

1. 시험의 첫 단추, '자기소개' 완벽 대비

Q " 자기소개 답변은 어떻게 준비해야 할까요? "

A 자기소개는 항상 첫 번째 질문으로 나오는 가장 빈출도 높은 항목입니다. 수험자의 다양성을 고려해서 학생과 직장인의 입장으로 나누어 자기소개를 준비했습니다. 본인의 상황에 맞게 자기소개를 간단하고 자연스럽게 준비해 보세요.

2. Background Survey를 전략적으로 선택하기 위한 길잡이

Q " 설문지에서 어떤 항목을 선택하는 게 좋을까요? "

A 설문지를 선택할 때, 연관성 있는 항목을 전략적으로 선택하는 것이 중요합니다. 합리적인 선택을 도와주기 위해 다양한 표현들과 어휘들을 정리해 놓았습니다.

3. 콤보 문제 해결을 위한 모범 답변 수록

Q " 콤보 문제는 어떻게 준비해야 할지 모르겠어요. "

A 수험자들이 가장 어렵게 생각하는 것이 '콤보 문제'입니다. 어떤 질문이 나와도 당황하지 않고 답변할 수 있도록 빈출도 높은 콤보 문제들에 대한 모범 답변을 준비했습니다.

4. 롤플레이(Role Play) 준비하기

Q " 롤플레이는 어떻게 준비해야 할까요? "

A 대부분의 수험자들이 당황하는 파트 중 하나입니다. 롤플레이는 약간의 연기가 필요합니다. 그러므로, 자신감을 가지고 연습할 수 있도록 상황별 롤플레이에 필요한 핵심 패턴만을 모았습니다.

OPIc이란?

OPIc 시험은 컴퓨터를 통해 진행되는 가상 1:1 인터뷰 방식의 응시자 맞춤형 외국어 말하기 평가로서, 실제 생활에서 얼마나 효과적이고 적절하게 외국어를 사용할 수 있는지 측정하는 시험입니다.

OPIc 시험은 개인별 설문 조사를 통해 응시자의 관심 분야에 맞춘 주제에 따라 문항을 출제합니다. 또한, 응시자가 질문의 난이도를 스스로 설정할 수 있는 맞춤형 평가입니다. 문항별 시간제한 없이 전체 시험 시간(40분) 안에만 완료하면 되는 비교적 자유로운 평가입니다. 따라서 응시자가 답변 시간을 조절할 수 있으며, 질문을 듣지 못하면 한 번 더 들을 수도 있습니다. 또한, 시험 중간에 문제 난이도를 재조정할 수 있는 기회가 있는 응시자 편의의 평가입니다.

OPIc 평가 등급 체계

레벨		내용
Advanced	**AL** (Advanced Low)	완벽하고 자연스러운 답변이 가능하며, 주제에 대해서 자유롭게 대화 및 토론이 가능하다. 여러 가지 다양한 어휘를 사용하여 부족한 부분들을 말할 수 있고, 익숙하지 않은 복잡한 상황에서도 문제에 대한 설명과 답변이 가능하다.
Intermediate	**IH** (Intermediate High)	다양한 어휘와 문법들을 사용할 수 있다. 여러 가지 주제들을 적극적으로 이야기할 수 있으며, 보다 논리적으로 서술할 수 있다. 돌발 질문들에도 자연스럽게 답변이 가능하다.
	IM1, IM2, IM3 (Intermediate Mid)	일상적인 소재뿐만 아니라 개인적으로 익숙한 상황에서도 답변이 가능하다. 다양한 어휘 및 문법들을 사용하려고 노력한다.
	IL (Intermediate Low)	일상적인 소재의 질문들을 정리된 문법으로 말할 수 있다. 본인이 선호하는 주제에 대해서는 답변을 할 수 있다.
Novice	**NH** (Novice High)	개인 정보에 대한 질문들을 답변할 수 있다. 또한, 간단한 일상적인 질문들을 답변할 수 있다.
	NM (Novice Mid)	기본적인 문장의 형태 및 제한적인 몇몇 단어들을 나열할 수 있다.
	NL (Novice Low)	몇몇 단어들만 이야기할 수 있다.

✎ OPIc 고득점 학습 요령

① 자신의 답변 녹음하기

매일 실전처럼 자신의 답변을 녹음한 후, 반복해서 들으며 인지하지 못했던 자신의 어색한 발음과 내용 전달력 등을 체크하는 것이 중요합니다.

② OPIc 시험의 특징 200% 활용하기

OPIc 시험은 진실성을 평가하는 시험이 아닙니다. 따라서 더 나은 답변을 위해 여러 요소들을 가상으로 만들어 답변해도 충분히 높은 점수를 받을 수 있습니다.

③ 센스 있게 Background Survey 선택하기

OPIc 시험은 수험자가 선택한 Background Survey를 바탕으로 시험이 나옵니다. 수험자가 시험 범위를 어느 정도 예측할 수 있다는 장점을 활용해서 Background Survey를 전략적으로 선택하는 것이 중요합니다. 콤보 문제를 대비하여 되도록 비슷한 주제를 함께 선택하고 답변을 최대한 중복시켜 준비하는 것이 필요합니다.

④ 스토리텔링 기법 활용하기

OPIc에서 짜임새 있는 답변의 구성은 기본적으로 필요합니다. 문법이나 발음, 강세 등에서 조금 실수해도 어느 정도 짜임새 있는 스토리 답변을 구성할 수 있다면, IM 등급은 어렵지 않게 받을 수 있습니다. 기본적인 실수는 최소화하면서 짜임새 있는 답변의 스토리를 만드는 연습을 해보세요.

OPIc 문제 유형 파헤치기

OPIc 시험은 총 <15문제>로 구성됩니다.

1 ## 자기소개 (1문항)

가장 처음, 그리고 필수적으로 출제되는 문항으로 수험자 자신을 소개하는 문제 유형입니다. 본인이 선택한 Background Survey 항목을 잘 생각해서 일관성 있게 답변하는 것이 유리합니다.

2 ## 롤플레이 (2~3문항)

주어진 상황에 맞게 수험자가 역할극을 하는 문항입니다. 다만, 시험관이 상대 역할을 실제로 해주지 않기 때문에 어느 정도의 감정 표현과 연기력이 요구되는 문항입니다. 시험에 대한 긴장감으로 인해 결코 쉽지 않은 부분이지만, 실제 상황처럼 자연스럽게 답변할 수 있도록 많은 연습이 필요합니다. 문제에서 요구하는 부분을 정확하게 파악한 후, 답변을 한다면 높은 점수를 얻을 수 있습니다.

3 ## 설문지 관련 문항 (6~9문항)

수험자가 선택한 Background Survey 항목을 바탕으로 출제되는 문항입니다. 대부분 콤보 형태로 출제되므로, 본인이 선택한 항목에 대해 출제될 수 있는 다양한 문항을 예측하고 답변을 준비하는 것이 중요합니다.

4 ## 돌발 질문 (3~5문항)

수험자가 선택하지 않은 Background Survey 항목에서 출제되는 문항입니다. 체감 난이도는 높지만, IM 등급을 목표로 한다면, 빈출 주제를 중심으로 핵심 어휘와 표현을 활용하여 간단하게 답변해도 좋습니다.

● 오리엔테이션 🕐 20분

음량 및 녹음 테스트 ➡ Background Survey 작성 ➡ 자기 수준에 맞는 시험 난이도 설정 ➡

화면 구성, 청취 및 답변 방법 안내 ➡ 실제 답변 방법 연습

● 본 시험 🕐 40분

◎ 첫 번째 세션

약 7문항의 개인 맞춤형 문항 ➡ 질문 청취 2회 가능 ➡ 문항별 답변 시간 제한 없음

⬇

난이도 재조정

⬇

◎ 두 번째 세션

약 7문항의 개인 맞춤형 문항 ➡ 질문 청취 2회 가능 ➡ 문항별 답변 시간 제한 없음

＊ 두 번째 세션에서는 재조정된 난이도를 바탕으로 첫 번째 세션과 동일하게 진행됩니다.

Q 문항별 답변 시간은 어느 정도가 적절한가요?

A 답변 시간에 제한은 없지만, 보통 1분 30초~2분 내외로 답변하는 것이 좋습니다.

Q 난이도 선택에서 쉬운 질문을 선택하면 등급도 낮아지나요?

A 그렇지 않습니다.
쉬운 질문에도 짜임새 있는 구성의 답변을 한다면, 충분히 높은 등급을 받을 수 있습니다.

Q 성적표에 UR등급이 나오는 경우, 재시험의 기회는 없나요?

A 수험자의 과실이 있는 경우가 아닌, 시스템 오류로 인해 녹음 불량이거나 음량이 너무 작은
경우는 1회의 재시험 기회가 있습니다.　　　　　　(＊UR등급 : unable to rate의 약자, 등급 판정 불가)

Q OPIc은 절대평가인가요?

A 네. 수험자의 녹음 내용은 ACTFL 공인 평가자에게 전달되어 ACTFL Proficiency
Guidelines Speaking 기준에 따라 절대평가되어 등급이 부여됩니다.

OPIc 베트남어
한 번에 끝!

초 판 인 쇄	2019년 9월 23일
초 판 2 쇄	2020년 5월 15일

지 은 이	이수경, 응우엔 응우엔 바오 이엔(Nguyễn Nguyên Bảo Yến)
펴 낸 이	임승빈
편 집 책 임	정유항, 최지인, Le Minh Khue
편 집 진 행	이승연
디 자 인	다원기획
마 케 팅	염경용, 이동민, 임원영, 김소연

펴 낸 곳	ECK북스
주 소	서울시 구로구 디지털로 32가길 16, 401 [08393]
대 표 전 화	02-733-9950
팩 스	02-723-7876
홈 페 이 지	www.eckbooks.kr
이 메 일	eck@eckedu.com
등 록 번 호	제 25100 - 2005 - 000042호
등 록 일 자	2000. 2. 15

I S B N	978-89-92281-85-0
정 가	18,000원

이 도서의 국립중앙도서관 출판예정도서목록(CIP)은 서지정보유통지원시스템 홈페이지(http://seoji.nl.go.kr)와 국가자료공동목록시스템 (http://www.nl.go.kr/kolisnet)에서 이용하실 수 있습니다. (CIP제어번호 : CIP2019033337)

한 번에 끝! OPIc 베트남어

베트남어

– 이수경, 이엔(Yến) 지음 –

지은이의 말

최근 베트남은 '4차 산업혁명'을 전략으로 내세워 미래 생산성을 준비하는 초입 단계에 들어서
있습니다. 우리나라에서도 많은 기업이 베트남에서 사업을 진행하고 있으며, 베트남 사업을 준
비하고 있는 기업도 다수입니다. 한국과 베트남의 교류가 점점 활발해 지고 있는 시점에서 많
은 여행자의 교류도 계속해서 늘어가고 있습니다. 또한, 국내에서 OPIc 베트남어 시험이 도입
되면서 여러 학습자들이 다양한 목표를 가지고 OPIc 베트남어 시험을 준비하고 있습니다. 그
러나 OPIc 베트남어에 대한 교재가 나와있지 않아서 OPIc 시험을 준비하는 학습자들이 많은
어려움을 겪고 있는 현실이 매우 안타깝게 느껴졌습니다. 그러한 이유로, 빈출도 높은 질문들
과 유용한 표현들만을 모아서 다년간 베트남어를 공부하는 학습자들을 가르치며 쌓은 노하우
가 수록된 『한 번에 끝! OPIc 베트남어』 교재를 집필하게 되었습니다.

OPIc 베트남어는 컴퓨터에서 본인의 답변을 녹음하여 응시한 뒤 채점이 되는 시험입니다. 처
음 Background Survey에서 본인의 관심사를 설정하여 출제 문제를 결정하지만, 돌발 질문
이나 콤보 질문 및 롤플레이 등을 전략적으로 준비하지 않는다면, 한국어로도 답변하기 어려운
것이 사실입니다. 단순한 문법이나 어휘를 얼마나 아느냐가 아닌, 실생활에서 얼마나 효과적이
고 적절하게 사용할 수 있는가를 측정하는 시험입니다.
학습자들이 『한 번에 끝! OPIc 베트남어』를 통하여 중요한 포인트를 잡고 전략적으로 준비할
수 있도록 '이엔(Yến) 선생님'과 함께 이 교재를 집필하였습니다. 앞과 뒤에 있는 문법 및 어휘
를 잘 활용하여 모범 답변 위주로 시험을 준비한다면 좋은 결과를 기대할 수 있을 것입니다.

끝으로 이 교재를 출판할 수 있도록 해주신 ECK교육 임승빈 대표님 그리고 교재를 내기 위해
처음부터 끝까지 도움을 주신 이승연 실장님, 저와 함께 이 교재를 작업한 Yến 선생님께 감사
의 인사를 전합니다. 저에게 힘이 되는 가족들과 항상 응원해주는 주변의 모든 분께 감사 인사
를 드리며, 이 책이 많은 분께 도움이 되기를 바랍니다.

저자 **이 수경**

한국과 베트남 간의 협력 및 교류 활동은 여러 분야에서 활발하게 진행되면서, 베트남에서는 한국어 학습을, 한국에서는 베트남어 학습을 진행하는 수요가 계속해서 증가하고 있습니다. 또한, 베트남으로 진출하는 한국 기업들은 직원 채용 조건으로 '베트남어 능력'을 많이 요구하고 있습니다. 베트남어 능력 시험 중 하나인 OPIc 시험은, 학습자가 실제 상황에서 베트남어를 얼마나 효과적이고 적절하게 사용할 수 있는지에 대해서 객관적으로 평가하는 '지능형 시험 방식' 입니다.

OPIc 베트남어 시험이 도입된 후, OPIc 베트남어 자격증을 요구하는 기업들이 점점 많아지고 있습니다. 『한 번에 끝! OPIc 베트남어』는 OPIc 베트남어 자격증을 준비하는 학습자들을 위해, 빈출도 높은 문제들만을 선별하여 4주라는 단기간 내에 집중적으로 시험을 준비할 수 있도록 준비했습니다. OPIc 시험의 시작점이자 출제 문제를 결정하는 Background Survey를 선택하는 단계부터, 주제별 점수를 획득할 수 있는 팁들과 예상 문제 및 모범 답변을 체계적으로 정리해 놓았습니다. 특히, 학습자가 쉽고 자연스럽게 답변을 말할 수 있도록 응용 표현들도 함께 수록해 놓았습니다.

본 교재를 잘 활용하면서 시험을 준비한다면, OPIc 베트남어 시험에서 좋은 성적을 받을 수 있을 것입니다. 베트남어를 사랑해주는 모든 학습자분께 감사의 말씀을 전하며, OPIc 베트남어 시험이라는 목표를 향해 열심히 준비하는 학습자들을 항상 응원하고 좋은 성과가 있기를 기원합니다.

끝으로 교재 출판의 기회를 주신 ECK교육 임승빈 대표님께 감사의 인사를 전하고 싶습니다. 그리고 교재를 집필하는 과정에서 많은 도움과 의견을 주신 이승연 실장님, 녹음 작업을 도와주신 예은(Yến) 선생님께도 감사드립니다. 특히, 적극적으로 협업해 주시고 많은 도움을 주신 본 교재의 공동 저자인 이수경 선생님께 진심으로 감사의 인사를 전합니다.

저자 **응우엔 응우엔 바오 이엔**
(Nguyễn Nguyên Bảo Yến)

이 책의 구성과 특징

학습목표 및 출제경향

각 주제별 학습목표와
출제경향을 알려줍니다.

고득점 꿀팁

주제별 고득점을 위한 꿀팁
및 핵심적인 답변 순서 등을
알려줍니다.

다양한 질문 유형 파악하기

질문 의도를 바르게 파악하고
바로 대답할 수 있도록 다양한
질문 유형을 보여줍니다.

기초 응용 편

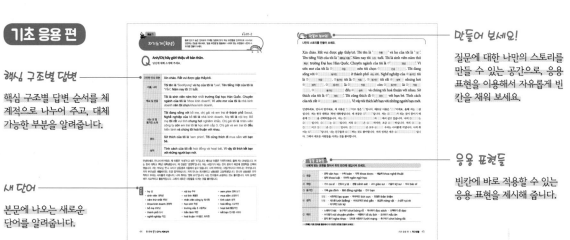

핵심 구조별 답변

핵심 구조별 답변 순서를 체
계적으로 나누어 주고, 대체
가능한 부분을 알려줍니다.

새 단어

본문에 나오는 새로운
단어를 알려줍니다.

만들어 보세요!

질문에 대한 나만의 스토리를
만들 수 있는 공간으로, 응용
표현을 이용해서 자유롭게 빈
칸을 채워 보세요.

응용 표현들

빈칸에 바로 적용할 수 있는
응용 표현을 제시해 줍니다.

모범 답변

주제에 관한 모범 답변을 제시해
줍니다. 다양한 답변으로 높은 점
수를 받을 수 있도록 자신에게 맞
는 답변으로 활용해 보세요.

질문 유형 집중 공략

'콤보 응용 편'에서 주제에 관한 다
양한 질문들만 모았습니다. 질문
유형들을 익히고 반복해서 학습해
보세요.

유용한 표현사전 10

주제별 유용한 표현들을 다양하게 수
록했습니다. 어떤 질문이 나와도 자신
있게 답변할 수 있도록 자신만의 재미
있는 스토리를 만들어 보세요.

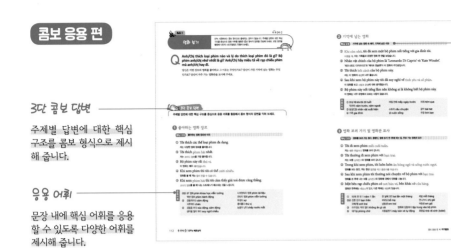

핵심 구조

고득점을 위한 핵심 구조를 제시
해 줌으로써 체계적인 답변을 할
수 있도록 도와줍니다.

3단 콤보 답변

주제별 답변에 대한 핵심
구조를 콤보 형식으로 제시
해 줍니다.

응용 어휘

문장 내에 핵심 어휘를 응용
할 수 있도록 다양한 어휘를
제시해 줍니다.

롤플레이의 주제별 답변에 대한 핵심 패턴들을 익혀 보세요.

1 면접관에게 질문하기

면접관에게 설문 조사에서 선택한 주제들에 대해 질문을
하는 경우도 있습니다. 육하원칙을 이용해서 여러 가지 질

대체 어휘 1

산책하다 đi dạo
쇼핑하다 mua sắm
영화를 보다 xem phim

❶ Khi nào anh/chị đi du lịch?
당신은 언제 여행을 가나요?

연결답변 ☞ Tôi thường đi du lịch vào cuối tuần.
저는 보통 주말에 여행을 가요.

❷ Anh/Chị nghe nhạc ở đâu?

롤플레이 핵심 패턴

빈출도 높은 롤플레이(Role Play) 핵심
패턴만을 모았습니다. 제시된 가상의
상황에 맞게 상황극을 연습해 보세요.

대체 어휘

문장에서 대체 가능한 부분에 들어갈 수 있는
다양한 어휘를 제시해 줍니다.

---

1. 은행 이용하기

출제 빈도가 높은 주제별 돌발 질문들
록, 대체 어휘를 응용해 나에게 맞는 디

Q **Hãy nói về ngân hàng ở đất nước của anh/chị. Ngân**
cửa và đóng cửa khi nào?
당신 나라의 은행에 대해서 말해 보세요. 은행은 언제 열고 언제 닫나요?

대체 어휘

• 은행 업무 관련 어휘
은행 앱
ứng dụng ngân hàng
인터넷뱅킹 internet banking

Ở Hàn Quốc có nhiều ngân hàng. Ví dụ như~ ngân
Shinhan, ngân hàng Woori, ngân hàng KB, vân vân. Thời
làm việc của ngân hàng Hàn Quốc giống nhau. Ngân hàng m
cửa lúc 9 giờ sáng và đóng cửa lúc 4 giờ chiều. Ngoài thời gian
làm việc thì có thể sử dụng máy ATM. Có thể thực hiện c
việc đơn giản tại máy ATM như nộp tiền, rút tiền
vân vân. Khi đến ngân hàng, trước tiên, phải
đến lượt của mình thì có thể đến quầy ti nhận
Hầu hết các nhân viên của ngân hàng H
lý công việc nhanh.

돌발 질문 10

OPIc 시험의 마지막 단계로, 주제와
관계없는 돌발 질문에 대한 다양한 답
변을 제시해 주고, 대체 가능한 어휘
들도 함께 알려줍니다.

MP3 다운로드 방법

본 교재의 MP3 파일은 www.eckbooks.kr에서 무료로 다운로드 받을 수 있습니다.
QR 코드를 찍으면 다운로드 페이지로 이동합니다.

| Contents |

기초 응용 편

1. 학교생활

2. 직장생활

3. 가족 및 이웃

롤플레이 핵심 패턴

돌발 질문 10

꿀팁! 부록

·4주 완성 학습 계획표·

OPIc 시험 대비에 이상적인 4주 완성 학습 계획표입니다.

제시된 계획표 대로 차근차근 준비한다면 4주 후, OPIc 베트남어 시험 준비를 마스터할 수 있습니다.
계획표에 맞게 준비하는 것도 좋지만, 나에게 맞는 플랜으로 나누어서 학습하는 방법들도 활용해 보세요.
시간적 여유가 있다면 반복 학습을 통해 돌발 질문들에 대한 답변에 대응해 보세요.

날짜	내용		학습 ☑	학습 페이지	복습 ☑	복습 페이지
1일		· 자기소개(학생)	☐	_____	☐	_____
		· 전공과목과 학교 소개	☐	_____	☐	_____
2일	**1.** 학교생활	· 교수님 소개	☐	_____	☐	_____
		· 등·하교 과정	☐	_____	☐	_____
3일		· 학교에서의 프로젝트 경험	☐	_____	☐	_____
	· 롤플레이 핵심 패턴		☐	_____	☐	_____
	· 돌발 질문 10		☐	_____	☐	_____
4일		· 자기소개(직장인)	☐	_____	☐	_____
		· 직장 업무 및 회사 소개	☐	_____	☐	_____
5일	**2.** 직장생활	· 직장 상사 및 동료 소개	☐	_____	☐	_____
		· 출·퇴근 과정	☐	_____	☐	_____
6일		· 회사에서의 프로젝트 경험	☐	_____	☐	_____
	· 롤플레이 핵심 패턴		☐	_____	☐	_____
	· 돌발 질문 10		☐	_____	☐	_____
7일		· 가족 소개	☐	_____	☐	_____
		· 거주지 소개	☐	_____	☐	_____
8일	**3.** 가족 및 이웃	· 가족 구성원이 담당하는 집안일	☐	_____	☐	_____
		· 집안일 관련 경험	☐	_____	☐	_____
		· 이웃 소개	☐	_____	☐	_____
9일	· 롤플레이 핵심 패턴		☐	_____	☐	_____
	· 돌발 질문 10		☐	_____	☐	_____
10일		· 영화 보기	☐	_____	☐	_____
		· 공연 보기	☐	_____	☐	_____
11일	**4.** 여가활동	· 게임하기	☐	_____	☐	_____
		· 공원 가기	☐	_____	☐	_____
		· 캠핑하기	☐	_____	☐	_____
12일	· 롤플레이 핵심 패턴		☐	_____	☐	_____
	· 돌발 질문 10		☐	_____	☐	_____
13일		· 음악 감상하기	☐	_____	☐	_____
		· 악기 연주하기	☐	_____	☐	_____
14일	**5.** 취미와 관심사	· 요리하기	☐	_____	☐	_____
		· 독서하기	☐	_____	☐	_____
		· 애완동물 기르기	☐	_____	☐	_____
15일	· 롤플레이 핵심 패턴		☐	_____	☐	_____
	· 돌발 질문 10		☐	_____	☐	_____

날짜	내용		학습 ☑	학습 페이지	복습 ☑	복습 페이지
16일		· 수영하기	☐	_____	☐	_____
		· 자전거 타기	☐	_____	☐	_____
17일	**6.** 운동	· 걷기 및 조깅	☐	_____	☐	_____
		· 요가 및 헬스 하기	☐	_____	☐	_____
		· 축구하기	☐	_____	☐	_____
18일	· 롤플레이 핵심 패턴		☐	_____	☐	_____
	· 돌발 질문 10		☐	_____	☐	_____
19일		· 국내 여행	☐	_____	☐	_____
		· 해외여행	☐	_____	☐	_____
20일	**7.** 여행 (국내/해외)	· 국내 출장	☐	_____	☐	_____
		· 해외 출장	☐	_____	☐	_____
21일		· 집에서 보내는 휴가	☐	_____	☐	_____
22일	· 롤플레이 핵심 패턴		☐	_____	☐	_____
	· 돌발 질문 10		☐	_____	☐	_____
23일	**1. 학교생활**		☐	_____	☐	_____
	· 롤플레이 핵심 패턴		☐	_____	☐	_____
	· 돌발 질문 10		☐	_____	☐	_____
24일	**2. 직장생활**		☐	_____	☐	_____
	· 롤플레이 핵심 패턴		☐	_____	☐	_____
	· 돌발 질문 10		☐	_____	☐	_____
25일	**3. 가족 및 이웃**		☐	_____	☐	_____
	· 롤플레이 핵심 패턴		☐	_____	☐	_____
	· 돌발 질문 10		☐	_____	☐	_____
26일	**4. 여가활동**		☐	_____	☐	_____
	· 롤플레이 핵심 패턴		☐	_____	☐	_____
	· 돌발 질문 10		☐	_____	☐	_____
27일	**5. 취미와 관심사**		☐	_____	☐	_____
	· 롤플레이 핵심 패턴		☐	_____	☐	_____
	· 돌발 질문 10		☐	_____	☐	_____
28일	**6. 운동**		☐	_____	☐	_____
	· 롤플레이 핵심 패턴		☐	_____	☐	_____
	· 돌발 질문 10		☐	_____	☐	_____
29일	**7. 여행(국내/해외)**		☐	_____	☐	_____
	· 롤플레이 핵심 패턴		☐	_____	☐	_____
	· 돌발 질문 10		☐	_____	☐	_____
30일	전체 복습 및 핵심 정리					

OPIc 시험에 앞서 꼭 알아야 할 베트남어의 핵심 문법 및 표현을 한 번에 학습
할 수 있도록 간단하게 정리해 놓은 코너입니다. 베트남어의 기초를 튼튼하게
준비해 보세요.

핵심 문법

● 베트남어의 핵심 문법

(1) 인칭대명사

베트남어의 인칭대명사는 상대방의 나이, 성별, 지위에 따라서 다양하게 나누어집니다.
인칭대명사는 고정되어있는 것이 아닌, 상대방과 나와의 관계에 따라 달라집니다.

tôi	저/나	mình	나
chúng tôi	우리 (상대방을 포함하지 않는 우리)	chúng ta	우리 (상대방을 포함하는 우리)
ông	할아버지	bà	할머니
anh	형/오빠	chị	누나/언니
em	동생 (남녀 구분 없음)	bạn	당신/친구
thầy	남자 선생님	cô	여자 선생님/아가씨
bố	아빠	mẹ	엄마
chú	아저씨 (부모님보다 나이가 적은 남자)	bác	큰아버지/큰어머니 (부모님보다 나이가 많은 남자/여자)

các + 2인칭대명사	các ông	할아버지들
	các anh	오빠/형들
	các em	동생들

2인칭대명사 + ấy	ông ấy	그 할아버지
	chị ấy	그녀
	nó	걔/그것 * 어린 사람을 칭하는 표현, 무시하는 표현으로 사용되기도 함

các + 2인칭대명사 + ấy	các anh ấy	그 오빠/형들
	các em ấy	그 동생들
	họ	그들 (나이와 성별 상관없는 한 무리)

(2) 지시사

지시대명사		
이것/이분/이곳	đây	Đây là vợ tôi. 이분은 나의 아내입니다.
그것/그분/그곳	đó / đấy	Đó không phải là của tôi. 그것은 내 것이 아닙니다.
저것/저분/저곳	kia	Kia là công ty tôi. 저곳은 나의 회사입니다.
지시형용사 (명사 + 지시형용사)		
이 + 명사	명사 + này	Tôi thích món này nhất. 나는 이 음식을 가장 좋아한다.
그 + 명사	명사 + đó	Con chó đó rất dễ thương. 그 강아지는 매우 귀엽다.
저 + 명사	명사 + kia	Công ty kia hợp tác với công ty tôi. 저 회사는 우리 회사와 협업한다.

(3) 시제부사

동사의 변형 없이, 동사 앞에 시제부사를 사용하여 시제를 표현할 수 있습니다.

시제부사 + 동사		
과거형	đã + (rồi) : ~를 했다	Tôi đã xem phim ở rạp chiếu phim. 나는 영화관에서 영화를 보았다.
근접 과거형	vừa / mới / vừa mới + (rồi) : 방금(이미)	Tôi vừa ăn cơm về. 나는 방금 밥을 먹고 들어왔다.
현재 진행형	đang : ~고 있다	Tôi đang học tiếng Việt và tiếng Anh. 나는 영어와 베트남어를 배우고 있다(배우는 중이다).
근접 미래형	sắp + (rồi) : 곧	Tôi sắp đi du lịch Việt Nam. 나는 곧 베트남 여행을 간다.
미래형	sẽ : ~ 할 것이다	Tôi sẽ đi công tác Mỹ vào tháng sau. 나는 다음 달에 미국 출장을 갈 것이다.
미래 예정형	định : ~ 할 예정이다	Tôi định đi cắm trại vào tuần sau. 나는 다음 주에 캠핑을 가려고 한다.

(4) 일반형 / 정의형 문장

① 일반형 문장

- 평서문

> **주어 + 동사 + 목적어** : 주어는 동사 하다
> **주어 + 형용사** : 주어는 형용사 하다

Tôi nghe nhạc vào buổi sáng. 나는 아침에 음악을 듣는다.

Chị gái tôi đẹp và cao. 나의 누나/언니는 예쁘고 키가 크다.

- 부정문

> **주어 + không + 동사 + 목적어** : 주어는 동사 하지 않다
> **주어 + không + 형용사** : 주어는 형용사 하지 않다

Tôi không muốn đi ra ngoài vào cuối tuần. 나는 주말에 나가고 싶지 않습니다.

Món này không ngon. 이 음식은 맛있지 않다.

- 의문문

> **주어 + (có) + 동사 + (목적어) + không?** : 주어는 동사 합니까?
> **주어 + (có) + 형용사 + không?** : 주어는 형용사 합니까?

Anh (có) sống với gia đình không? 당신은 가족과 함께 살아요?

Bộ phim đó (có) hay không? 그 영화는 재밌나요?

→ 네 : có / vâng / phải / đúng

아니요 : không / không phải

> **Tip!**
> - 「주어 + có + 명사 + không?」 : 주어는 명사가 있습니까?
> 명사가 올 경우에는 '있습니까?'라는 의문문으로 có가 생략될 수 없습니다.
> 대답 역시, có(있다) 또는 không có(없다)로 대답해야 합니다.

② 정의형 문장

- 평서문

> **주어 + là + 명사** : 주어는 명사이다

Tôi là sinh viên năm thứ nhất. 나는 신입생이다. (직역: 나는 대학생 1학년이다.)

- 부정문

> 주어 + **không phải là** + 명사 : 주어는 명사가 아니다

Tôi không phải là con trai cả. 나는 장남이 아니다.

- 의문문

> 주어 + **có phải là** + 명사 + **không?** : 주어는 명사입니까?
> 주어 + **là** + 명사, **phải không?** : 주어는 명사, 맞죠?

Cô ấy có phải là người Hàn Quốc không? 그녀는 한국 사람입니까?

Họ là nhân viên bộ phận kinh doanh, phải không? 그들은 영업부서 직원, 맞죠?

→ 네 : vâng / phải / đúng
   아니요 : không / không phải

(5) 의문문 ① : 과거형, 경험 묻기

① 과거 완료형 의문문

- 질문

> 주어 + **(đã)** + 동사 + **chưa?** : ~ 했어요?

Anh đã lấy vợ chưa? 당신은 결혼했어요?

Anh đã ăn sáng chưa? 당신은 아침 먹었나요?

- 대답

> **Rồi,** 주어 + **(đã)** + 동사 + **rồi** : 네, 저는 동사를 했습니다
> **Chưa,** 주어 + **chưa** + 동사 : 아직이요, 저는 아직 동사하지 않았어요

Rồi, tôi đã kết hôn được 2 năm rồi. 네, 저는 결혼한 지 2년 됐습니다.

Chưa, tôi chưa ăn sáng. 아직이요, 저는 아직 아침을 먹지 않았어요.

② 의문문으로 경험 묻기

- 질문

> 주어 + **đã (từng)** + 동사 + **bao giờ chưa?** : ~ 해본 적 있어요?
> = 주어 + **có (từng)** + 동사 + **lần nào chưa?**

Anh đã (từng) ăn món Việt bao giờ chưa? 당신은 베트남 음식을 먹어본 적 있어요?

Anh có (từng) chơi trượt tuyết lần nào chưa? 당신은 스키를 타본 적 있어요?

• 대답

> **Rồi, 주어 + (đã) + 동사 + rồi** : 네, 저는 동사를 했습니다
> **Chưa, 주어 + chưa bao giờ + 동사** : 아직이요, 저는 아직 동사해본 적 없어요

Rồi, tôi đã ăn bún chả và phở rồi. 네, 저는 분짜와 쌀국수를 먹어봤어요.

Chưa, tôi chưa bao giờ chơi trượt tuyết. 아직이요, 저는 아직 스키를 타본 적 없어요.

(6) 의문문 ② : 육하원칙

① 누가, 누구 : ai

'ai'는 문장 앞과 뒤에 붙어 '누가, 누구'를 나타냅니다.

> **Ai + 동사 + 목적어?** : 누가 동사합니까?
> **주어 + 동사 + ai?** : 주어는 누구를 동사합니까?

Ai đã gọi điện thoại cho mẹ tôi vào tối hôm qua?

어젯밤에 누가 나의 엄마에게 전화했나요?

Anh thường đi leo núi với ai? 당신은 보통 누구와 함께 등산을 하나요?

Anh đã gặp ai ở Việt Nam? 당신은 베트남에서 누구를 만났나요?

> **Tip!**
>
> • 「주어 + 동사 + với ai?」: 주어는 누구와 함께 동사합니까?
> 'với ai?'는 '누구와 함께'라는 의미로, 의문문으로 함께 외워두면 쉽게 사용할 수 있습니다.
>
> Anh tập thể dục với ai? 당신은 누구와 함께 운동을 합니까?

② 언제 : bao giờ, khi nào, lúc nào

'bao giờ, khi nào, lúc nào'는 '언제'를 나타내는 의문문으로, 문장 앞에 사용되면 '미래의 언제', 문장 뒤에 사용되면 '과거의 언제'를 의미합니다. 또한, bao giờ와 달리 khi nào와 lúc nào는 보통 <u>근접한 시점</u>에 사용되는 '언제'를 나타냅니다.

> **주어 + 동사 + bao giờ/khi nào/lúc nào?** : 주어는 언제 동사했나요?
> **Bao giờ/Khi nào/Lúc nào + 주어 + 동사?** : 주어는 언제 동사하나요?

Anh (đã) sang Việt Nam bao giờ? 당신은 언제 베트남에 갔나요?

Anh thường tan ca khi nào? 당신은 보통 언제 퇴근하나요?

Bao giờ anh (sẽ) sang Việt Nam? 당신은 언제 베트남에 가나요?

③ 어디 : đâu

'đâu'는 '장소'를 나타내는 표현으로, ở(~에, ~에서, 있다, 머물다)와 함께 사용됩니다. 이때, ở는 일반적으로 동사의 형태로 '있다, 머물다, 거주하다'로 쓰이지만, 동사가 함께 나올 경우에는 '전치사의 형태'로 '~에, ~에서'로 쓰입니다.

• 동사의 형태

> 주어 + ở + đâu? : 주어는 어디에 있나요?

Nhà anh ở đâu? 당신의 집은 어디에 있나요?

• 전치사의 형태

> 주어 + 동사 + ở + đâu? : 주어는 어디에서 동사하나요?

Thủ đô của Hàn Quốc nằm ở đâu? 한국의 수도는 어디에 위치해 있나요?
Anh thường đi dạo ở đâu? 당신은 보통 어디에서 산책을 하나요?

④ 무엇 : gì / 어떤 : nào

'gì'는 '무엇'을 의미하는 의문문이며, '동사/명사'와 함께 사용이 가능합니다.

> 주어 + 동사/명사 + gì? : 주어는 무엇을 동사합니까?

Khi đi công tác, anh chuẩn bị gì? 출장을 갈 때, 당신은 무엇을 준비하나요?
Anh thường làm gì vào cuối tuần? 주말에 당신은 보통 무엇을 하나요?

'nào'는 '어느, 어떤'으로 해석됩니다. 보통, 형용사적으로만 사용되며 다양한 '명사'와 함께 결합할 수 있습니다.

> 주어 + 동사 + 명사 + nào? : 당신은 어느 명사합니까?

Trong món Việt, anh thích món nào nhất?
베트남 음식 중에, 당신은 어떤 음식을 가장 좋아하나요?

Anh làm việc ở công ty nào? 당신은 어느 회사에서 일하나요?

⑤ 어떻게 : thế nào

'thế nào'는 주어 뒤에 바로 위치할 경우, 주어의 상태를 묻는 질문이 됩니다.

> **주어 + (như) thế nào?** : 주어는 어때요?

Đồng nghiệp của anh (như) thế nào? 당신의 동료는 어때요?

동사가 있는 문장에서는 동사의 행위 방법을 물어보는 질문이 됩니다.

> **주어 + 동사 + (như) thế nào?** : 주어는 어떻게 동사해요?

Khi đi du lịch trong nước, anh lập kế hoạch thế nào?
국내 여행을 갈 때, 당신은 어떻게 계획을 세우나요?

⑥ 왜 : tại sao, vì sao, sao

이유를 묻는 의문사로 항상 문장 맨 앞에 위치하며, 3종류 표현으로 나누어집니다.

- **tại sao** : 구어체에 많이 사용
- **vì sao** : 문어체에 많이 사용
- **sao** : 아랫사람, 친한 친구끼리 사용

> **Tại sao/Vì sao/Sao + (주어) + 동사/형용사?** : 왜 ~하나요?
> **Tại vì/Vì/Bởi vì + 주어 + 동사** : ~하기 때문입니다

Tại sao anh thích đi du lịch nước ngoài? 당신은 왜 해외여행 가는 것을 좋아하나요?
Vì tôi thích kết bạn với người lạ. 저는 낯선 사람을 사귀는 것을 좋아하기 때문입니다.

Tại sao anh thích xem phim một mình? 당신은 왜 혼자 영화 보는 것을 좋아하나요?
Vì có thể tập trung hơn. 더 집중할 수 있기 때문입니다.

(7) 빈도부사

아래의 표와 같이 빈도부사는 각 뜻에 따라서 '주어'와 '동사'의 앞, 뒤 또는 중간에 위치할 수 있습니다.
빈도부사의 위치를 잘 보고 사용하는 방법을 학습해 보세요.

빈도부사 +	주어 +	빈도부사 +	동사 +	빈도부사
① 항상			luôn (luôn)	
② 자주			thường xuyên / hay	thường xuyên
③ 보통	bình thường thường thường		thường	
④ 가끔	đôi khi thỉnh thoảng lâu lâu		đôi khi thỉnh thoảng lâu lâu※	
⑤ 거의 ~하지 않는다	ít khi hiếm khi		ít khi hiếm khi	
⑥ 절대 ~하지 않는다			không bao giờ	

※ 'lâu lâu'는 구어체로 가장 많이 쓰이며, 형용사와도 함께 사용 가능합니다.

① Tôi luôn luôn ăn sáng với chồng tôi. 나는 항상 나의 남편과 아침을 먹는다.

② Tôi hay nấu ăn cho gia đình tôi. 나는 자주 내 가족에게 요리를 해준다.

③ Tôi thường về nhà bằng tàu điện ngầm. 나는 보통 지하철로 퇴근을 한다.

④ Thỉnh thoảng tôi làm đêm ở công ty. 가끔 나는 회사에서 야근을 한다.

⑤ Ít khi tôi đi du lịch nước ngoài. 나는 거의 해외여행을 가지 않는다.

⑥ Tôi không bao giờ đi làm muộn. 나는 절대 늦게 출근하지 않는다.

(8) 정도부사

정도를 나타내는 부사는 형용사와 결합합니다. 그러나 때때로 몇몇의 동사와 결합해 동사의 정도를 나타내기도 합니다. (thích 좋아하다, yêu 사랑하다, sợ 무섭다, lo 걱정하다 등 ···)

	(정도부사) + 형용사/동사 + (정도부사)	

rất / quá / lắm 매우, 아주	rất + 형용사	Tôi rất thích nhóm nhạc 'BTS'. 나는 BTS를 매우 좋아합니다. Tôi thấy hàng xóm của tôi đều rất thân thiện. 내가 볼 때 나의 이웃은 모두 매우 친절합니다.
	• '매우, 아주'의 감정을 내포하며 사실을 열거할 때 사용 • 구어체, 문어체 모두 사용 가능	
	감탄 : 형용사 + quá 정보 제공 : 형용사 + lắm	Thời tiết hôm nay nóng quá! 오늘 날씨가 너무 덥다! Con mèo đó dễ thương lắm! 저 고양이는 아주 귀엽다!
	• '매우, 아주'의 감정을 내포한 정도부사로 구어체에서 사용	
khá 꽤	Bạn tôi đã phát biểu khá giỏi. 내 친구는 발표를 꽤 잘했다.	
hơi 약간	Từ nhà đến trường tôi hơi xa. 집에서 나의 학교까지 약간 멀다.	
không ~ lắm 그다지 ~하지 않다 별로 ~하지 않다	Công việc của tôi thường không bận lắm. 나의 업무는 보통 그다지 바쁘지 않다.	

(9) 접속사

và 그리고	Tôi và con gái tôi thích đi trung tâm mua sắm. 나와 나의 딸은 쇼핑몰 가는 것을 좋아한다. Tôi thích nhạc Hàn Quốc và nhạc Việt Nam. 나는 한국 음악과 베트남 음악을 좋아한다.
nhưng* 그러나, 그렇지만, 하지만	Kimchi ngon nhưng hơi cay. 김치가 맛있지만, 약간 맵습니다. Tôi thích anh ấy nhưng anh ấy không thích tôi. 나는 그를 좋아하지만, 그는 나를 좋아하지 않습니다.
cho nên / nên 그래서	Trời mưa to cho nên tôi không đi được 비가 많이 와서 나는 가지 못합니다. Tôi vui quá nên không biết phải làm gì. 나는 매우 기뻐서 무엇을 해야 할지 모릅니다.

thế thì / vậy thì 그렇다면	Thế thì anh đi với ai? 그렇다면 당신은 누구랑 가나요? Nếu vậy thì tôi làm ngay. 만약 그렇다면 저는 바로 할게요.
vì thế / vì vậy / do đó 그래서, 그렇기 때문에	Tôi tăng cân rồi. Vì thế, tôi sẽ ăn kiêng từ hôm nay. 나는 살이 쪘다. 그래서 나는 오늘부터 다이어트를 할 것이다. Việt Nam là đất nước đầy tiềm năng. Vì vậy, nhiều công ty Hàn Quốc đầu tư vào Việt Nam. 베트남은 잠재력이 가득한 나라입니다. 그래서 많은 한국 회사가 베트남에 투자를 합니다. Gia đình tôi thích đi du lịch. Do đó, chúng tôi hay đi du lịch. 우리 가족은 여행을 좋아합니다. 그렇기 때문에, 우리 가족은 자주 여행을 갑니다.
vì ~ 때문에, ~한 이유로	Tôi đến muộn vì tai nạn giao thông. 나는 교통사고 때문에 늦게 왔다. Tôi đi công tác vì có việc gấp. 나는 급한 일이 있기 때문에 출장에 간다.

* 'nhưng mà'는 '그러나'의 의미로 보통 문장 맨 앞에 위치하며, 화제를 전환할 때도 사용됩니다.

Tôi thích làm ở công ty này. Nhưng mà lương hơi thấp.

나는 이 회사에서 일하는 것이 좋습니다. 그러나 급여가 조금 낮습니다.

⑽ 전치사

về ~에 대해서, ~에 관하여	Tôi luôn luôn nói về ô nhiễm môi trường cho các bạn tôi. 나는 항상 친구들에게 환경오염에 대해서 이야기를 합니다. Tôi chưa bao giờ nghĩ về cái đó. 나는 그것에 대해서 아직 생각해 본 적이 없습니다.
với ~와 함께	Tôi thích đi xe đạp với bạn thân. 나는 친한 친구들과 함께 자전거 타는 것을 좋아합니다. Lúc đó, tôi đã nói chuyện với họ. 그때, 나는 그들과 함께 대화를 나눴습니다.
để ~하기 위해서	Tôi đã lên xe tắc xi để đi nhanh hơn. 나는 더 빨리 가기 위해서 택시를 탔습니다. Tôi bắt đầu ăn kiêng để giảm cân. 나는 살을 빼기 위해서 다이어트를 시작했습니다.
lúc ~에 (시간)	Tôi đi làm lúc 8 giờ sáng. 나는 아침 8시에 출근을 합니다. Tôi thường tập thể dục lúc 9 giờ tối. 나는 보통 저녁 9시에 운동을 합니다.
vào ~에 (시기)	Vào mùa hè, tôi đi chơi trượt nước. 여름에 나는 수상스키를 타러 갑니다. Tôi đã bắt đầu làm ở công ty này vào năm 2019. 나는 2019년에 이 회사에서 일을 시작했습니다.

bằng ~를 수단으로	Tôi thường đi làm và về nhà bằng xe buýt công ty. 나는 보통 회사 버스로 출·퇴근을 합니다. Người Hàn ăn cơm bằng đũa. 한국 사람은 젓가락으로 밥을 먹습니다.
do ~에 의해, ~ 때문에	Khi đó, tôi rất bận do công việc của công ty. 그때, 나는 회사일 때문에 너무 바빴습니다. Lịch trình đó bị hủy bỏ do thời tiết. 그 일정은 날씨 때문에 취소되었습니다.
cho ~에게, ~를 위하여	Tôi đã gọi điện thoại cho bố mẹ để hỏi thăm sức khỏe. 나는 부모님께 안부를 묻기 위해 전화했습니다. Mỗi sáng tôi tập thể dục cho khỏe. 건강을 위해서 나는 매일 아침 운동을 합니다.
ở ~에, ~에서 (장소)	Tôi đang sống ở chung cư một mình. 나는 아파트에서 혼자 살고 있습니다. Tôi thường đi dạo ở công viên gần nhà. 나는 보통 집 근처 공원에서 산책을 합니다.

그 외 다양한 전치사가 있습니다.

nói về	~에 대해서 말하다	liên lạc với	~와 연락하다
biết về	~에 대해서 알다	nói chuyện với	~와 이야기하다
tìm hiểu về	~에 대해서 알아보다	tập trung vào	~에 집중하다
hài lòng về	~에 대해서 만족하다	đầu tư vào	~에 투자하다
nhớ về	~에 대해 기억하다	bắt đầu từ	~에서 시작하다
liên quan đến	~와 연관되어 있다	xuất phát từ	~에서 출발하다
suy nghĩ đến	~에 대해 생각하다	đi theo	따라가다
quan tâm đến	~에 관심이 있다	mang theo	챙기다
ảnh hưởng đến	~에 영향을 끼치다	làm theo	따라 하다
hợp tác với	~와 협력하다	vượt qua	넘어가다
phù hợp với	~와 적합하다	đi qua	지나가다

⑾ 가능성과 불가능성

가능성과 불가능성을 표현할 때, 동사의 위치에 따라 해석이 달라질 수 있으므로 유의하세요.

가능성	có thể + 동사 + (được) 동사 + được biết + 동사/명사 Tôi có thể làm bánh được. 나는 빵을 만들 수 있다. Kỳ nghỉ hè này, tôi có thể đi du lịch nước ngoài được. 이번 여름휴가 때, 저는 해외여행을 갈 수 있습니다. Tôi biết nói tiếng Pháp. 나는 불어를 (말)할 줄 압니다.
불가능성	không thể + 동사 + (được) không + 동사 + được không biết + 동사/명사 Tôi không thể đi nghỉ hè (được). 나는 여름휴가를 갈 수 없습니다. Tôi không ăn rau mùi được. 나는 고수를 먹을 수 없습니다. Tôi không biết nói tiếng Trung. 나는 중국어를 (말)할 줄 모릅니다.
가능성 묻기	주어 + có thể + 동사 + không? 주어 + 동사/명사 + được không? 주어 + biết + 동사 + không? 주어 + có thể + 동사 + được không? Tôi có thể mặc thử cái này không? 이거 입어봐도 돼요? Ngày mai chị điện thoại cho tôi được không? 내일 저에게 전화해 줄 수 있나요? Anh biết nói tiếng Việt không? 당신은 베트남어를 (말)할 줄 알아요? Anh có thể nói chậm hơn được không? 조금 천천히 말해줄 수 있나요?
대답	Dạ, được. 할 수 있습니다. Dạ, không được. 할 수 없습니다.

⒀ 시점 나타내기

① Khi + 동사 : ~ 할 때

Khi học ở trường, tôi cố gắng tập trung.

학교에서 수업을 할 때, 나는 집중하려고 노력합니다.

Khi nghỉ ở nhà, tôi xem phim.

집에서 쉴 때, 나는 영화를 봅니다.

② Sau khi + 동사 : ~한 후에

Sau khi làm xong, tôi thường ăn tối với các đồng nghiệp.

일이 끝난 뒤에, 나는 보통 동료들과 저녁을 먹습니다.

Sau khi ăn cơm, tôi ăn tráng miệng.

밥을 먹고 난 후에, 나는 후식을 먹습니다.

③ Trước khi + 동사 : ~하기 전에

Trước khi xem biểu diễn, tôi luôn tìm kiếm thông tin trên mạng.

공연을 보기 전에, 나는 항상 인터넷으로 정보를 검색합니다.

Trước khi đi làm, tôi thỉnh thoảng đi công viên để tập thể dục.

회사 가기 전에, 나는 가끔 운동을 하러 공원에 갑니다.

④ Trong khi + 동사 : ~ 하는 동안에

Trong khi đi du lịch nước ngoài, tôi đã kết bạn với nhiều người.

해외여행을 하는 동안에, 나는 많은 사람과 사귀었어요.

Trong khi đọc sách, tôi không suy nghĩ lung tung.

독서를 하는 동안, 나는 잡생각을 안 합니다.

⑤ Mỗi khi + 동사 : ~할 때마다

Mỗi khi nấu ăn, tôi giải toả được căng thẳng.

요리할 때마다, 나는 스트레스가 해소됩니다.

Mỗi khi chơi nhạc cụ với bạn bè, tôi rất vui.

친구들과 악기를 연주할 때마다, 나는 매우 즐겁습니다.

⒀ 조동사

• 강제, 의무 phải 해야만 한다 = cần phải, phải ↔ không phải 하지 않아도 된다	Tôi phải đi bây giờ. 나는 지금 가야만 한다. Chúng ta phải làm bài tập. 우리는 숙제를 해야만 한다. ↔ Bố mẹ không phải lo cho tôi. 부모님은 나를 걱정하지 않아도 된다.
• 권유, 의무 cần 필요하다 ↔ không cần 필요 없다	Tôi cần học tiếng Việt. 나는 베트남어를 배울 필요가 있다. Tôi cần gọi điện thoại cho bố mẹ. 나는 부모님께 전화를 할 필요가 있다. ↔ Hôm nay tôi không cần mặc đồng phục. 　오늘 나는 유니폼을 입을 필요가 없다.
• 권유 nên 하는 게 좋겠다 ↔ không nên 하지 않는 게 좋다	Anh nên đi khám bệnh. 당신은 진찰을 받는 게 좋겠다. Hôm nay chị nên đi về nhà sớm. 　오늘 당신은 집에 일찍 가는 것이 좋겠다. ↔ Tôi không nên uống rượu. 나는 술을 마시지 않는 게 좋겠다.

⒁ 비교와 최상급

① 동등 비교 : ~만큼 ~하다

> 대상 1 + 동사/형용사 + bằng + 대상 2 : 대상 1은 대상 2만큼 ~하다

Cái điện thoại này tốt bằng cái điện thoại kia. 이 휴대폰은 저 휴대폰만큼 좋다.

Mùa hè Hàn Quốc nóng bằng mùa hè Việt Nam. 한국의 여름은 베트남의 여름만큼 덥다.

② 열등 비교 : ~만큼 ~하지 않다

> 대상 1 + không + 동사/형용사 + bằng + 대상 2 : 대상 1은 대상 2만큼 ~하지 않다

Anh trai tôi không đẹp trai bằng bạn trai tôi. 나의 오빠는 나의 남자친구만큼 잘생기지 않았다.

Tiếng Anh không thú vị bằng tiếng Việt. 영어는 베트남어만큼 재미있지 않다.

③ 비교급 : ~보다 더 ~하다

> 대상 1 + 동사/형용사 + hơn + 대상 2 : 대상 1은 대상 2보다 더 ~하다

Tôi thích món ăn Hàn Quốc hơn món ăn Việt Nam.

나는 한국 음식을 베트남 음식보다 더 좋아한다.

Túi xách này đắt hơn túi xách kia. 이 가방은 저 가방보다 더 비싸다.

④ 최상급 : 가장 ~하다

> **대상 + 동사/형용사 + nhất** : 대상은 가장 ~하다

Bạn tôi đẹp nhất trong lớp. 내 친구는 우리 반에서 가장 예쁘다.

Sản phẩm này mới nhất. 이 상품은 가장 최신입니다.

⒂ 상관 접속사

① vừa + 동사/형용사 + vừa + 동사/형용사 : ~하면서 ~하다

동시에 일어나는 어떠한 행동이나 상황 그리고 성질을 표현합니다.

Tôi vừa ăn sáng vừa xem tivi. 나는 아침을 먹으면서 TV를 봅니다.

Tôi vừa chạy bộ vừa nghe nhạc. 나는 조깅을 하면서 노래를 듣습니다.

② không những/không chỉ + A + mà còn + B + (nữa) : A뿐만 아니라 B 하기까지 하다

서로 보충 관계가 있는 단어나 문장을 연결하는 표현으로, 앞에 내용이 긍정이면 뒤에도 긍정, 앞에 내용이 부정이면 뒤에도 부정 형태가 옵니다.

Giáo sư ấy không những cao mà còn đẹp trai.

그 교수님은 키가 클 뿐만 아니라 잘생겼습니다.

Cô ấy không những mua xe mới mà còn mua nhà mới.

그녀는 새 차를 샀을 뿐만 아니라 새집까지 샀습니다.

③ không phải A mà là B : A가 아니고 B입니다.

Tôi không phải là học sinh mà là nhân viên công ty. 나는 학생이 아니고 회사원입니다.

Cái đó không phải là cái mới mà là cái cũ. 그것은 새것이 아니고 헌것입니다.

④ Vì A nên B = Bởi vì A cho nên B : A하기 때문에 B하다

A는 이유, B는 결과를 표현합니다.

Vì tôi sợ nước nên tôi không bơi được. 나는 물을 무서워하기 때문에 수영을 못합니다.

Bởi vì mệt cho nên tôi nghỉ ở nhà. 나는 피곤하기 때문에 집에서 쉽니다.

⑤ Nếu A thì B : 만약 A라면 B하다

A는 가정, B는 결과를 표현합니다.

Nếu tôi học chăm chỉ thì tôi đã trở thành bác sĩ rồi.
만약 내가 공부를 열심히 했다면, 의사가 되었을 것입니다.

Nếu tôi không nghe được âm thanh đó thì có thể đã xảy ra tai nạn lớn.
만약 내가 그 소리를 듣지 못했다면, 큰 사고가 났을 것입니다.

⑥ A rồi B : A 하고 나서 B합니다.

행동을 완료 후, 다음 행동을 하는 것을 이야기할 때 사용합니다.

Tôi đến công ty rồi kiểm tra e-mail. 출근을 하고 나서 이메일을 확인합니다.
Tôi ăn cơm rồi đánh răng ngay. 밥을 먹고 나서 바로 이를 닦습니다.

⑦ Tuy A nhưng (vẫn) B / Mặc dù A nhưng (vẫn) B : 비록 A지만 B하다

Tuy không có thời gian nhưng tôi đã làm xong việc đó đúng kỳ hạn.
비록 시간이 없었지만, 나는 그 일을 기한 안에 끝냈습니다.

Dù giá cao nhưng tôi đã mua cái đó. 비록 가격이 비쌌지만, 나는 그것을 샀습니다.

⑧ càng + 형용사/동사 + càng + 형용사/동사 : ~하면 할수록 ~하다

Tôi càng ngày càng béo. 나는 날이 가면 갈수록 뚱뚱해졌습니다.   * càng ngày càng : 날이 가면 갈수록
Cô ấy càng phẫu thuật thẩm mỹ càng đẹp. 그녀는 성형 수술을 할수록 예뻐졌습니다.

⑨ A thì ~, (nhưng / còn) B thì ~ : A는 ~하고, B는 ~하다

'thì'는 '은/는, 이/가'의 의미로, 보통 구어체로 동사, 형용사 앞에 많이 사용됩니다.

Em trai tôi thì là học sinh, còn tôi thì là nhân viên công ty.
나의 남동생은 학생이고, 나는 회사원이다.

Cô ấy thì chưa kết hôn, còn tôi thì đã kết hôn rồi. 그녀는 미혼이고, 나는 기혼이다.

⑩ cả A lẫn B / cả A và B : A와 B 둘 다/모두

Tôi học cả tiếng Việt lẫn tiếng Anh. 나는 베트남어와 영어 둘 다 배운다.

Cả người Việt Nam và người Hàn Quốc đều thích gạo.
베트남 사람과 한국 사람 모두 쌀을 좋아한다.

⑪ 주어 + trông có vẻ + 형용사 / Trông + 주어 + có vẻ + 형용사 : ~해 보이다
주어의 위치는 변경 가능합니다.

Anh ấy trông có vẻ già. 그는 늙어 보인다.

Trông món đó có vẻ cay. 그 음식은 정말 매워 보인다.

⑫ 동사 + giúp / giùm : 동사하는 것을 도와주다

'동사하는 것을 대신해 주다'라고도 해석됩니다.

Họ đã làm bài tập giúp tôi. / Họ đã giúp tôi làm bài tập.
그들은 내가 과제 하는 것을 도와주었다.

Anh ấy đã gọi xe tắc xi giùm tôi. 그는 택시를 불러주었다.

⑬ đi + 동사/명사(장소) + về : ~에 갔다가 돌아오다

• đi + 동사 : 동사 행위를 하러 가다
• đi + 명사 : 명사에 가다

Tôi mới đi làm về. 나는 막 일을 하고 돌아왔다.

Tôi đã trên đường đi chợ về. 나는 시장에 다녀오는 길이었다.

⑭ A cách B + 거리 : A는 B로부터 ~만큼 떨어져 있다

Công ty tôi cách nhà khoảng 5 ki lô mét. 나의 회사는 집으로부터 5km 정도 떨어져 있다.

Ở đó cách khách sạn 30 cây số. 그곳은 호텔로부터 30km 떨어져 있다.

⑮ 주어 + bị / được + 동사/명사 : 주어가 무엇을 당하게/얻게 되다 [피동문]

'bị'는 안 좋은 일을 당하게 되었을 때 사용합니다.

bị căng thẳng : 스트레스를 받는다   bị bệnh : 병에 걸리다

bị đau đầu : 머리가 아프다

'được'은 좋은 일을 얻게 되었을 때 사용합니다.

được tặng quà : 선물을 받다   được thăng chức : 승진되다

được khen : 칭찬을 받다

Dạo này, vì công việc nhiều nên anh ấy thường bị căng thẳng.

요즘, 일이 많아서 그는 스트레스를 자주 받는다.

Cô ấy bị tai nạn giao thông vào tối hôm qua.

그녀는 어젯밤에 교통사고를 당했다.

Vì dự án lần này thành công nên tôi đã được tăng lương.

이번 프로젝트가 성공해서 나는 월급을 인상하게 되었다.

Bài thuyết trình của anh ấy được đánh giá cao.

그의 프레젠테이션이 높은 평가를 받았다.

⑯ 주어 + nói (với + 사람) là / rằng + 문장 : 주어가 (누구에게) ~라고 했다 [서술문]

Anh ấy nói là ngày mai anh ấy sẽ đi công tác nước ngoài.

그는 내일 해외 출장을 갈 것이라고 말했다.

Tôi đã nói với cô ấy rằng tôi sẽ đến trường và gặp giáo sư.

나는 학교에 가서 교수님을 만나겠다고 그녀에게 말했다.

⑰ (주어) + nghe (사람) nói là / rằng + 문장 : 주어가 (누구한테) ~라고 들었다

Tôi nghe anh ấy nói là dạo này thời tiết ở Hàn Quốc rất nóng.

요즘 한국 날씨가 아주 덥다고 그한테 들었다.

Nghe nói là kinh tế Việt Nam đang phát triển rất nhanh.

베트남 경제가 아주 빠르게 발전하고 있다고 들었다.

Background Survey

시험 문항 출제를 위한 사전 조사로 응시자가 선택한 주제를 토대로 문항이 출제됩니다. 베트남어의 경우 영어와는 조금 다른 항목들이 있고, 응시자가 선택하지 않은 주제를 바탕으로 출제되는 돌발 질문도 있으므로 유의해야 합니다.

Background Survey 샘플 화면

● **Background Survey** # 샘플 테스트의 서베이 항목과 실제 테스트의 서베이 항목이 다를 수 있습니다.

이 Background Survey 응답을 기초로 개인 맞춤형 문항이 출제가 됩니다.
질문을 자세히 읽고 답변해 주시기 바랍니다.

1 현재 귀하는 어느 분야에 종사하고 계십니까?

- ○ 사업/회사
- ○ 재택근무/재택 사업
- ○ 교사/교육자
- ○ 일 경험 없음

2 현재 귀하는 학생이십니까?

- ○ 네
- ○ 아니오

3 현재 귀하는 어디에 살고 계십니까?

- ○ 개인주택이나 아파트에 홀로 거주
- ○ 친구나 룸메이트와 함께 주택이나 아파트에 거주
- ○ 가족(배우자/자녀/기타 가족 일원)과 함께 주택이나 아파트에 거주
- ○ 학교 기숙사
- ○ 군대 막사

– 아래의 4~7번 문항에서 12개 이상을 선택해 주시기 바랍니다.

4 귀하는 여가 활동으로 주로 무엇을 하십니까? (두 개 이상 선택)

- ○ 영화 보기
- ○ 클럽/나이트클럽 가기
- ○ 공연 보기
- ○ 콘서트 보기
- ○ 박물관 가기
- ○ 공원 가기
- ○ 캠핑하기
- ○ 해변 가기
- ○ 스포츠 관람

OPIc 공식 홈페이지에서
제공하는 샘플 테스트입니다.
샘플처럼 처음 시작 전 질문에
해당 답변을 체크하면,
맞춤형 문항으로 출제됩니다.

✱ Background Survey에 제시된 주제들 중 가장 많이 선택하는 주제 List입니다. 자신이 선택할 주제를 체크하고 체크된 중심으로 시험을 준비해 보세요.

Background Survey 주제별 List

Chương 1 학교생활	☐ 자기소개(학생) ☐ 전공과목과 학교 소개 ☐ 교수님 소개	☐ 등·하교 과정 ☐ 학교에서의 프로젝트 경험
Chương 2 직장생활	☐ 자기소개(직장인) ☐ 직장 업무 및 회사 소개 ☐ 직장 상사 및 동료 소개	☐ 출·퇴근 과정 ☐ 회사에서의 프로젝트 경험
Chương 3 가족 및 이웃	☐ 가족 소개 ☐ 거주지 소개 ☐ 가족 구성원이 담당하는 집안일	☐ 집안일 관련 경험 ☐ 이웃 소개
Chương 4 여가활동	☐ 영화 보기 ☐ 공연 보기 ☐ 게임하기	☐ 공원 가기 ☐ 캠핑하기
Chương 5 취미와 관심사	☐ 음악 감상하기 ☐ 악기 연주하기 ☐ 요리하기	☐ 독서하기 ☐ 애완동물 기르기
Chương 6 운동	☐ 수영하기 ☐ 자전거 타기 ☐ 걷기 및 조깅	☐ 요가 및 헬스 하기 ☐ 축구하기
Chương 7 여행(국내/해외)	☐ 국내 여행 ☐ 해외여행 ☐ 국내 출장	☐ 해외 출장 ☐ 집에서 보내는 휴가

• 학습 순서

주제별 고득점 꿀팁 ▶ 주제별 질문 유형 한눈에 파악하기 ▶ 핵심 구조별 답변

만들어 보세요! ▶ 모범 답변 ▶ 유용한 표현사전 10

'기초 응용 편'은 출제 빈도가 높은 주제별 질문 유형들에 대한 모범 답변을 중심으로 나에게 맞는 스토리를 만들어 보는 코너입니다. 빈칸에 대체 가능한 응용 표현들을 대입시켜서 어떤 질문이 나와도 당황하지 않고 의연하게 답변할 수 있도록 미리 준비해 보세요.

기초 응용 편

학교생활

 학습목표
출제경향 OPIc에서 필수적으로 출제되는 질문이 바로 '자기소개'입니다. 그러므로 자신에 대해 구체적이고 정확하게 설명할 수 있도록 성격 및 취미 등을 미리 정리해서 준비해 놓아야 합니다. 현재 취업 준비생이거나 회사에 들어간 지 얼마 안 된 경우에는 Background Survey에서 직업을 '학생'으로 선택하는 것이 유리합니다. '학생'으로 선택했을 경우, 학교 및 학교생활에 대한 질문과 교수님 소개 및 학교에서 기억에 남는 경험 등이 출제되고 있습니다.

주제별 고득점 꿀팁 ★

Bài 1 자기소개(학생)	✽ 많은 정보를 담은 자기소개보다 간결하고 정확한 자기소개 준비하기 ✽ Backgrond Survey에서 선택한 항목들을 연결해서 취미도 함께 이야기하기 ☞ 항상 첫 번째 질문에 나오는 내용이므로, 철저하게 준비하고 자신 있게 이야기해야 합니다.
Bài 2 전공과목과 학교 소개	✽ 전공과목을 소개하고 전공과목을 선택한 이유에 대해 이야기하기 ✽ 전공과목에 대한 나의 생각 표현하기 ☞ 전공과목을 선택한 이유와 미래의 진로를 연결해서 이야기해 주는 것이 좋습니다.
Bài 3 교수님 소개	✽ 교수님의 특징, 교수님과의 관계, 수업할 때의 특징, 교수님에 대한 나의 생각 등 이야기하기 ☞ 교수님과 만난 시점으로부터 첫인상과 현재 관계에 대해서 시제를 이용하여 잘 표현할 수 있어야 합니다.
Bài 4 등·하교 과정	✽ 시제 및 시점을 사용하여 등·하교 과정 설명하기 ✽ 일과를 이야기하는 경우, 접속사가 겹치는 경우가 많으므로, 다양한 어휘로 준비하기
Bài 5 학교에서의 프로젝트 경험	✽ 과거시제 및 시점을 잘 활용하여 이야기하기 ☞ 답변이 길어질 수 있는 내용의 주제이므로, 간략하게 그 경험에 대한 과정 및 결과 그리고 느낀 점으로 구성합니다.

✷ Background Survey에서 해당 항목을 선택했을 경우, 출제되는 빈출도 높은 질문 유형들입니다. 인터뷰식 외국어 말하기 평가는 시험관이 말하는 질문의 의도를 빠르게 파악하는 것이 무엇보다 중요하므로, 다양한 주제별 질문 유형을 반복해서 익혀 보세요.

주제별 질문 유형 한눈에 파악하기 🎧 01-1

Bài 1 자기소개(학생)	• Anh/Chị hãy giới thiệu về bản thân. – 당신에 대해 소개해 주세요.
Bài 2 전공과목과 학교 소개	• Anh/Chị hãy giới thiệu về trường và chuyên ngành của anh/chị. • Anh/Chị thích môn học nào? Tại sao anh/chị thích môn đó? • Anh/Chị hãy giới thiệu về trường của anh/chị. Bên ngoài và nội thất của trường anh/chị thế nào? – 당신이 다니는 학교와 전공에 대해 소개해 주세요. – 당신이 좋아하는 과목은 무엇인가요? 왜 그 과목을 좋아하나요? – 당신의 학교에 대해 소개해 주세요. 당신 학교의 외관과 내관은 어떻게 되어있나요?
Bài 3 교수님 소개	• Anh/Chị hãy nói về giáo sư của môn học mà anh/chị thích và ấn tượng đầu tiên về thầy/cô đó. • Tính cách của thầy/cô như thế nào? Anh/Chị hãy miêu tả chi tiết thầy/cô. – 당신이 좋아하는 과목의 교수님과 그/그녀에 대한 첫인상을 말해 주세요. – 그/그녀의 성격은 어떤가요? 그/그녀를 자세히 묘사해 주세요.
Bài 4 등·하교 과정	• Anh/Chị hãy nói về một ngày ở trường đại học. – 당신의 대학교 일과를 이야기해 주세요.
Bài 5 학교에서의 프로젝트 경험	• Anh/Chị hãy nói về kinh nghiệm làm dự án của anh/chị ở trường. Vai trò của anh/chị là gì? Kết quả như thế nào? • Có những ai đã cùng làm dự án với anh/chị? Vai trò của anh/chị và vai trò của những người đó là gì? – 학교에서의 프로젝트 경험에 대해 말해 주세요. 어떤 역할이었나요? 결과는 어땠나요? – 프로젝트를 같이 했던 사람들은 누가 있나요? 당신의 역할과 그 사람들의 역할은 무엇이었나요?

🎧 01-2

자기소개 (학생)

출제 빈도가 높은 인터뷰의 주제별 질문에 맞게 핵심 표현들을 단계적으로 나누어서 답변하는 연습을 해보세요. '응용 표현들'을 활용해서 나에게 맞는 표현들로 나만의 스토리를 만들어 보세요.

Q **Anh/Chị hãy giới thiệu về bản thân.**
당신에 대해 소개해 주세요.

간단한 인사 표현	Xin chào. Rất vui được gặp thầy/cô.
이름, 나이	Tôi tên là 'SooKyung' và họ của tôi là 'Lee'. Tên tiếng Việt của tôi là 'Yến'. Năm nay tôi 20 tuổi.
학교 및 전공	Tôi là sinh viên năm thứ nhất trường Đại học Hàn Quốc. Chuyên ngành của tôi là 'khoa kinh doanh'. Vì ước mơ của tôi là nhà kinh doanh nên tôi chọn khoa kinh doanh.
사는 곳 및 동거인 소개	Tôi đang sống với bố mẹ, chị gái và em trai ở thành phố Seoul. Nghề nghiệp của bố tôi là nhà kinh doanh. Mẹ tôi là nội trợ. Bố mẹ tôi rất vui tính nhưng hơi nghiêm khắc. Chị gái tôi là nhân viên công ty còn em trai tôi là học sinh cấp 3. Chị gái và em trai tôi đều hiền lành và chúng tôi hoà thuận với nhau.
취미	Sở thích của tôi là 'xem phim'. Tôi cũng thích đi mua sắm với bạn bè.
성격	Tính cách của tôi rất hoà đồng và hoạt bát. Vì vậy tôi thích kết bạn với những người bạn mới.

안녕하세요. 만나서 반가워요. 제 이름은 '수경'이고 성은 '이'입니다. 베트남 이름은 '이엔'이에요. 올해 저는 20살입니다. 저는 한국 대학교 1학년 대학생입니다. 제 전공은 '경영학'입니다. 저는 사업가가 되는 것이 꿈이기 때문에 경영학을 선택하였습니다. 저는 부모님, 언니 그리고 남동생과 서울에서 살고 있습니다. 저의 아버지는 사업가이시고 어머니는 주부입니다. 저의 부모님은 쾌활하지만, 조금 엄격하십니다. 저의 언니는 회사원이고 남동생은 고등학생입니다. 언니와 남동생은 모두 착하고 우리는 사이좋게 지냅니다. 제 취미는 '영화 보기'입니다. 저는 친구들과 쇼핑하는 것도 좋아합니다. 저의 성격은 매우 사교적이고 활동적입니다. 그래서 새로운 사람들을 사귀는 것을 좋아합니다.

새단어

- họ 성
- sinh viên 대학생
- năm thứ nhất 1학년
- khoa kinh doanh 경영학
- bố mẹ 부모님
- thành phố 도시
- nghề nghiệp 직업

- nội trợ 주부
- vui tính 쾌활한
- nhân viên công ty 회사원
- học sinh 학생
- trường cấp 3 고등학교
- hiền lành 착한
- hoà thuận 사이좋은, 화목한

- xem phim 영화 보기
- mua sắm 쇼핑하기
- tính cách 성격
- hoà đồng 사교적인
- hoạt bát 활동적인
- kết bạn 친구를 사귀다

나만의 스토리를 만들어 보세요.

Xin chào. Rất vui được gặp thầy/cô. Tôi tên là ' 이름 ' và họ của tôi là ' 성 '. Tên tiếng Việt của tôi là ' 베트남 이름 '. Năm nay tôi 나이 tuổi. Tôi là sinh viên năm thứ 학년 trường Đại học Hàn Quốc. Chuyên ngành của tôi là ①' 전공 '. Vì ước mơ của tôi là ② 직업 nên tôi chọn ① 전공 . Tôi đang sống với ③ 동거인 ở thành phố 사는 지역 . Nghề nghiệp của ③ 동거인 tôi là ② 직업 . ③ 동거인 tôi là ② 직업 . ③ 동거인 tôi rất ④ 성격 nhưng hơi ④ 성격 . ③ 동거인 là ② 직업 còn ③ 동거인 là ② 직업 . ③ 동거인 đều ④ 성격 và chúng tôi hoà thuận với nhau. Sở thích của tôi là ⑤' 취미 '. Tôi cũng thích đi ⑤ 취미 với bạn bè. Tính cách của tôi rất ④ 성격 . Vì vậy tôi thích kết bạn với những người bạn mới.

안녕하세요. 만나서 반가워요. 제 이름은 ' '이고 성은 ' '입니다. 베트남 이름은 ' '이에요. 올해 저는 살 입니다. 저는 한국 대학교 학년 대학생입니다. 제 전공은 ①' '입니다. 저는 ② 가 되는 것이 꿈이기 때문에 ① 을 선택하였습니다. 저는 ③ 과 에서 살고 있습니다. 저의 ③ 는 ② 입니다. ③ 는 ② 입니다. 저의 ③ 은 ④ 하지만, 조금 ④ 하십니다. 저의 ③ 는 ② 이고 ③ 은 ② 입니다. ③ 은 모두 ④ 우리는 사이좋게 지냅니다. 제 취미는 ⑤' '입니다. 저는 친구들과 ⑤ 하는 것도 좋아합니다. 저의 성격은 매우 ④ 입니다. 그래서 새로운 사람들을 사귀는 것을 좋아합니다.

응용 표현들
나에게 맞는 표현을 찾아서 위의 빈칸에 대입시켜 보세요.

① 전공	• 문학 văn học • 수학 toán • 약학 khoa dược • 예술학 khoa nghệ thuật • 법학 khoa luật • 언어학 ngôn ngữ học
② 직업	• 가수 ca sĩ • 간호사 y tá • 경찰 cảnh sát • 교수 giáo sư • 기술자 kỹ sư • 의사 bác sĩ
③ 동거인	• 가족 gia đình • 동료 đồng nghiệp • 친구 bạn
④ 성격	장점 : • 낙천적인 lạc quan • 적극적인 tích cực • 친절한 thân thiện 단점 : • 게으른 lười (biếng) • 비사교적인 khó gần • 성급한 nóng vội • 소심한 rụt rè • 이기적인 ích kỷ
⑤ 취미	• 노래하기 hát • 농구하기 chơi bóng rổ • 독서하기 đọc sách • 산책하기 đi dạo • 수다떨기 nói chuyện phiếm • 여행하기 đi du lịch • 요리하기 nấu ăn • 음악 듣기 nghe nhạc • 인터넷 서핑하기 lướt mạng • 축구하기 chơi bóng đá

＊〈부록〉기초 단어를 활용해서 더 다양한 표현을 만들어 보세요.

Xin chào. Tôi sẽ bắt đầu phần giới thiệu của mình. Tôi tên là 'Sarang'. Tôi vẫn chưa có tên tiếng Việt. Tôi 24 tuổi. Tôi là sinh viên năm thứ 4 trường đại học Hàn Quốc. Tôi đang học chuyên ngành thiết kế thời trang. Ước mơ của tôi là trở thành nhà thiết kế. Từ khi còn nhỏ, tôi đã quan tâm nhiều đến quần áo và đã có ước mơ trở thành nhà thiết kế thời trang. Tôi đang sống một mình ở Seoul. Vì bố mẹ tôi sống ở Busan nên nếu tôi muốn đi học thì tôi phải sống ở Seoul. Tôi là ①con gái một. Bố tôi là nhà kinh doanh còn mẹ tôi là giáo viên piano. Bố mẹ tôi rất giàu tình cảm và rất vui vẻ. Sở thích của tôi là mua sắm. Khi mua sắm, tôi cũng có thể học được nhiều điều và cũng có thể giải tỏa căng thẳng. Tôi sắp phải tốt nghiệp nên tôi rất lo lắng. Tôi học chăm chỉ và tôi muốn trở thành nhà thiết kế giỏi.

안녕하세요. 제 소개를 시작하겠습니다. 제 이름은 '사랑'입니다. 저는 아직 베트남 이름이 없습니다. 저는 24살입니다. 저는 한국 대학교 4학년 대학생입니다. 저는 패션디자인을 전공하고 있습니다. 저의 꿈은 디자이너가 되는 것입니다. 저는 어렸을 때부터 옷에 관심이 많아서 패션 디자이너의 꿈을 가지고 있었습니다. 저는 혼자 서울에 살고 있습니다. 부모님이 부산에 살고 있기 때문에 학교에 다니려면 서울에 살아야 합니다. 저는 ①외동 딸입니다. 저의 아버지는 사업가이고 어머니는 피아노 선생님입니다. 저의 부모님은 다정다감하며 재미있습니다. 저의 취미는 쇼핑하기입니다. 쇼핑을 하며, 많은 것을 공부도 할 수 있고 스트레스도 풀 수 있습니다. 이제 곧 졸업을 해야 해서 걱정이 많습니다. 열심히 공부해서 멋진 디자이너가 되고 싶습니다.

응용 어휘

① 장녀 con gái cả 　　장남 con trai cả 　　막내 con út 　　3자매 중 둘째 con thứ 2 trong 3 chị em
남매 중 둘째 con thứ 2 trong số các anh chị em 　자매 중 둘째 con thứ 2 trong số các chị em
형제 중 둘째 con thứ 2 trong số các anh em trai

새 단어

- bắt đầu 시작하다
- năm thứ 4 trường đại học 대학교 4학년
- thiết kế thời trang 패션디자인
- trở thành ~이 되다
- ước mơ 꿈
- một mình 혼자
- giải tỏa 해소하다/(스트레스를) 풀다
- chăm chỉ 열심히 하는

자신에게 맞는 답변을 체크해 보세요. ☑

주제에 관한 다양하고 유용한 표현들입니다. 자신에게 맞는 문장을 체크하고 재미있는 스토리를 만들어 보세요. 돌발 질문에도 당황하지 않고 나만의 표현력은 물론, 논리력에도 자신감이 생깁니다.

☐ 제 이름은 수경입니다.

Tên tôi là Sookyung. (= Tôi tên là Sookyung.)

☐ 우리 가족은 4명입니다.

Gia đình tôi có 4 người.

☐ 저는 강아지 1마리를 키우는 중입니다.

Tôi đang nuôi 1 con chó.

☐ 저는 의사가 되기 위해 공부하고 있습니다.

Tôi học để trở thành bác sĩ.

☐ 저는 대학교 4학년입니다.

Tôi là sinh viên năm thứ 4.

☐ 저는 곧 대학교를 졸업합니다.

Tôi sắp tốt nghiệp đại học.

☐ 저는 졸업 후에, 취업을 할 예정입니다.

Sau khi tốt nghiệp, tôi sẽ xin việc.

☐ 저는 자상하고 낙천적이지만, 조금 소심합니다.

Tôi chu đáo và lạc quan, nhưng tôi hơi rụt rè.

☐ 저는 영화 보는 것을 좋아합니다.

Tôi thích xem phim.

☐ 저는 졸업하면 베트남 여행을 가고 싶습니다.

Nếu tốt nghiệp đại học thì tôi muốn đi du lịch Việt Nam.

전공과목과 학교 소개

출제 빈도가 높은 인터뷰의 주제별 질문에 맞게 핵심 표현들을 단계적으로 나누어서 답변하는 연습을 해보세요. '응용 표현들'을 활용해서 나에게 맞는 표현들로 나만의 스토리를 만들어 보세요.

 Q **Anh/Chị hãy giới thiệu về trường và chuyên ngành của anh/chị.**

당신이 다니는 학교와 전공에 대해 소개해 주세요.

전공 소개	Chuyên ngành của tôi là khoa kinh doanh.
전공을 선택한 이유	Lý do tôi chọn khoa kinh doanh là vì từ nhỏ, ước mơ của tôi là trở thành nhà kinh doanh. Và tôi nghĩ là khoa kinh doanh có thể áp dụng trong mọi lĩnh vực.
좋아하는 과목	Thực ra, tất cả các môn học của trường đều khó. Và thỉnh thoảng cũng chán nữa. Nhưng trong đó, môn học tôi thích nhất là môn kinh doanh quốc tế.
과목을 좋아하는 이유	Vì giáo sư của môn học này rất tốt và rất thú vị, và điều quan trọng là có thể nhận được điểm tốt.
학교에 대한 소개	Trường của tôi ở trung tâm thành phố Seoul. Vì trường rất đẹp nên nhiều người cũng đến để du lịch. Bên ngoài của trường rất cổ kính và rất lớn. Nội thất của trường rất hiện đại, và kết hợp màu sắc rất đẹp.

저의 전공은 경영학입니다. 제가 경영학을 선택한 이유는 어렸을 때부터 꿈이 사업가이기 때문입니다. 그리고 경영학은 어느 분야에도 모두 적용할 수 있다고 생각했습니다. 사실 모든 학교 과목의 수업이 어렵습니다. 그리고 가끔 지루할 때도 있습니다. 하지만, 그중에서 제가 제일 좋아하는 과목은 국제 경영입니다. 이 과목의 교수님이 좋고 재미있기 때문이며, 중요한 것은 점수를 잘 받을 수 있기 때문입니다. 우리 학교는 서울 중심에 위치해 있습니다. 학교가 너무 예뻐서 많은 사람이 관광하러 오기도 합니다. 외관은 고풍스럽고 매우 큽니다. 학교의 내관은 매우 현대적이며, 색상의 조화가 아름답습니다.

새 단어

- ☐ chuyên ngành 전공
- ☐ ước mơ 꿈
- ☐ áp dụng 적용하다
- ☐ điểm 점수
- ☐ bên ngoài 외관
- ☐ cổ kính 고풍스러운
- ☐ nội thất 내관
- ☐ màu sắc 색상

나만의 스토리를 만들어 보세요.

Chuyên ngành của tôi là ① 전공 . Lý do tôi chọn ① 전공 là vì từ nhỏ, ước mơ của tôi là trở thành ② 미래 꿈 . Và tôi nghĩ là ① 전공 có thể áp dụng trong mọi lĩnh vực. Thực ra, tất cả các môn học của trường đều khó. Và thỉnh thoảng cũng chán nữa. Nhưng trong đó, môn học tôi thích nhất là môn ③ 좋아하는 과목 . Vì giáo sư của môn học này rất tốt và rất thú vị, và điều quan trọng là ④ 과목이 좋은 이유 . Trường của tôi ở trung tâm thành phố Seoul. Vì trường rất đẹp nên nhiều người cũng đến để du lịch. Bên ngoài của trường rất cổ kính và rất lớn. Nội thất của trường rất hiện đại, và kết hợp màu sắc rất đẹp.

저의 전공은 ① 입니다. 제가 ① 을 선택한 이유는 어렸을 때부터 꿈이 ② 이기 때문입니다. 그리고 ① 은 어느 분야에도 모두 적용할 수 있다고 생각했습니다. 사실 모든 학교 과목의 수업이 어렵습니다. 그리고 가끔 지루할 때도 있습니다. 하지만, 그중에서 제가 제일 좋아하는 과목은 ③ 입니다. 이 과목의 교수님이 좋고 재미있기 때문이며, 중요한 것은 ④ . 우리 학교는 서울 중심에 위치해 있습니다. 학교가 너무 예뻐서 많은 사람이 관광하러 오기도 합니다. 외관은 고풍스럽고 매우 큽니다. 학교의 내관은 매우 현대적이며, 색상의 조화가 아름답습니다.

응용 표현들

나에게 맞는 표현을 찾아서 위의 빈칸에 대입시켜 보세요.

① 전공	· 건축학 khoa kiến trúc · 광고학 khoa quảng cáo · 교육학 khoa giáo dục · 금융학 khoa tín dụng · 기계공학 khoa kĩ thuật máy móc · 무역학 khoa thương mại · 회계학 khoa kế toán
② 미래 꿈	· 건축가 kiến trúc sư · 선생님 giáo viên · 공무원 công chức nhà nước
③ 좋아하는 과목	· 광고 – 마케팅 quảng cáo - marketing · 다문화 교육 giáo dục đa văn hóa · 수출입 xuất nhập khẩu
④ 과목이 좋은 이유	· 수업이 즐겁다 tiết học thú vị · 이해가 잘 된다 hiểu rõ · 취업에 도움이 된다 giúp ích cho việc tìm việc làm

※ 〈부록〉 기초 단어를 활용해서 더 다양한 표현을 만들어 보세요.

 컬러 부분의 어휘를 '기초 단어'와 '응용 어휘'를 활용해서 다양하게 적용해 보세요.

Tôi đang học chuyên ngành nấu ăn tại trường đại học Hàn Quốc. Lớp học được tiến hành theo dạng lớp học thực hành hơn là lớp học lý thuyết. Tôi đang học chuyên ngành nấu món Á. Bây giờ tôi đã kết thúc ①học kì 1. Nhưng vì tôi nghĩ tôi không hợp với chuyên ngành này nên dạo này tôi rất băn khoăn. Trong đó, tôi thích môn học của giáo sư khoa dinh dưỡng. Giáo sư lắng nghe nỗi băn khoăn của từng học sinh, và cũng cho nhiều lời khuyên rất thực tế nên tôi luôn tập trung ở lớp học đó. Trường của tôi ở ②ngoại ô Seoul. Tôi nghĩ là cơ sở của trường tôi đẹp hơn các trường khác. Tôi thường đi dạo ở đó, sắp xếp lại các suy nghĩ của mình và giải tỏa căng thẳng.

저는 한국 대학교에서 요리를 전공하고 있습니다. 수업은 필기 수업보다는 실기 수업으로 진행됩니다. 저는 아시아 요리를 전공하고 있습니다. 이제 ①1학기를 끝냈습니다. 하지만, 저는 제가 이 전공과 맞지 않는다고 생각해서 요즘 고민이 매우 많습니다. 그중에서 영양학 과목 교수님의 수업을 좋아합니다. 교수님은 학생들 한 명한 명의 고민을 잘 들어주시며, 현실적인 조언도 많이 해주셔서 저는 그 수업에는 항상 집중합니다. 우리 학교는 ②서울 외곽에 위치해 있습니다. 저는 다른 학교들보다 우리 학교의 캠퍼스가 더 예쁘다고 생각합니다. 저는 그곳에서 자주 산책을 하며 생각을 정리하고 스트레스를 풉니다.

응용 어휘

① 2학기 học kì 2
② 서울 중심 trung tâm Seoul   도심 trung tâm thành phố

주제에 관한 다양하고 유용한 표현들입니다. 자신에게 맞는 문장을 체크하고 재미있는 스토리를 만들어 보세요. 돌발 질문에도 당황하지 않고 나만의 표현력은 물론, 논리력에도 자신감이 생깁니다.

□ 저는 졸업하려면 10학점을 더 들어야 합니다.

Nếu muốn tốt nghiệp thì tôi phải học thêm 10 tín chỉ.

□ 학점에 따라서 듣는 과목이 달라집니다.

Tùy theo tín chỉ mà môn học sẽ khác nhau.

□ 시험기간이 되면 저는 학교 도서관에서 공부합니다.

Nếu đến thời gian thi thì tôi học ở thư viện trường.

□ 학교 식당의 밥은 매우 맛있습니다.

Cơm ở nhà ăn của trường rất ngon.

□ 저는 그 수업 시간에는 가끔 좁니다.

Thỉnh thoảng tôi ngủ gật trong giờ học đó.

□ 저는 박사과정까지 준비하려고 생각 중입니다.

Tôi đang suy nghĩ sẽ chuẩn bị học đến khóa học tiến sĩ.

□ 저는 일주일에 3일만 학교에 나가도록 시간표를 짰습니다.

Tôi đã sắp xếp thời khóa biểu để tôi chỉ lên trường 3 ngày 1 tuần.

□ 저와 친구들은 시험이 끝나면 함께 근교로 여행을 갑니다.

Nếu kì thi kết thúc thì tôi và bạn bè đi du lịch ở ngoại thành.

□ 그 교수님 수업 시간에는 모든 학생이 열정적으로 참여합니다.

Tất cả học sinh đều tham gia nhiệt tình trong giờ học của giáo sư đó.

□ 저는 저의 전공을 살려서 취업하고 싶습니다.

Tôi muốn vận dụng chuyên ngành của mình và tìm việc làm.

교수님 소개

출제 빈도가 높은 인터뷰의 주제별 질문에 맞게 핵심 표현들을 단계적으로 나누어서 답변하는 연습을 해보세요. '응용 표현들'을 활용해서 나에게 맞는 표현들로 나만의 스토리를 만들어 보세요.

Q Anh/Chị hãy nói về giáo sư của môn học mà anh/chị thích và ấn tượng đầu tiên về thầy/cô đó.

당신이 좋아하는 과목의 교수님과 그/그녀에 대한 첫인상을 말해 주세요.

좋아하는 과목의 교수님 소개	Tôi sẽ giới thiệu về giáo sư của môn học mà tôi thích. Tên của giáo sư mà tôi thích là 'James'. Thầy là người Anh và thầy 35 tuổi. Thầy là giáo sư nam và là giáo sư tiếng Anh.
교수님의 첫인상	Tôi đã gặp thầy lần đầu tiên vào 1 năm trước. Thầy có hình ảnh thân thiết như một người bạn. Cách thầy chào chúng tôi bằng tiếng Hàn rất đáng yêu.
교수님의 외모	Thầy cao và béo. Mắt của thầy to và có hai mí, mũi của thầy cũng rất cao. Miệng của thầy nhỏ và môi dày, đầu hói.
교수님의 성격	Thầy chu đáo và hoạt bát. Nhưng thầy rất nghiêm khắc trong kì thi hay trong thời gian dự án. Thầy luôn cố gắng để hiểu học sinh.
교수님에 대한 나의 생각	Trước kì nghỉ, lớp tôi đã ăn liên hoan với thầy. Nhờ có thầy mà năng lực tiếng Anh của tôi đã được cải thiện nhiều.

제가 좋아하는 과목의 교수님에 대해 소개하겠습니다. 제가 좋아하는 교수님의 이름은 '제임스'입니다. 선생님은 영국 사람이고 35세입니다. 선생님은 남자 교수님이고 영어 교수님입니다. 저는 선생님을 1년 전에 처음 봤습니다. 선생님은 친구 같은 친근한 이미지였습니다. 한국어로 인사하는 모습이 귀여웠습니다. 선생님은 키가 크고 뚱뚱합니다. 눈은 크고 쌍꺼풀이 있고, 코는 매우 높습니다. 입은 작고 입술은 두꺼우며, 머리는 대머리입니다. 선생님은 자상하고 활발합니다. 하지만, 시험 기간이 되거나 프로젝트 시간에는 매우 엄격합니다. 선생님은 언제든지 학생들과 소통을 하려고 합니다. 방학이 되기 전에 저희 반 사람들은 선생님과 함께 회식을 했습니다. 선생님 덕분에 영어 실력이 많이 향상되었습니다.

새단어

- giáo sư 교수님
- môn học 과목
- lần đầu tiên 처음
- hình ảnh 이미지
- thân thiết 친근하다
- đáng yêu 귀엽다
- cao 키가 크다

- béo(북), mập(남) 뚱뚱하다
- hai mí 쌍꺼풀
- môi 입술
- dày 두껍다
- đầu hói 대머리
- chu đáo 자상하다
- hoạt bát 활발하다

- dự án 프로젝트
- nghiêm khắc 엄격하다
- thấu hiểu 소통하다
- liên hoan 회식
- nhờ có ~ 덕분에
- năng lực 실력
- cải thiện 향상되다

나만의 스토리를 만들어 보세요.

Tôi sẽ giới thiệu về giáo sư của môn học mà tôi thích. Tên của giáo sư mà tôi thích là ' 교수님 이름 '. Thầy là người ① 국가 và thầy 나이 tuổi. Thầy là ② 성별 và là giáo sư ③ 언어 . Tôi đã gặp thầy lần đầu tiên vào 기간 năm trước. Thầy có hình ảnh thân thiết như một người bạn. Cách thầy chào chúng tôi bằng tiếng Hàn rất đáng yêu. Thầy ④ 외모 . ④ 외모 , 외모 . ④ 외모 , ⑤ 헤어스타일 . Thầy chu đáo và hoạt bát. Nhưng thầy rất nghiêm khắc trong kì thi hay trong thời gian dự án. Thầy luôn cố gắng để hiểu học sinh. Trước kì nghỉ, lớp tôi đã ăn liên hoan với thầy. Nhờ có thầy mà năng lực tiếng Anh của tôi đã được cải thiện nhiều.

제가 좋아하는 과목의 교수님에 대해 소개하겠습니다. 제가 좋아하는 교수님의 이름은 ' '입니다. 선생님은 ① 사람이고 세입니다. 선생님은 ② 이고 ③ 교수님입니다. 저는 선생님을 년 전에 처음 봤습니다. 선생님은 친구 같은 친근한 이미지였습니다. 한국어로 인사하는 모습이 귀여웠습니다. 선생님은 ④ . ④ , . ④ , ⑤ 입니다. 선생님은 자상하고 활발합니다. 하지만, 시험 기간이 되거나 프로젝트 시간에는 매우 엄격합니다. 선생님은 언제든지 학생들과 소통을 하려고 합니다. 방학이 되기 전에 저희 반 사람들은 선생님과 함께 회식을 했습니다. 선생님 덕분에 영어 실력이 많이 향상되었습니다.

응용 표현들

나에게 맞는 표현을 찾아서 위의 빈칸에 대입시켜 보세요.

① 국가	• 미국 Mỹ • 베트남 Việt Nam • 스페인 Tây Ban Nha • 영국 Anh • 일본 Nhật Bản • 중국 Trung Quốc • 캐나다 Canada • 한국 Hàn Quốc • 호주 Úc
② 성별	• 여자 교수님 giáo sư nữ
③ 언어	• 베트남어 tiếng Việt • 스페인어 tiếng Tây Ban Nha • 일본어 tiếng Nhật • 중국어 tiếng Trung (Quốc)
④ 외모	체형, 키 : • 날씬한 thon thả. mảnh mai • 마른 gầy • 키가 작은 thấp 눈 : • 눈이 작은 mắt nhỏ • 외꺼풀인 mắt một mí 코 : • 코가 낮은 mũi thấp • 코가 큰 mũi to 입 : • 입술이 두꺼운 môi dày • 입이 큰 môi to 얼굴 : • 얼굴이 작은 mặt nhỏ • 얼굴이 큰 mặt to
⑤ 헤어스타일	• 금발 tóc vàng • 긴 생머리 tóc dài tự nhiên • 단발머리 tóc ngang vai • 머리가 긴 tóc dài • 짧은 머리 tóc ngắn • 백발 tóc bạc • 염색한 머리 tóc nhuộm • 파마머리 tóc uốn

＊〈부록〉 기초 단어를 활용해서 더 다양한 표현을 만들어 보세요.

Vâng, tôi sẽ giới thiệu về giáo sư của môn học mà tôi thích. Giáo sư mà tôi thích là giáo sư nữ. Cô dạy môn Marketing. Cô khoảng 50 tuổi. Tên của cô là 'Park Gyeong Hee'. Lần đầu tiên tôi gặp cô là 3 năm trước. Lúc đầu trông cô rất khó tính và đáng sợ. Nhưng khi nói chuyện với cô thì tôi có cảm giác cô giống như bố mẹ tôi. Cô có mái tóc ngắn và uốn, và cô đeo kính. Cô hơi thấp và gầy. Mắt của cô nhỏ và da của cô rất đẹp. Cô thường nói những lời hay với chúng tôi. Cô không chỉ dạy Marketing mà còn giáo huấn về cuộc sống. Không chỉ liên quan đến nội dung học, khi xảy ra vấn đề khác, chúng tôi cũng hỏi cô. Do đó, lớp của cô luôn được yêu thích.

네, 제가 좋아하는 과목의 교수님에 대해 소개하겠습니다. 제가 좋아하는 교수님은 여자 교수님입니다. 교수님은 마케팅을 가르칩니다. 교수님의 나이는 50세 정도입니다. 교수님의 이름은 '박경희'입니다. 처음 교수님을 뵌 건 3년 전이었습니다. 처음에는 교수님이 깐깐해 보이고 무서워 보였습니다. 하지만, 대화를 나눠보니 부모님 같은 느낌이었습니다. 교수님은 짧은 파마머리를 하고 안경을 쓰셨습니다. 키는 조금 작고 말랐습니다. 눈이 작고 피부가 매우 좋습니다. 교수님은 저희에게 항상 좋은 말을 해주십니다. 마케팅 수업뿐만 아니라 인생 교훈까지 해주십니다. 우리들은 수업에 대한 내용뿐만 아니라, 다른 문제가 생겼을 때도 교수님께 물어봅니다. 그래서 항상 교수님의 수업은 인기가 많습니다.

새단어

- lúc đầu 처음에
- trông ~해 보인다
- đáng sợ 무서운
- đeo kính 안경을 끼다
- da 피부
- giáo huấn 교훈을 주다
- nội dung 내용

자신에게 맞는 답변을 체크해 보세요. ☑

주제에 관한 다양하고 유용한 표현들입니다. 자신에게 맞는 문장을 체크하고 재미있는 스토리를 만들어 보세요. 돌발 질문에도 당황하지 않고 나만의 표현력은 물론, 논리력에도 자신감이 생깁니다.

☐ 교수님은 외국인입니다.

Giáo sư là người nước ngoài.

☐ 교수님의 수업은 일주일에 3번 있습니다.

Lớp của giáo sư học 1 tuần 3 lần.

☐ 교수님의 수업 내용은 어렵습니다.

Nội dung bài học của giáo sư khó.

☐ 교수님은 항상 좋은 점수를 줍니다.

Giáo sư luôn cho điểm tốt.

☐ 교수님의 수업은 생활에서 매우 유용합니다.

Lớp của giáo sư rất hữu dụng trong cuộc sống.

☐ 교수님은 나이에 비해 젊어 보입니다.

Giáo sư nhìn trẻ hơn so với tuổi.

☐ 교수님은 나이가 많습니다.

Giáo sư nhiều tuổi.

☐ 교수님은 항상 커피를 들고 다닙니다.

Giáo sư luôn mang theo cà phê.

☐ 발표를 잘하면 교수님이 선물을 주실 것입니다.

Nếu phát biểu tốt thì giáo sư sẽ tặng quà.

☐ 교수님의 수업을 졸업할 때까지 듣고 싶습니다.

Tôi muốn học lớp của giáo sư đến khi tốt nghiệp.

Bài 4

🎧 01-5

출제 빈도가 높은 인터뷰의 주제별 질문에 맞게 핵심 표현들을 단계적으로 나누어서 답변하는 연습을 해보세요. '응용 표현들'을 활용해서 나에게 맞는 표현들로 나만의 스토리를 만들어 보세요.

등·하교 과정

Q Anh/chị hãy nói về một ngày ở trường đại học.

당신의 대학교에서 일과를 이야기해 주세요.

등교 전에 하는 일	Tôi thường thức dậy lúc 7 giờ sáng mỗi ngày. Trước khi đến trường, tôi tham gia lớp yoga. Lớp yoga từ 8 giờ đến 9 giờ.
등교 후에 하는 일	Khi đến trường thì tôi đến thư viện trường để xem trước bài hay ôn bài. Và tôi gặp bạn bè rồi học lớp buổi sáng.
점심시간	Ngay khi kết thúc lớp buổi sáng, tôi và bạn bè tìm quán ăn ngon trên mạng rồi ăn trưa, hoặc ăn ở nhà ăn của trường. Nhà ăn của trường vừa ngon vừa rẻ.
점심시간 이후에 하는 일	Hết giờ ăn trưa, tôi và bạn bè uống cà phê hay đi dạo xung quanh trường. Ngày có lớp buổi chiều thì tôi học ở lớp.
하교 후에 하는 일	Ngày không có lớp buổi chiều thì tôi đi làm thêm. Tôi làm thêm 1 ngày 4 tiếng ở cửa hàng tiện lợi.
일과에 대한 나의 생각	Trong kì thi thì tôi thường bận hơn và kết thúc kì thi thì tôi rảnh hơn. Vừa kiếm tiền vừa học thì rất mệt.

저는 매일 아침 7시에 일어납니다. 등교 전에 저는 요가 수업에 참여합니다. 요가 수업은 8시부터 9시까지입니다. 학교에 도착했을 때 저는 학교 도서관에 가서 예습을 하거나 복습을 합니다. 그리고 친구들과 만나서 오전 수업을 듣습니다. 오전 수업이 끝나자마자 친구들과 인터넷으로 맛집을 찾아서 점심을 먹거나, 학교 식당에서 식사를 합니다. 학교 식당은 맛있으면서 가격이 저렴합니다. 점심시간이 끝나고 친구들과 학교 주변에서 커피를 마시거나 산책을 합니다. 오후 수업이 있는 날은 수업을 듣습니다. 오후 수업이 없는 날은 아르바이트를 하러 갑니다. 저는 편의점에서 하루에 4시간씩 아르바이트를 합니다. 시험 기간 동안에 저는 보통 더 바쁘고 시험이 끝나면 저는 더 한가합니다. 돈을 벌면서 공부를 하는 것은 매우 힘듭니다.

새 단어

- thức dậy 일어나다
- đến trường = đi học 등교하다
- tham gia 참가하다, 참여하다
- lớp yoga 요가 수업
- xem trước bài 예습하다
- ôn bài 복습하다
- bạn 친구

- bạn bè 친구들
- kết thúc = hết 끝나다
- quán ăn ngon 맛집
- mạng 인터넷
- đi dạo 산책하다
- xung quanh 주변

- làm thêm 아르바이트를 하다
- cửa hàng tiện lợi 편의점
- kì thi 시험 기간
- bận (rộn) 바쁘다
- rảnh (rỗi) 한가하다
- kiếm tiền 돈을 벌다

만들어 보세요!

나만의 스토리를 만들어 보세요.

Tôi thường thức dậy lúc 7 giờ sáng mỗi ngày. Trước khi đến trường, tôi tham gia ① 등교 전에 하는 일 . ① 등교 전에 하는 일 từ 8 giờ đến 9 giờ. Khi đến trường thì tôi ② 등교 후에 하는 일 . Và tôi gặp bạn bè rồi học lớp buổi sáng. Ngay khi kết thúc lớp buổi sáng, tôi và bạn bè tìm quán ăn ngon trên mạng rồi ăn trưa, hoặc ăn ở nhà ăn của trường. Nhà ăn của trường vừa ngon vừa rẻ. Hết giờ ăn trưa, ③ 점심시간 이후에 하는 일 hay ③ 점심시간 이후에 하는 일 . Ngày có lớp buổi chiều thì tôi học ở lớp. Ngày không có lớp buổi chiều thì tôi đi làm thêm. Tôi làm thêm 1 ngày 일하는 시간 tiếng ở ④ 아르바이트 종류 . Trong kì thi thì tôi thường bận hơn và kết thúc kì thi thì tôi rảnh hơn. Vừa kiếm tiền vừa học thì rất mệt.

저는 매일 아침 7시에 일어납니다. 등교 전에 저는 ① 에 참여합니다. ① 은 8시부터 9시까지입니다. 학교에 도착했을 때 저는 ② . 그리고 친구들과 만나서 오전 수업을 듣습니다. 오전 수업이 끝나자마자 친구들과 인터넷으로 맛집을 찾아서 점심을 먹거나, 학교 식당에서 식사를 합니다. 학교 식당은 맛있으면서 가격이 저렴합니다. 점심시간이 끝나고 ③ 거나 ③ . 오후 수업이 있는 날은 수업을 듣습니다. 오후 수업이 없는 날은 아르바이트를 하러 갑니다. 저는 ④ 에서 하루에 시간씩 아르바이트를 합니다. 시험 기간 동안에 저는 보통 더 바쁘고 시험이 끝나면 저는 더 한가합니다. 돈을 벌면서 공부를 하는 것은 매우 힘듭니다.

---

* vừa A vừa B : A 하면서 B 하다

동시에 하는 행동 및 형태를 표현하는 문법으로, A와 B 사이에 '동사'와 '형용사'가 위치합니다.

Tôi vừa xem tivi vừa uống cà phê vào buổi sáng. 나는 아침에 TV를 보면서 커피를 마십니다.
Cô ấy vừa đẹp vừa cao. 그녀는 예쁘면서 키가 큽니다.

응용 표현들

나에게 맞는 표현을 찾아서 위의 빈칸에 대입시켜 보세요.

① 등교 전에 하는 일	• 온라인 영어 수업 lớp tiếng anh online • 에어로빅 수업 lớp thể dục nhịp điệu
② 등교 후에 하는 일	• 수업 준비하기 chuẩn bị bài học • 카페에 가서 친구들 만나기 gặp bạn bè ở quán cà phê
③ 점심시간 이후에 하는 일	• 남자/여자 친구 만나기 gặp bạn trai/bạn gái · 도서관에서 공부하기 học ở thư viện • 쇼핑하기 mua sắm · 친구들과 놀기 chơi với bạn bè • 학원 가기 đến trung tâm học thêm
④ 아르바이트 종류	• 커피숍 quán cà phê · 패스트푸드점 cửa hàng thức ăn nhanh • PC방 quán/tiệm net

* 〈부록〉 기초 단어를 활용해서 더 다양한 표현을 만들어 보세요.

Vâng, tôi sẽ nói về một ngày của tôi. Tôi chỉ có lớp buổi chiều nên tôi thức dậy muộn. Bình thường, tôi làm bài tập đến khuya nên tôi ngủ dậy muộn. Tôi ngủ dậy lúc khoảng 10 giờ, tôi ăn sáng ở nhà rồi đến trường. Ngay khi đến trường, tôi uống cà phê ở cửa hàng trong trường. Lớp học buổi chiều từ 2 giờ đến 6 giờ. Vào ngày thường, tôi dạy thêm tiếng Anh cho các học sinh trung học. Sau khi dạy thêm xong, tôi ăn tối một mình. Vào cuối tuần, tôi đi mua sắm và cũng đi quán ăn ngon với bạn bè nhưng vào ngày thường tôi không có thời gian. Vào kì thi, tôi thường về thư viện trường và học đến khuya. Tôi đồng thời phải học và làm thêm nên rất mệt và buồn chán nhưng vì vào cuối tuần, tôi có thể có những khoảng thời gian vui vẻ nên tôi có thể chịu đựng được.

네, 저의 일과에 대해 이야기하겠습니다. 저는 오후 수업만 있어서 늦게 일어납니다. 저는 보통, 밤늦게까지 과제를 해서 늦게 일어납니다. 저는 10시쯤 기상을 하고, 집에서 아침을 먹고 학교에 갑니다. 학교에 가자마자, 학교 안에 있는 매점에서 커피를 마십니다. 오후 수업은 2시부터 6시까지입니다. 평일에는, 저는 중고생들에게 영어과외를 합니다. 과외가 끝난 뒤에, 혼자 저녁을 먹습니다. 주말에는, 친구들과 쇼핑도 하고 맛집도 가지만 평일에는 시간이 없습니다. 시험 기간에는, 보통 학교 도서관으로 돌아가서 밤늦게까지 공부를 합니다. 공부와 아르바이트를 동시에 해야 해서 힘들고 따분하지만, 주말에 재미있는 시간을 보낼 수 있어서 참을 수 있습니다.

새 단어

- **khuya** 밤늦게(= 심야)
- **ngay khi + 동사** 동사 하자마자
- **dạy thêm** 과외하다
- **bạn bè** 친구들
- **đồng thời** 동시에
- **chịu đựng** 참다

주제에 관한 다양하고 유용한 표현들입니다. 자신에게 맞는 문장을 체크하고 재미있는 스토리를 만들어 보세요. 돌발 질문에도 당황하지 않고 나만의 표현력은 물론, 논리력에도 자신감이 생깁니다.

☐ 저는 항상 아침을 먹고 학교에 갑니다.

Tôi luôn ăn sáng rồi đến trường.

☐ 저는 학교에서 댄스 동아리의 회원입니다.

Tôi là thành viên của câu lạc bộ nhảy ở trường.

☐ 저는 일주일에 4번 학교에 갑니다.

Tôi đến trường 1 tuần 4 lần.

☐ 시험 기간에는 학교에서 밤을 새우며 공부합니다.

Tôi thường thức đêm và học ở trường vào kì thi.

☐ 하루에 4시간씩 수업을 듣습니다.

Tôi học ở lớp 1 ngày 4 tiếng.

☐ 학교 식당 밥만큼 맛있는 곳은 없습니다.

Không có nơi nào cơm ngon như cơm ở nhà ăn của trường.

☐ 저는 하루 종일 바쁩니다.

Tôi bận cả ngày.

☐ 저는 주로 학교에서 과제를 합니다.

Tôi chủ yếu làm bài tập ở trường.

☐ 공부 시간 외에, 경험을 쌓기 위해서 아르바이트도 합니다.

Ngoài giờ học, tôi cũng làm thêm để lấy kinh nghiệm.

☐ 봄과 가을에 우리 학교의 풍경은 아주 아름답습니다.

Phong cảnh trường tôi rất đẹp vào mùa xuân và mùa thu.

학교에서의 프로젝트 경험

출제 빈도가 높은 인터뷰의 주제별 질문에 맞게 핵심 표현들을 단계적으로 나누어서 답변하는 연습을 해보세요. '응용 표현들'을 활용해서 나에게 맞는 표현들로 나만의 스토리를 만들어 보세요.

Q Anh/Chị hãy nói về kinh nghiệm làm dự án của anh/chị ở trường. Vai trò của anh/chị là gì? Kết quả như thế nào?

학교에서의 프로젝트 경험에 대해 말해 주세요. 어떤 역할이었나요? 결과는 어땠나요?

프로젝트를 하게 된 계기	Cách đây không lâu, tôi đã thực hiện một dự án ảnh hưởng rất lớn đến thành tích của tôi ở trường. Nếu kết quả của dự án này không tốt thì tôi phải nghe thêm môn học.
프로젝트 내용	Chủ đề của dự án là nạn thất nghiệp ở Hàn Quốc.
프로젝트 과정	Nhóm của tôi có 5 người. Chúng tôi chia việc cho mỗi người và chuẩn bị dự án. 2 người tìm thông tin trên internet và 3 người trực tiếp đến hiện trường và khảo sát. Chúng tôi đã chăm chỉ thu thập tài liệu trong 3 tuần. Sau 3 tuần, chúng tôi thu thập các tài liệu đã khảo sát rồi soạn tài liệu và chuẩn bị phát biểu. Vào ngày phát biểu, một người trong nhóm vì ngủ dậy trễ nên chúng tôi đã suýt bị muộn nhưng may mắn là chúng tôi đã có thể kết thúc phần phát biểu.
프로젝트 결과 및 느낀 점	Khi tiến hành dự án, tôi đã cảm nhận được là nạn thất nghiệp ở Hàn Quốc rất nghiêm trọng và tôi đã thấy lo lắng. Vì nhóm chúng tôi đã rất chăm chỉ nên kết quả của dự án rất tốt.

얼마 전, 학교에서 성적에 큰 영향을 주는 프로젝트를 진행했습니다. 이 프로젝트의 결과가 좋지 않으면 수업을 추가로 더 들어야 했습니다. 프로젝트의 주제는 한국의 실업난이었습니다. 저희 조는 총 5명이었습니다. 각자 일을 나눠서 프로젝트를 준비했습니다. 2명은 인터넷에서 정보를 찾고 3명은 직접 현장을 나가서 조사했습니다. 우리는 3주간 열심히 자료 수집을 했습니다. 3주 후, 우리는 조사한 자료들을 수집해서 자료를 만들고 발표 준비를 했습니다. 발표하는 날, 조원 중 한 명이 늦잠을 자서 늦을뻔했지만, 다행히 발표를 마무리할 수 있었습니다. 프로젝트를 진행하며, 한국의 실업난이 심하다는 것을 느끼고 걱정이 되었습니다. 우리 조가 열심히 해서 프로젝트의 결과는 매우 좋았습니다.

 새단어

- □ cách đây không lâu 얼마 전
- □ điểm số 성적
- □ ảnh hưởng đến ~에 영향을 주다
- □ chủ đề 주제
- □ nạn thất nghiệp 실업난
- □ nhóm 조
- □ tìm thông tin 정보를 찾다
- □ hiện trường 현장
- □ khảo sát 조사하다
- □ tài liệu 자료
- □ thu thập 수집하다
- □ phát biểu 발표하다
- □ may mắn 다행이다
- □ kết thúc 마무리하다
- □ nghiêm trọng 심하다
- □ lo lắng 걱정하다
- □ dự án 프로젝트
- □ kết quả 결과

나만의 스토리를 만들어 보세요.

Cách đây không lâu, tôi đã thực hiện một dự án ảnh hưởng rất lớn đến thành tích của tôi ở trường. Nếu kết quả của dự án này không tốt thì tôi phải nghe thêm môn học. Chủ đề của dự án là ① _____프로젝트 주제_____ . Nhóm của tôi có 5 người. Chúng tôi chia việc cho mỗi người và chuẩn bị dự án. 2 người ② _____맡은 일_____ và 3 người trực tiếp ② _____맡은 일_____ . Chúng tôi đã chăm chỉ ② _____맡은 일_____ trong 3 tuần. Sau 3 tuần, chúng tôi thu thập các tài liệu đã khảo sát rồi soạn tài liệu và chuẩn bị phát biểu. Vào ngày phát biểu, một người trong nhóm vì ngủ dậy trễ nên chúng tôi đã suýt bị muộn nhưng may mắn là chúng tôi đã có thể kết thúc phần phát biểu. Khi tiến hành dự án, ③ _____느낀 점_____ . Vì nhóm chúng tôi đã rất chăm chỉ nên kết quả của dự án ④ _____결과_____ .

얼마 전, 학교에서 성적에 큰 영향을 주는 프로젝트를 진행했습니다. 이 프로젝트의 결과가 좋지 않으면 수업을 추가로 더 들어야 했습니다. 프로젝트의 주제는 ① _____ 이었습니다. 저희 조는 총 5명이었습니다. 각자 일을 나눠서 프로젝트를 준비했습니다. 2명은 ② _____ 고 3명은 직접 ② _____ 했습니다. 우리는 3주간 열심히 ② _____ 을 했습니다. 3주 후, 우리는 조사한 자료들을 수집해서 자료를 만들고 발표 준비를 했습니다. 발표하는 날, 조원 중 한 명이 늦잠을 자서 늦을뻔했지만, 다행히 발표를 마무리할 수 있었습니다. 프로젝트를 진행하며, ③ _____ . 우리 조가 열심히 해서 프로젝트의 결과는 ④ _____ .

응용 표현들
나에게 맞는 표현을 찾아서 위의 빈칸에 대입시켜 보세요.

① 프로젝트 주제	• 고대 문학 văn học cổ • 무역 시장 thị trường thương mại • 성공한 기업들 các doanh nghiệp thành công • 온라인 게임 game online • 한국의 아이돌 시장 thị trường Idol Hàn Quốc
② 맡은 일	• 보고서를 쓰다 viết báo cáo • 서적에서 조사하다 khảo sát trong sách vở • 조원들과 토론하다 thảo luận với thành viên nhóm
③ 느낀 점	• 고대 문학에 대한 흥미가 생겼습니다 tôi đã có hứng thú với văn học cổ điển • 한국인들의 높은 잠재력을 보았습니다 tôi đã thấy tiềm năng rất lớn của người Hàn Quốc • 한국인으로서의 자부심이 생겼습니다 tôi có lòng tự hào với tư cách là người Hàn Quốc (높은 잠재력의 경우, 베트남에서는 잠재력에 대해 '높다'라는 의미를 사용하지 않고 '크다'로 표현합니다.)
④ 결과	• 박수를 받았다 được vỗ tay • 성공적이다 thành công

※ 〈부록〉 기초 단어를 활용해서 더 다양한 표현을 만들어 보세요.

Ừm, điều tôi nhớ nhất đó chính là tôi đã được nhận học bổng ở trường. Tôi không phải là một học sinh giỏi lắm. Vì tôi rất thích chơi với bạn bè nên tôi không chú ý đến thành tích. Vì thế sau khi thảo luận với bạn bè, chúng tôi quyết định sẽ tặng quà cho người có thành tích tốt nhất. Từ ngày đó, tôi không chơi với các bạn mà chúng tôi chăm chỉ học ở thư viện. Vì học với các bạn nên tôi không thấy mệt như tôi nghĩ. Điểm thi của tôi làm mọi người xung quanh bị sốc. Tôi được hạng 1, tôi được nhận học bổng và nhận quà từ bạn bè. Tôi cảm nhận được là sự nỗ lực đã không phản bội tôi, và sau đó thì tôi vẫn chăm chỉ học, và hiện tại tôi cũng đang duy trì thành tích tốt.

음, 제가 가장 기억에 남는 것은 학교에서 장학금을 받은 일입니다. 저는 공부를 그렇게 잘하는 편이 아니었습니다. 저는 친구들과 놀기를 매우 좋아하기 때문에 성적에 신경을 쓰지 않았습니다. 그래서 친구들과 상의 후, 우리는 성적이 가장 좋은 사람에게 선물을 주기로 했습니다. 그날부터, 친구들과 놀지 않고 함께 우리는 도서관에서 열심히 공부했습니다. 친구들과 함께 공부해서 생각보다 힘들지 않았습니다. 제 시험 성적은 주변 사람들에게 충격을 주었습니다. 제가 1등을 해서, 장학금도 받고 친구들에게 선물도 받았습니다. 노력은 배신하지 않는다는 것을 느끼고, 그 이후로도 여전히 열심히 공부해서, 현재도 좋은 성적을 유지하는 중입니다.

새 단어

- □ học bổng 장학금
- □ chú ý đến ~에 주의하다 (~에 신경 쓰다)
- □ thành tích 성적
- □ quyết định 결정하다
- □ tặng quà 선물을 주다
- □ điểm thi 시험 성적
- □ sự nỗ lực 노력
- □ phản bội 배신하다
- □ duy trì 유지하다

유용한 표현사전 10

주제에 관한 다양하고 유용한 표현들입니다. 자신에게 맞는 문장을 체크하고 재미있는 스토리를 만들어 보세요. 돌발 질문에도 당황하지 않고 나만의 표현력은 물론, 논리력에도 자신감이 생깁니다.

☐ 저는 팀원이 마음에 들지 않았습니다.

Tôi không hài lòng với thành viên nhóm.

☐ 모든 팀원이 프로젝트 준비를 위해 최선을 다해 노력했습니다.

Tất cả thành viên nhóm đã cố gắng hết mình để chuẩn bị dự án.

☐ 약간의 의견 충돌이 있었습니다.

Đã có một chút mâu thuẫn về ý kiến.

☐ 저는 발표 전날 밤까지 열심히 준비했습니다.

Tôi đã chuẩn bị chăm chỉ đến đêm trước ngày phát biểu.

☐ 프로젝트의 결과가 좋지 않아도 뿌듯했습니다.

Dù kết quả của dự án không tốt nhưng tôi rất vui.

☐ 저는 발표를 담당했습니다.

Tôi đảm nhận phần phát biểu.

☐ 팀원들은 저의 의견에 반대를 했습니다.

Các thành viên nhóm phản đối ý kiến của tôi.

☐ 저는 선배들의 도움을 받았습니다.

Tôi đã nhận sự giúp đỡ của những anh chị khóa trước.

☐ 다른 팀들의 발표도 훌륭했습니다.

Bài phát biểu của những nhóm khác cũng rất xuất sắc.

☐ 교수님은 저에게 좋은 점수를 주셨습니다.

Giáo sư đã cho tôi điểm tốt.

Chương

2

직장생활

학습목표
출제경향

Background Survey에서 '직장인'으로 선택을 했을 경우에는 직장의 신분으로 자기소개를 한 후, 본인의 업무에 대해 구체적으로 답변하는 것이 중요합니다. 기본적으로 자주 나오는 질문들 중 회사 사무실에 대한 묘사와 직장 상사 또는 동료들에 관한 이야기를 할 수 있습니다. 추가적으로 직장에서의 경험, 예를 들어 회식 및 프로젝트 경험 등은 과정에서 결과까지 자세하게 준비하는 것이 중요합니다.

주제별 고득점 꿀팁 ★

Bài 1 자기소개(직장인)	★ 간결하고 정확하게 본인의 업무, 직급 등을 넣어서 자기소개하기 ★ Backgrond Survey에서 선택한 항목들을 연결해서 취미도 함께 이야기하기 ☞ 항상 첫 번째 질문에 나오는 내용이므로, 철저하게 준비하고 자신 있게 이야기해야 합니다.
Bài 2 직장 업무 및 회사 소개	★ 회사, 직급, 업무 등 정보 제공의 느낌으로 간결하게 소개하기 ☞ 회사의 특징과 업무에 대해 느낀 점을 함께 이야기 하는 것이 좋습니다.
Bài 3 직장 상사 및 동료 소개	★ 자기소개 패턴을 활용하여 직장 상사 및 동료들 소개하기 ★ 직장 상사 및 동료와 나와의 관계에 대해서 추가로 언급하기
Bài 4 출·퇴근 과정	★ 시제 및 시점을 사용하여 출·퇴근 과정 설명하기 ★ 일과를 이야기하는 경우, 접속사가 겹치는 경우가 많으므로, 여러 가지 어휘로 준비하기 ☞ 출·퇴근 이동 중, 습관이나 기분 등도 함께 표현해 주는 것이 좋습니다.
Bài 5 회사에서의 프로젝트 경험	★ 과거시제 및 시점을 잘 활용하여 이야기하기 ★ 경험에 대한 과정 및 결과와 느낀 점 언급하기

✦ Background Survey에서 해당 항목을 선택했을 경우, 출제되는 빈출도 높은 질문 유형들입니다. 인터뷰식 외국어 말하기 평가는 시험관이 말하는 질문의 의도를 빠르게 파악하는 것이 무엇보다 중요하므로, 다양한 주제별 질문 유형을 반복해서 익혀 보세요.

Bài 1 **자기소개(직장인)**	• Anh/Chị hãy giới thiệu về bản thân. – 당신에 대해 소개해 주세요.
Bài 2 **직장 업무 및 회사 소개**	• Công việc của anh/chị ở công ty là gì? Anh/Chị hãy miêu tả về văn phòng mà anh/chị làm việc. • Anh/Chị hãy miêu tả về công ty của anh/chị. Hình dáng bên ngoài và bên trong của công ty như thế nào? – 회사에서 당신의 업무는 무엇인가요? 당신이 일하는 사무실을 묘사해 주세요. – 당신의 회사를 묘사해 주세요. 회사의 외부 모습과 내부 모습은 어떤가요?
Bài 3 **직장 상사 및 동료 소개**	• Anh/Chị hãy miêu tả về cấp trên của anh/chị. Cấp trên của anh/chị như thế nào? • Anh/Chị hãy miêu tả về đồng nghiệp thân thiết nhất của anh/chị. Đồng nghiệp của anh/chị là người như thế nào? – 당신의 상사에 대해 묘사해 주세요. 당신의 상사는 어떤가요? – 당신의 가장 친한 동료에 대해 묘사해 주세요. 당신의 동료는 어떤 사람인가요?
Bài 4 **출·퇴근 과정**	• Anh/Chị làm gì trước và sau khi đến công ty? Anh/Chị đi làm và về nhà bằng phương tiện giao thông nào? • Anh/Chị hãy nói về một ngày ở công ty. – 당신은 회사를 가기 전과 후에 무엇을 하나요? 어떤 교통수단으로 출·퇴근을 하나요? – 회사에서의 일과를 이야기해 주세요.
Bài 5 **회사에서의 프로젝트 경험**	• Anh/Chị hãy nói về kinh nghiệm làm dự án ở công ty của anh/chị. Kết quả của dự án thế nào? • Dự án gần đây anh/chị đã đảm nhận là dự án nào? Anh/Chị làm với ai? Có đạt được kết quả tốt không? – 회사에서의 프로젝트 경험에 대해 이야기해 주세요. 프로젝트의 결과는 어땠나요? – 최근에 당신이 담당했던 프로젝트는 어떤 프로젝트인가요? 누구랑 같이 했나요? 좋은 결과를 얻었나요?

자기소개 (직장인)

출제 빈도가 높은 인터뷰의 주제별 질문에 맞게 핵심 표현들을 단계적으로 나누어서 답변하는 연습을 해보세요. '응용 표현들'을 활용해서 나에게 맞는 표현들로 나만의 스토리를 만들어 보세요.

Q Anh/Chị hãy giới thiệu về bản thân.

당신에 대해 소개해 주세요.

간단한 인사 표현	Xin chào. Tôi sẽ giới thiệu về mình.
이름, 나이, 결혼 유/무	Tên tôi là 'Soo Kyung'. Tôi 32 tuổi. Tôi đã kết hôn được 2 năm rồi, tôi có một con gái.
직업 및 업무 소개와 근무 기간	Tôi đang làm việc ở một công ty thực phẩm. Tôi ở bộ phận quản lý chất lượng của công ty, và tôi là trưởng phòng. Tôi đã làm việc ở công ty này được 3 năm rồi.
성격	Tính cách của tôi rất tỉ mỉ. Người xung quanh nói tôi là người chăm chỉ và trung thực.
여가활동	Vào cuối tuần, tôi thường đi chơi tennis. Nhưng vì dạo này không có thời gian nên tôi không thể chơi tennis thường xuyên.
목표	Tôi sẽ sống chăm chỉ vì một cuộc sống hạnh phúc.

안녕하세요. 제 소개를 하겠습니다. 제 이름은 '수경'입니다. 제 나이는 32살입니다. 저는 결혼한 지 2년이 되었고, 1명의 딸이 있습니다. 저는 한 식품회사에서 일하고 있습니다. 저는 회사의 품질관리부서에 있고, 과장입니다. 저는 이 회사에서 일한 지 3년이 되었습니다. 제 성격은 꼼꼼합니다. 주변에서 저를 근면하고 성실하다고 이야기합니다. 저는 보통 주말에 테니스를 치러 갑니다. 하지만, 요즘에는 시간이 없어서 자주 못 합니다. 저는 행복한 삶을 위해서 열심히 살 것입니다.

새 단어

- công ty thực phẩm 식품회사
- bộ phận quản lý chất lượng 품질관리부서
- trưởng phòng 과장
- tính cách 성격
- tỉ mỉ 꼼꼼하다
- chăm chỉ và trung thực 근면하고 성실하다
- chơi tennis 테니스를 치다
- hạnh phúc 행복하다

나만의 스토리를 만들어 보세요.

Xin chào. Tôi sẽ giới thiệu về mình. Tên tôi là '   이름   '. Tôi 나이 tuổi. Tôi ①   결혼 유/무   . Tôi đang làm việc ở một ②   회사   . Tôi ở ③   부서   của công ty, và tôi là ④   직책   . Tôi đã làm việc ở công ty này được 근무 기간 năm rồi. Tính cách của tôi rất tỉ mỉ. Người xung quanh nói tôi là người chăm chỉ và trung thực. Vào cuối tuần, tôi thường đi ⑤   여가활동   . Nhưng vì dạo này không có thời gian nên tôi không thể chơi tennis thường xuyên. Tôi sẽ sống chăm chỉ vì một cuộc sống hạnh phúc.

안녕하세요. 제 소개를 하겠습니다. 제 이름은 '   '입니다. 제 나이는   살입니다. 저는 ①   . 저는 한 ②   에서 일하고 있습니다. 저는 회사의 ③   에 있고, ④   입니다. 저는 이 회사에서 일한 지   년이 되었습니다. 제 성격은 꼼꼼합니다. 주변에서 저를 근면하고 성실하다고 이야기합니다. 저는 보통 주말에 ⑤   갑니다. 하지만, 요즘에는 시간이 없어서 자주 못 합니다. 저는 행복한 삶을 위해서 열심히 살 것입니다.

응용 표현들

나에게 맞는 표현을 찾아서 위의 빈칸에 대입시켜 보세요.

① 결혼 유/무	• 독신입니다 tôi độc thân • 아직 결혼을 안 했습니다 tôi vẫn chưa kết hôn
② 회사	• 건설회사 công ty xây dựng • 공장 nhà máy • 무역회사 công ty thương mại • 운송회사 công ty vận tải • 전자회사 công ty điện tử
③ 부서	• 개발부 bộ phận phát triển • 디자인부 bộ phận thiết kế • 마케팅부 bộ phận marketing • 생산부(제조부) bộ phận sản xuất • 연구부 bộ phận nghiên cứu • 영업부 bộ phận kinh doanh • 인사부 bộ phận nhân sự • 지원부 bộ phận hỗ trợ
④ 직책	• 차장 phó bộ phận • 부장 trưởng bộ phận • 과장 trưởng phòng • 대리 trợ lý • 관리자 người quản lý • 비서 thư ký • 사원 nhân viên
⑤ 여가활동	• 공원에서 운동하다 tập thể dục ở công viên • 봉사활동을 하다 làm tình nguyện • 쇼핑하다 mua sắm • 영화를 보다 xem phim

* 〈부록〉 기초 단어를 활용해서 더 다양한 표현을 만들어 보세요.

Từ bây giờ tôi sẽ giới thiệu về bản thân. Tên tôi là 'Dong Geon'. Năm nay tôi 36 tuổi. Tôi vẫn chưa kết hôn. Vì thế tôi đang sống với bố mẹ ở Busan. Hiện tại tôi đang làm việc ở công ty game nổi tiếng. Tôi là trưởng phòng của bộ phận marketing. Từ khi còn nhỏ, tôi rất thích game nên tôi đã vào công ty game và làm việc rất thú vị. Tôi thích vận động. Vào ngày thường, tôi tập thể dục vào buổi sáng và vào cuối tuần, tôi đá bóng với các đồng nghiệp. Dạo này tôi bắt đầu học tiếng Việt. Tôi học tiếng Việt chăm chỉ và tôi muốn đến sống ở Việt Nam.

지금부터 제 소개를 하겠습니다. 제 이름은 '동건'입니다. 올해 저는 36살입니다. 저는 아직 결혼을 안 했습니다. 그래서 부모님과 함께 부산에서 살고 있습니다. 저는 현재 유명한 게임 회사에서 근무하고 있습니다. 저는 마케팅 부서의 과장입니다. 어렸을 때부터, 게임을 좋아해서 게임 회사에 들어가 재미있게 일하고 있습니다. 저는 운동하는 것을 좋아합니다. 평일에는, 아침에 운동을 하고 주말에는, 동료들과 함께 축구를 합니다. 요즘 저는 베트남어 공부를 시작했습니다. 베트남어를 열심히 배워서 베트남에 가서 살고 싶습니다.

새 단어

- nổi tiếng 유명하다
- làm việc 근무하다
- bộ phận marketing 마케팅 부서
- từ khi còn nhỏ 어렸을 때부터
- công ty game 게임 회사
- vận động 운동하다
- tập thể dục 헬스를 하다
- đá bóng 축구를 하다

주제에 관한 다양하고 유용한 표현들입니다. 자신에게 맞는 문장을 체크하고 재미있는 스토리를 만들어 보세요. 돌발 질문에도 당황하지 않고 나만의 표현력은 물론, 논리력에도 자신감이 생깁니다.

☐ 저는 3남매 중 막내입니다.

Tôi là con út trong ba anh chị em.

☐ 저의 전공과 회사의 업무는 전혀 다릅니다.

Công việc của công ty hoàn toàn khác với chuyên ngành của tôi.

☐ 저는 사업을 하고 있습니다.

Tôi đang làm kinh doanh.

☐ 저는 저의 직업과 매우 잘 맞는 것 같습니다.

Tôi có vẻ rất hợp với nghề nghiệp của tôi.

☐ 저는 한국 대학교를 졸업했습니다.

Tôi đã tốt nghiệp trường đại học Hàn Quốc.

☐ 저는 이직을 준비하고 있습니다.

Tôi đang chuẩn bị chuyển việc.

☐ 저는 이 회사에서 10년째 일하고 있습니다.

Tôi đang làm việc năm thứ 10 ở công ty này.

☐ 저는 해외 출장을 자주 갑니다.

Tôi thường đi công tác nước ngoài.

☐ 저는 제 직업이 자랑스럽습니다.

Tôi tự hào về nghề nghiệp của tôi.

☐ 저는 곧 결혼을 할 것입니다.

Tôi sắp kết hôn.

직장 업무 및 회사 소개

출제 빈도가 높은 인터뷰의 주제별 질문에 맞게 핵심 표현들을 단계적으로 나누어서 답변하는 연습을 해보세요. '응용 표현들'을 활용해서 나에게 맞는 표현들로 나만의 스토리를 만들어 보세요.

Q Công việc của anh/chị ở công ty là gì? Anh/Chị hãy miêu tả về văn phòng mà anh/chị làm việc.

회사에서 당신의 업무는 무엇인가요? 당신이 일하는 사무실을 묘사해 주세요.

회사 소개	Công ty của tôi là công ty tín dụng nổi tiếng ở Hàn Quốc.
근무 기간	Tôi đã làm việc ở công ty này khoảng 5 năm rồi.
담당 업무	Tôi đảm nhận vai trò trưởng nhóm trong công ty. Tôi làm nhiều công việc ở công ty. Trong đó, công việc quan trọng nhất là công việc ngoại hối. Vì đây là công việc phải làm chính xác nên tôi luôn căng thẳng.
일하는 환경	Công ty của tôi ở trung tâm thành phố Seoul. Công ty tôi ở tầng 23 của một tòa nhà lớn. Văn phòng của tôi rất lớn và thoáng mát. Tôi đang làm việc với khoảng 100 nhân viên trong văn phòng.
일에 대한 나의 생각	Công việc của tôi tuy mệt nhưng tôi đang làm việc rất vui vẻ.

제 회사는 한국에서 유명한 금융회사입니다. 저는 이 회사에서 약 5년 정도 일했습니다. 저는 회사에서 팀장을 맡고 있습니다. 저는 회사에서 여러 업무를 합니다. 그중에, 가장 중요한 업무는 외환업무입니다. 정확해야 하는 업무라서 항상 긴장해 있습니다. 우리 회사는 서울 시내 중심에 있습니다. 큰 건물의 23층에 위치해 있습니다. 저의 사무실은 매우 크고 쾌적합니다. 사무실에는 약 100명 정도의 직원들과 함께 일하고 있습니다. 저는 제 업무가 힘들지만, 즐겁게 일하고 있습니다.

새 단어

□ trưởng nhóm 팀장   □ ngoại hối 외환   □ thoáng mát 쾌적한

나만의 스토리를 만들어 보세요.

Công ty của tôi là ① 　　회사 종류　　 nổi tiếng ở Hàn Quốc. Tôi đã làm việc ở công ty này khoảng 근무 기간 năm rồi. Tôi đảm nhận vai trò 　직급　 trong công ty. Tôi làm nhiều công việc ở công ty. Trong đó, công việc quan trọng nhất là ② 　　업무 내용　　. Vì đây là công việc phải làm chính xác nên tôi luôn căng thẳng. Công ty của tôi ở ③ 　　회사 위치　　. Công ty tôi ở tầng 　층수　 của một tòa nhà lớn. Văn phòng của tôi ④ 　　사무실 환경　　. Tôi đang làm việc với khoảng 직원 수 nhân viên trong văn phòng. Công việc của tôi tuy mệt nhưng tôi ⑤ 　　일에 대한 생각　　.

제 회사는 한국에서 유명한 ① 　　　 입니다. 저는 이 회사에서 약 　 년 정도 일했습니다. 저는 회사에서 　 을 맡고 있습니다. 저는 회사에서 여러 업무를 합니다. 그중에, 가장 중요한 업무는 ② 　　　 입니다. 정확해야 하는 업무라서 항상 긴장해있습니다. 우리 회사는 ③ 　　　 에 있습니다. 큰 건물의 　 층에 위치해 있습니다. 저의 사무실은 ④ 　　　. 사무실에는 약 　 명 정도의 직원들과 함께 일하고 있습니다. 저는 제 업무가 힘들지만, ⑤ 　　　.

응용 표현들

나에게 맞는 표현을 찾아서 위의 빈칸에 대입시켜 보세요.

① 회사 종류	· 생산 회사 công ty sản xuất · 서비스 회사 công ty dịch vụ · 은행 ngân hàng
② 업무 내용	· 개발 업무 công việc phát triển · 디자인 업무 công việc thiết kế · 마케팅 업무 công việc marketing · 생산 업무 công việc sản xuất · 영업 업무 công việc kinh doanh
③ 회사 위치	· 서울 외곽 ngoại ô Seoul · 지방 địa phương
④ 사무실 환경	· 밝다 sáng · 어둡다 tối · 어수선하다 bừa bộn · 작다 nhỏ · 정리가 잘 되어있다 gọn gàng
⑤ 일에 대한 생각	· 뿌듯하다 tự hào · 보람을 느끼다 cảm thấy có ý nghĩa · 재미있다고 느끼다 cảm thấy thú vị

＊ 〈부록〉 기초 단어를 활용해서 더 다양한 표현을 만들어 보세요.

Tôi đang làm việc ở một công ty thương mại nhỏ. Tôi đã vào công ty này vào 1 năm trước. Công việc của tôi cần phải giỏi ngoại ngữ. Tôi phải nói chuyện với những công ty nước ngoài khác, và tôi cũng phải đi công tác nhiều. Khi có dự án quan trọng, tôi phải tăng ca. Công ty tôi tuy nhỏ nhưng có đầy đủ mọi thứ. Đặc biệt là ①phòng nghỉ và ①nhà ăn rất tốt. Tôi cùng với các đồng nghiệp công ty ②nghỉ ngơi và cũng ăn cơm ở đó. Công ty tôi khá tự do. Tôi nghĩ là không có công ty nào tốt bằng công ty của tôi.

저는 작은 무역회사에 다니고 있습니다. 저는 1년 전에 이 회사에 들어왔습니다. 제 업무는 외국어를 잘해야 합니다. 다른 외국 회사들과 대화도 나눠야 하고, 출장도 많이 가야 합니다. 중요한 프로젝트가 있을 때는 야근을 해야 합니다. 우리 회사는 작지만 모든 것이 갖추어져있습니다. 특히 ①휴게실과 ①식당이 매우 잘 되어있습니다. 회사 동료들과 그곳에서 ②쉬고 식사도 합니다. 저희 회사는 자유로운 편입니다. 저는 제 회사만큼 좋은 회사는 없다고 생각합니다.

응용어휘	① 로비의 카페 quán cà phê ở sảnh	매점 cửa hàng	테라스 ban công
	회의실 phòng họp	흡연실 phòng hút thuốc	
	② 담배를 피우다 hút thuốc lá	커피를 마시다 uống cà phê	
	필요한 물건을 구매하다 mua đồ cần thiết	회의하다 họp	

주제에 관한 다양하고 유용한 표현들입니다. 자신에게 맞는 문장을 체크하고 재미있는 스토리를 만들어 보세요. 돌발 질문에도 당황하지 않고 나만의 표현력은 물론, 논리력에도 자신감이 생깁니다.

☐ 저는 이 회사에 들어온 지 얼마 되지 않았습니다.
Tôi vào công ty này chưa được bao lâu.

☐ 제 업무는 외국 회사와 자주 연락해야 합니다.
Công việc của tôi phải liên lạc thường xuyên với công ty nước ngoài.

☐ 저는 자주 출장을 갑니다.
Tôi thường xuyên đi công tác.

☐ 저는 12명의 팀원과 함께 일하고 있습니다.
Tôi đang làm việc với 12 thành viên trong nhóm.

☐ 제 사무실 주변에는 많은 건물이 모여있습니다.
Ở xung quanh văn phòng của tôi có nhiều tòa nhà.

☐ 회사 내에 식당이 있어서 그곳에서 식사할 수 있습니다.
Vì có nhà ăn ở bên trong công ty nên tôi có thể ăn cơm ở đó.

☐ 회사의 규모가 작아서 가족처럼 지내고 있습니다.
Vì quy mô của công ty nhỏ nên chúng tôi đối xử với nhau như gia đình.

☐ 저는 이 회사에 들어오기 위해 많은 노력을 했습니다.
Tôi đã cố gắng nhiều để vào công ty này.

☐ 가끔 회사의 업무 때문에 지칩니다.
Thỉnh thoảng tôi mệt mỏi vì công việc của công ty.

☐ 저는 오랫동안 이 회사에서 일을 하고 싶습니다.
Tôi muốn làm việc lâu dài tại công ty này.

직장 상사 및 동료 소개

출제 빈도가 높은 인터뷰의 주제별 질문에 맞게 핵심 표현들을 단계적으로 나누어서 답변하는 연습을 해보세요. '응용 표현들'을 활용해서 나에게 맞는 표현들로 나만의 스토리를 만들어 보세요.

Q Anh/Chị hãy miêu tả về cấp trên của anh/chị. Cấp trên của anh/chị như thế nào?

당신의 상사에 대해 묘사해 주세요. 당신의 상사는 어떤가요?

이름과 나이	Vâng, từ bây giờ tôi sẽ giới thiệu về cấp trên của tôi ở nơi làm việc. Trong số các cấp trên, có một người mà tôi rất kính trọng. Người đó tên là 'Jung Woo Sung'. Anh ấy 40 tuổi.
외모	Anh ấy cao, mắt to và lông mày đậm. Mũi anh ấy hơi thấp và miệng lớn. Da của anh ấy hơi đen.
첫인상	Tôi đã gặp anh ấy lần đầu tiên vào 4 năm trước. Khi tôi thấy anh ấy lần đầu tiên, tôi đã thấy hình ảnh anh ấy mắng nhân viên nên tôi thấy anh ấy hơi cục cằn.
성격	Nhưng anh ấy là một người có tấm lòng ấm áp và trung thực.
친해진 계기	Sau khi vào công ty 2 tuần, thì tôi đã làm dự án, lúc đó anh ấy đã giúp tôi rất nhiều và cũng đã cho tôi nhiều lời khuyên. Tôi đã biết được chúng tôi có nhiều điểm giống nhau khi tôi uống rượu với anh ấy sau khi kết thúc dự án.
상사와의 관계	Hiện tại, anh ấy là cấp trên mà tôi tin tưởng và nương tựa nhiều nhất trong công ty.

네, 지금부터 저의 직장 상사에 대해서 소개하겠습니다. 직장 상사 중, 제가 존경하는 직장 상사가 있습니다. 그의 이름은 '정우성'입니다. 그는 40살입니다. 그는 키가 크고, 큰 눈과 눈썹이 진합니다. 코는 낮은 편이며 입은 큽니다. 피부는 까만 편입니다. 저는 그를 4년 전에 처음 봤습니다. 처음 그를 보았을 때, 직원을 혼내는 모습을 보아서 저는 그가 조금 까칠해 보였습니다. 하지만, 그는 마음이 따뜻하고 성실한 사람입니다. 입사한 지 2주일이 된 후에, 프로젝트를 했는데, 그때 그가 많이 도와주며 조언도 많이 해주었습니다. 프로젝트를 마친 후 그와 술을 마셨을 때 우리는 비슷한 점이 많다는 것을 알았습니다. 현재, 회사에서 가장 믿고 의지하는 상사입니다.

새단어

- □ nơi làm việc, công ty 직장
- □ cấp trên 상사
- □ kính trọng 존경하다
- □ lông mày đậm 눈썹이 진하다
- □ da đen 피부가 까맣다
- □ mắng 혼내다

- □ cục cằn 까칠하다
- □ tấm lòng 마음
- □ ấm áp 따뜻하다
- □ trung thực 성실하다
- □ giúp (đỡ) 도와주다

- □ lời khuyên 조언
- □ điểm giống nhau 비슷한 점
- □ tin (tưởng) 믿다
- □ nương tựa (긍정적 의미), dựa dẫm (부정적 의미) 의지하다

만들어 보세요!

나만의 스토리를 만들어 보세요.

Vâng, từ bây giờ tôi sẽ giới thiệu về cấp trên của tôi ở nơi làm việc. Trong số các cấp trên, có một người mà tôi rất kính trọng. Người đó tên là '   이름   '. Anh ấy 나이 tuổi. Anh ấy   외모(53p. 응용 표현 참고)   . Tôi đã gặp anh ấy lần đầu tiên vào ①   처음 본 시기   . Khi tôi thấy anh ấy lần đầu tiên, tôi đã thấy hình ảnh anh ấy mắng nhân viên nên tôi thấy anh ấy hơi ②   첫인상   . Nhưng anh ấy là một người có tấm lòng ấm áp và trung thực. Sau khi vào công ty   기간   , thì tôi đã làm dự án, lúc đó anh ấy đã giúp tôi rất nhiều và cũng đã cho tôi nhiều lời khuyên. Tôi đã biết được chúng tôi có nhiều điểm giống nhau khi tôi uống rượu với anh ấy sau khi kết thúc dự án. Hiện tại, anh ấy là cấp trên mà tôi ③   현재의 관계   trong công ty.

네, 지금부터 저의 직장 상사에 대해서 소개하겠습니다. 직장 상사 중, 제가 존경하는 직장 상사가 있습니다. 그의 이름은 '   '입니다. 그는   살입니다. 그는   . 저는 그를 ①   에 처음 봤습니다. 처음 그를 보았을 때, 직원을 혼내는 모습을 보아서 저는 그가 조금 ②   보였습니다. 하지만, 그는 마음이 따뜻하고 성실한 사람입니다. 입사한 지   이 된 후에, 프로젝트를 했는데, 그때 그가 많이 도와주며 조언도 많이 해주었습니다. 프로젝트를 마친 후 그와 술을 마셨을 때 우리는 비슷한 점이 많다는 것을 알았습니다. 현재, 회사에서 ③   상사입니다.

응용 표현들

나에게 맞는 표현을 찾아서 위의 빈칸에 대입시켜 보세요.

① 처음 본 시기	• 3개월 전 3 tháng trước • 반년 전 nửa năm trước • 작년 năm trước, năm ngoái • 지난달 tháng trước
② 첫인상	• 다혈질인 nóng nảy • 융통성 없는 không linh hoạt • 차갑다 lạnh lùng
③ 현재의 관계	• 주말에도 만나다 cuối tuần cũng gặp nhau • 친구같이 지내다 đối xử như bạn bè • 항상 함께 점심을 먹다 luôn ăn cơm cùng nhau

＊〈부록〉 기초 단어를 활용해서 더 다양한 표현을 만들어 보세요.

Vâng, tôi sẽ giới thiệu về đồng nghiệp thân nhất với tôi. Cô ấy tên là 'Tae Hee'. Cô ấy 33 tuổi. Tôi và cô ấy ①bằng tuổi nhau. Cô ấy và tôi là ②nhân viên vào công ty cùng kì. Tôi đã gặp cô ấy lần đầu tiên vào ngày phỏng vấn công ty, và chúng tôi chơi thân với nhau đến bây giờ. Vào ngày đi làm đầu tiên ở công ty, cô ấy và tôi đã ăn liên hoan và nói chuyện nhiều. Chúng tôi nói chuyện và vì tính cách rất hợp nhau nên chúng tôi đã trở nên thân thiết. Cô ấy có tóc dài và thẳng, da trắng, mặt nhỏ và cao. Cô ấy rất nổi tiếng trong công ty. Tôi cùng với cô ấy trải qua cuộc sống công sở và tôi rất ngưỡng mộ hình ảnh luôn làm việc rất nhiệt tình của cô ấy. Hơn nữa, cô ấy rất giỏi ③tiếng Hàn, tiếng Anh và tiếng Trung. Tôi và cô ấy cùng đi du lịch nước ngoài và dành nhiều thời gian cho nhau.

네, 저와 가장 친한 동료에 대해서 소개하겠습니다. 그녀의 이름은 '태희'입니다. 그녀는 33살입니다. 저와 그녀는 ①동갑입니다. 그녀와 저는 ②회사 입사 동기입니다. 회사 면접 날 처음 만나서, 지금까지 친하게 지내고 있습니다. 회사에 입사한 날, 그녀와 저는 회식하며 이야기를 많이 나눴습니다. 이야기를 나누고 성격이 너무 잘 맞아서 친해지게 되었습니다. 그녀는 긴 생머리와 하얀 피부, 작은 얼굴 그리고 키가 큽니다. 그녀는 회사에서 인기가 매우 많습니다. 함께 회사생활을 하며 항상 열정적으로 일하는 모습이 존경스럽습니다. 게다가, 그녀는 ③한국어, 영어 그리고 중국어도 꽝장히 잘합니다. 그녀와 해외여행도 함께 다니며 많은 시간을 함께 보냅니다.

응용어휘

① 1살 차이 cách nhau 1 tuổi	나이 차이가 많이 나다 cách (nhau) nhiều tuổi	친구 bạn (bè)
② 선배와 후배 tiền bối và hậu bối	상사와 직원 cấp trên và nhân viên	
③ 독일어 tiếng Đức	베트남어 tiếng Việt	스페인어 tiếng Tây Ban Nha
일본어 tiếng Nhật		

새단어

- cùng kì 동기
- hợp nhau 서로 맞다
- ngưỡng mộ 존경하다
- ngày phỏng vấn 면접 날
- thân thiết 친하다

주제에 관한 다양하고 유용한 표현들입니다. 자신에게 맞는 문장을 체크하고 재미있는 스토리를 만들어 보세요. 돌발 질문에도 당황하지 않고 나만의 표현력은 물론, 논리력에도 자신감이 생깁니다.

☐ 그/그녀와 저는 빨리 친해졌습니다.

Anh ấy/Cô ấy và tôi nhanh chóng trở nên thân thiết.

☐ 처음에는 그/그녀와 저의 사이가 좋지 않았습니다.

Lúc đầu quan hệ giữa anh ấy/cô ấy và tôi không tốt.

☐ 저는 가끔 그/그녀를 이해하지 못합니다.

Thỉnh thoảng tôi không thể hiểu được anh ấy/cô ấy.

☐ 저녁에, 우리는 자주 술을 마시러 갑니다.

Vào buổi tối, chúng tôi thường đi uống rượu.

☐ 그/그녀는 항상 나를 도와줍니다.

Anh/Cô ấy luôn giúp đỡ tôi.

☐ 모두들 그/그녀와 대화를 나누고 싶어 합니다.

Mọi người muốn nói chuyện với anh ấy/cô ấy.

☐ 저의 상사는 항상 바쁩니다.

Cấp trên của tôi luôn bận rộn.

☐ 저는 그/그녀가 저의 상사라는 것이 행운이라고 생각합니다.

Tôi thấy rất may mắn khi anh ấy/cô ấy là cấp trên của tôi.

☐ 그/그녀는 직원들에게 엄격합니다.

Anh/Cô ấy nghiêm khắc với nhân viên.

☐ 저는 그/그녀와 더 오래 이 관계를 유지하고 싶습니다.

Tôi muốn duy trì mối quan hệ này với anh ấy/cô ấy lâu hơn.

출·퇴근 과정

출제 빈도가 높은 인터뷰의 주제별 질문에 맞게 핵심 표현들을 단계적으로 나누어서 답변하는 연습을 해보세요. '응용 표현들'을 활용해서 나에게 맞는 표현들로 나만의 스토리를 만들어 보세요.

Q **Anh/Chị làm gì trước và sau khi đến công ty? Anh/Chị đi làm và về nhà bằng phương tiện giao thông nào?**

당신은 회사를 가기 전과 후에 무엇을 하나요? 어떤 교통수단으로 출·퇴근을 하나요?

출근 전에 하는 일	Tôi sẽ nói về công việc trong ngày của mình. Bình thường, tôi thức dậy lúc 6 giờ sáng. Vì thời gian đi làm là đến 8 giờ 30 phút nên tôi phải dậy sớm và chuẩn bị. Vào buổi sáng, tôi uống một cốc sữa rồi đi làm.
교통수단 및 소요 시간	Tôi luôn đi làm bằng tàu điện ngầm. Vì tàu điện ngầm nhanh nhất. Từ nhà đến công ty mất khoảng 40 phút.
오전 업무	Bình thường, vào buổi sáng tôi họp hoặc kiểm tra hồ sơ hay email.
점심시간	Sau khi kết thúc công việc buổi sáng, tôi đi ăn ở nhà ăn công ty với các đồng nghiệp.
오후 업무	Vào buổi chiều, thỉnh thoảng tôi đi làm việc ở bên ngoài. Tôi tăng ca 1 tuần khoảng 3 lần. Nếu tăng ca thì tôi thường kết thúc lúc 9 giờ tối.
퇴근 후	Khi kết thúc công việc, tôi thường đi liên hoan hoặc đi về nhà nghỉ ngơi vào ngày không có liên hoan. Khi tăng ca thì tôi rất mệt. Đôi khi có lúc tôi chưa tắm rửa mà đã đi ngủ vì quá mệt mỏi.

저의 일과에 대해서 이야기하겠습니다. 저는 보통 오전 6시에 일어납니다. 출근 시간이 8시 30분까지이기 때문에 일찍 일어나서 준비를 해야 합니다. 아침에 우유 한 잔을 마시고 출근합니다. 저는 항상 지하철을 타고 출근을 합니다. 지하철이 가장 빠르기 때문입니다. 집에서 회사까지 약 40분 정도가 걸립니다. 보통, 오전에 회의를 하거나 서류 혹은 이메일을 확인합니다. 오전 업무가 끝난 후, 직장 동료들과 회사 구내식당에서 식사합니다. 오후에는 가끔 외근을 하러 가기도 합니다. 일주일에 3번 정도 야근합니다. 야근을 하면 나는 보통 저녁 9시에 끝납니다. 업무가 끝나면, 회식을 하거나 회식이 없는 날에는 집에 가서 쉽니다. 야근할 때는 정말 힘듭니다. 때로는 너무 힘들어서 씻지도 못하고 잠들어버리는 때도 있습니다.

새 단어

- □ công việc trong ngày 일과
- □ thời gian đi làm 출근 시간
- □ đi tàu điện ngầm 지하철을 타다
- □ họp 회의하다

- □ kiểm tra email 이메일을 확인하다
- □ nhà ăn công ty 회사 구내식당
- □ làm việc ở bên ngoài 외근하다
- □ tăng ca 야근하다

- □ liên hoan 회식하다
- □ đôi khi 때로
- □ tắm (rửa) 씻다

만들어 보세요!

나만의 스토리를 만들어 보세요.

Tôi sẽ nói về công việc trong ngày của mình. Bình thường, tôi thức dậy lúc 기상 시간 giờ sáng. Vì thời gian đi làm là đến 출근 시간 nên tôi phải dậy sớm và chuẩn bị. Vào buổi sáng, tôi uống một cốc sữa rồi đi làm. Tôi luôn đi làm bằng ① 교통수단 . ② 교통수단을 이용하는 이유 . Từ nhà đến công ty mất khoảng 걸리는 시간 . Bình thường, vào buổi sáng tôi họp hoặc kiểm tra hồ sơ hay email. Sau khi kết thúc công việc buổi sáng, tôi đi ăn ở ③ 점심 식사 장소 với các đồng nghiệp. Vào buổi chiều, thỉnh thoảng tôi đi làm việc ở bên ngoài. Tôi tăng ca 1 tuần khoảng 야근 횟수 lần. Nếu tăng ca thì tôi thường kết thúc lúc 야근 시간 giờ tối. Khi kết thúc công việc, tôi thường đi liên hoan hoặc đi về nhà nghỉ ngơi vào ngày không có liên hoan. Khi tăng ca thì tôi rất mệt. Đôi khi có lúc tôi chưa tắm rửa mà đã đi ngủ vì quá mệt mỏi.

저의 일과에 대해서 이야기하겠습니다. 저는 보통 오전 　시에 일어납니다. 출근 시간이 　　　까지이기 때문에 일찍 일어나서 준비를 해야 합니다. 아침에 우유 한 잔을 마시고 출근합니다. 저는 항상 ①　　　을 타고 출근을 합니다. ②　　　　　　　. 집에서 회사까지 약 　　　정도가 걸립니다. 보통, 오전에 회의를 하거나, 서류 혹은 이메일을 확인합니다. 오전 업무가 끝난 후, 직장 동료들과 ③　　　　에서 식사합니다. 오후에는 가끔 외근을 하러 가기도 합니다. 일주일에 　번 정도는 야근합니다. 야근을 하면 저는 보통 저녁 　시에 끝납니다. 업무가 끝나면, 회식을 하거나 회식이 없는 날에는 집에 가서 쉽니다. 야근할 때는 정말 힘듭니다. 때로는 너무 힘들어서 씻지도 못하고 잠들어버리는 때도 있습니다.

응용 표현들

나에게 맞는 표현을 찾아서 위의 빈칸에 대입시켜 보세요.

① 교통수단	· 버스 xe buýt　· 오토바이 xe máy　· 자동차 xe ô tô　· 자전거 xe đạp　· 택시 taxi
② 교통수단을 이용하는 이유	· 교통체증이 없기 때문입니다 Vì không tắc đường · 시간이 적게 걸리기 때문입니다 Vì mất ít thời gian · 편리하기 때문입니다 Vì thuận tiện
③ 점심 식사 장소	· 단골 식당 quán quen　· 맛집 quán ăn ngon　· 카페 quán cà phê · 회사 근처 식당 quán ăn gần công ty

＊〈부록〉기초 단어를 활용해서 더 다양한 표현을 만들어 보세요.

Tôi thức dậy lúc 8 giờ sáng, chuẩn bị rồi đi làm. Từ nhà đến công ty ①rất gần nên tôi đi bộ đi làm. Đi bộ từ nhà đến công ty mất khoảng 30 phút. Vì có cung cấp bữa sáng ở công ty nên tôi đi làm rồi cùng với các đồng nghiệp ăn sáng ở nhà ăn. Mỗi sáng ②thứ hai và ②thứ năm, tôi họp khoảng 2 tiếng. Vào buổi trưa, tôi cùng các đồng nghiệp tìm quán ăn ngon rồi đi ăn trưa. Nhà ăn công ty cũng ngon nhưng vì gần công ty có nhiều quán ăn ngon nên tôi thường ăn ở quán ăn ngon. Vào buổi chiều, tôi chuẩn bị dự án với các đồng nghiệp hoặc sắp xếp hồ sơ. Vì công ty chúng tôi là công ty không tăng ca nên tôi luôn đi về nhà lúc 6 giờ. Tôi đi về nhà lúc 6 giờ rồi đi ③tập Pilates. Tôi rất hài lòng với công việc trong ngày của tôi. Vì so với các công ty khác, công ty tôi không tăng ca và cũng cung cấp những bữa ăn ngon. Hơn nữa, quan hệ của tôi với các đồng nghiệp cũng tốt nên một ngày của tôi rất vui.

저는 아침 8시에 일어나서, 준비하고 출근을 합니다. 집에서 회사까지 ①매우 가깝기 때문에 걸어서 출근을 합니다. 집에서 회사까지 걸어서 약 30분 정도 걸립니다. 회사에서 아침 식사를 제공해주기 때문에 출근해서 동료들과 함께 구내식당에서 식사를 합니다. ②월요일과 ②목요일 아침마다, 2시간 정도 회의를 합니다. 점심에는, 동료들과 맛집을 찾아서 점심을 먹으러 갑니다. 회사의 구내식당도 맛있지만, 회사 근처에 맛집이 많아서 보통 맛집에서 식사를 합니다. 오후에는, 동료들과 함께 프로젝트를 준비하거나 서류를 정리합니다. 우리 회사는 야근을 안 하는 회사이기 때문에 항상 6시에 퇴근을 합니다. 6시에 퇴근해서 ③필라테스를 하러 갑니다. 저는 저의 일과에 매우 만족합니다. 다른 회사들에 비해, 우리 회사는 야근도 없고 식사도 잘 제공되기 때문입니다. 게다가, 동료들과의 사이도 좋아서 하루가 즐겁습니다.

응용어휘				
① 가까운 편이다 thuộc loại gần	꽤 멀다 khá xa	매우 멀다 rất xa		
② 화요일 thứ ba	수요일 thứ tư	금요일 thứ sáu	토요일 thứ bảy	일요일 chủ nhật
③ 공원에서 산책하다 đi dạo ở công viên				
어학원에서 베트남어를 공부하다 học tiếng Việt ở trung tâm ngoại ngữ				
자전거를 타다 đi xe đạp				

새단어				
□ thứ hai 월요일		□ hài lòng với ~에 만족하다		□ hơn nữa 게다가
□ thứ năm 목요일		□ so với ~에 비해서		□ quan hệ 관계, 사이
□ tập Pilates 필라테스 하다		□ cung cấp 제공하다		

주제에 관한 다양하고 유용한 표현들입니다. 자신에게 맞는 문장을 체크하고 재미있는 스토리를 만들어 보세요. 돌발 질문에도 당황하지 않고 나만의 표현력은 물론, 논리력에도 자신감이 생깁니다.

☐ 저는 가끔 지각을 합니다.

Thỉnh thoảng tôi đi trễ.

☐ 저는 다이어트 중이라 점심 식사를 하지 않습니다.

Tôi đang giảm cân nên không ăn trưa.

☐ 저는 지각하는 날에는 택시를 탑니다.

Tôi đi taxi vào ngày đi trễ.

☐ 출근 준비가 오래 걸리기 때문에 일찍 일어납니다.

Vì tôi mất nhiều thời gian để chuẩn bị đi làm nên tôi dậy sớm.

☐ 출근하기 전에, 학원에서 영어공부를 합니다.

Trước khi đi làm, tôi học tiếng Anh tại trung tâm.

☐ 저는 출근 시간 30분 전에 회사에 도착합니다.

Tôi đến công ty 30 phút trước giờ làm việc.

☐ 저는 일주일에 한 번 동료들과 회식을 합니다.

Tôi ăn liên hoan với các đồng nghiệp 1 tuần 1 lần.

☐ 저의 집 주변에 버스정류장이 있습니다.

Xung quanh nhà của tôi có trạm xe buýt.

☐ 저는 회사에서 낮잠을 잡니다.

Tôi ngủ trưa ở công ty.

☐ 회사생활이 너무 힘들어서 그만두고 싶습니다.

Cuộc sống công sở quá mệt mỏi nên tôi muốn nghỉ việc.

회사에서의
프로젝트 경험

출제 빈도가 높은 인터뷰의 주제별 질문에 맞게 핵심 표현들을 단계적으로 나눠서 답변하는 연습을 해보세요. '응용 표현들'을 활용해서 나에게 맞는 표현들로 나만의 스토리를 만들어 보세요.

Q Anh/Chị hãy nói về kinh nghiệm làm dự án ở công ty của anh/chị. Kết quả của dự án thế nào?

회사에서의 프로젝트 경험에 대해 이야기해 주세요. 프로젝트의 결과는 어땠나요?

프로젝트를 하게 된 시기	1 năm trước, ở công ty đã có một dự án rất quan trọng.
프로젝트 내용	Vì công ty tôi là công ty thực phẩm nên đó là dự án cho sản phẩm mới.
프로젝트 과정	Nhóm chúng tôi có 8 người. Chúng tôi chia thành 2 người một khảo sát thị trường và khảo sát sản phẩm trong 2 tuần, chúng tôi tìm hiểu về sản phẩm mà khách hàng mong muốn thông qua bảng khảo sát. Chúng tôi thu thập tài liệu và tóm tắt về sản phẩm mới cần thiết. Là một dự án chuẩn bị trong suốt 1 tháng rưỡi nên các thành viên nhóm rất mệt. Mỗi ngày, chúng tôi phải tăng ca và cố gắng hết mình.
프로젝트 결과	Chúng tôi đã phát biểu dự án và đã được khen ngợi rất nhiều, và việc thăng chức của tôi cũng đã được quyết định. Hiện nay, sản phẩm mới là một sản phẩm được yêu thích và đang bán rất chạy. Đó là thời gian mà tất cả thành viên nhóm đều không ngủ được và rất mệt mỏi, nhưng sau khi dự án kết thúc, quan hệ giữa các thành viên nhóm trở nên gần gũi hơn.

1년 전, 회사에서 중요한 프로젝트가 있었습니다. 우리 회사는 식품회사이기 때문에 신제품을 위한 프로젝트였습니다. 우리 팀은 총 8명입니다. 2명씩 나눠서 시장 조사 및 제품 조사 등 2주 동안 조사를 하고, 설문 조사를 통해서 고객들이 원하는 제품을 알아갔습니다. 자료를 수집하고 필요한 신제품을 간추렸습니다. 총 한 달 반 동안 준비한 프로젝트로 팀원들은 매우 힘들어했습니다. 매일, 야근을 하며 최선을 다했습니다. 프로젝트 발표를 하고 우리 팀은 극찬을 받고, 제 진급도 결정이 되었습니다. 현재, 신제품 역시 인기 있는 상품으로 잘 팔리고 있습니다. 팀원 모두 잠도 잘 못 자고 힘든 시간이었지만, 프로젝트가 끝난 뒤, 팀원들과의 관계가 더욱 가까워졌습니다.

새단어

- quan trọng 중요하다
- sản phẩm mới 신제품
- khảo sát thị trường 시장 조사
- khảo sát sản phẩm 제품 조사
- bảng khảo sát 설문 조사
- khách hàng 고객

- tóm tắt 간추리다
- cố gắng hết mình 최선을 다하다
- được khen ngợi rất nhiều 극찬을 받다
- thăng chức 진급
- quyết định 결정하다

- nổi tiếng, được yêu thích 인기 있다
- bán chạy 잘 팔리다
- quan hệ 관계
- gần(거리), gần gũi(관계) 가깝다

나만의 스토리를 만들어 보세요.

1 năm trước, ở công ty đã có một dự án rất quan trọng. Vì công ty tôi là công ty thực phẩm nên đó là dự án cho ①   프로젝트 목적   . Nhóm chúng tôi có 8 người. Chúng tôi chia thành 2 người một ②   프로젝트 과정   và ②   프로젝트 과정   trong 2 tuần, chúng tôi tìm hiểu về sản phẩm mà khách hàng mong muốn thông qua ②   프로젝트 과정   . Chúng tôi thu thập tài liệu và tóm tắt về sản phẩm mới cần thiết. Là một dự án chuẩn bị trong suốt 1 tháng rưỡi nên các thành viên nhóm rất mệt. Mỗi ngày, chúng tôi phải tăng ca và cố gắng hết mình. Chúng tôi đã phát biểu dự án và đã được khen ngợi rất nhiều, và việc thăng chức của tôi cũng đã được quyết định. Hiện nay, ③   현재 상황   . Đó là thời gian mà tất cả thành viên nhóm đều không ngủ được và rất mệt mỏi, nhưng sau khi dự án kết thúc, ④   프로젝트 결과   .

1년 전, 회사에서 중요한 프로젝트가 있었습니다. 우리 회사는 식품회사이기 때문에 ①   였습니다. 우리 팀은 총 8명입니다. 2명씩 나눠서 ②   및 ②   등 2주 동안 조사를 하고, ②   를 통해서 고객들이 원하는 제품을 알아갔습니다. 자료를 수집하고 필요한 신제품을 간추렸습니다. 총 한 달 반 동안 준비한 프로젝트로 팀원들은 매우 힘들어했습니다. 매일, 야근을 하며 최선을 다했습니다. 프로젝트 발표를 하고 우리 팀은 극찬을 받고, 제 진급도 결정이 되었습니다. 현재, ③   . 팀원 모두 잠도 잘 못 자고 힘든 시간이었지만, 프로젝트가 끝난 뒤, ④   .

응용 표현들

나에게 맞는 표현을 찾아서 위의 빈칸에 대입시켜 보세요.

① 프로젝트 목적	• 새로운 프로그램을 위한 프로젝트 dự án cho chương trình mới	
	• 신입사원 교육 đào tạo nhân viên mới	
	• 제품 향상을 위한 프로젝트 dự án để cải thiện sản phẩm	
② 프로젝트 과정	• 발표 phát biểu · 분석 phân tích · 시장 분석 phân tích thị trường	
	• 자료 수집 thu thập tài liệu · 현장 조사 khảo sát thực tế	
③ 현재 상황	• 우리가 새로운 프로그램을 판매 중입니다 chúng tôi đang bán chương trình mới	
	• 그때의 신입사원들이 다음 프로젝트를 준비 중입니다	
	các nhân viên mới của lúc đó đang chuẩn bị dự án tiếp theo	
	• 제품 향상으로 우리가 높은 평가를 받고 있습니다	
	với sự cải tiến sản phẩm mà chúng tôi được đánh giá cao	
④ 프로젝트 결과	• 보너스를 받았습니다 được thưởng tiền	
	• 상사에게 칭찬을 받았습니다 được cấp trên khen ngợi	
	• 휴가를 받았습니다 được nghỉ phép	

* 〈부록〉 기초 단어를 활용해서 더 다양한 표현을 만들어 보세요.

Ở công ty mỗi năm đều có tiệc cuối năm. Mỗi năm, chúng tôi ăn ở nhà hàng ngon với mục đích kết thúc một năm cùng với các đồng nghiệp. Năm ngoái, chúng tôi đã tổ chức tiệc cuối năm ở ①nhà hàng của khách sạn 5 sao. Chúng tôi chuẩn bị phần thi tài năng theo từng nhóm và đã giành được phần thưởng. Nhóm chúng tôi đã chuẩn bị ②một điệu nhảy và đã được hạng 2. Khi tiệc kết thúc, chúng tôi tụ tập theo nhóm rồi đến quán rượu và cùng uống rượu. Chúng tôi cùng nói về những việc mệt mỏi và những việc thú vị trong suốt 1 năm, rồi cùng cười và cùng khóc. Cũng có mấy người say rượu nên đã về nhà. Thật tốt khi có một nơi có thể nhìn lại cuộc sống công sở trong 1 năm.

회사에서 매년 연말 파티를 합니다. 매년, 우리는 동료들과 한 해를 마무리하는 목적으로 맛있는 식당에서 식사를 합니다. 작년에는, ①5성급 호텔의 레스토랑에서 연말 파티를 진행했습니다. 팀별로 장기자랑을 준비해서 상품도 탔습니다. 우리 팀은 ②춤을 준비해서 2등을 했습니다. 파티가 끝나고, 팀별로 모여 술집에 가서 함께 술을 마셨습니다. 한 해 동안 힘들었던 일과 즐거웠던 일을 서로 이야기하며, 같이 웃고 울었습니다. 몇몇은 술에 취해 집에 가기도 했습니다. 1년 동안의 회사생활을 되돌아볼 수 있는 자리가 있어서 정말 좋았습니다.

응용어휘	① 뷔페식당 nhà hàng buffet	유명한 식당 nhà hàng nổi tiếng	
	회사 근처 식당 nhà hàng gần công ty		
	② 노래 bài hát	연극 vở kịch	전통 춤 điệu nhảy truyền thống

새단어	□ tiệc cuối năm 연말 파티	□ phần thưởng 상품	□ say rượu 술에 취하다
	□ khách sạn 5 sao 5성급 호텔	□ điệu nhảy 춤	

주제에 관한 다양하고 유용한 표현들입니다. 자신에게 맞는 문장을 체크하고 재미있는 스토리를 만들어 보세요. 돌발 질문에도 당황하지 않고 나만의 표현력은 물론, 논리력에도 자신감이 생깁니다.

☐ 저는 최근에 중요한 프로젝트에 참여했습니다.

  Gần đây tôi đã tham gia một dự án quan trọng.

☐ 제가 맡은 업무는 소비자 의견을 조사하는 것이었습니다.

  Công việc mà tôi đảm nhận là khảo sát ý kiến của người tiêu dùng.

☐ 프로젝트를 진행하면서 문제가 생겼습니다.

  Đã xảy ra vấn đề khi đang tiến hành dự án.

☐ 팀원들끼리 다툼이 생겼습니다.

  Đã xảy ra tranh cãi giữa các thành viên nhóm.

☐ 저는 업무도 하고 프로젝트 준비도 했습니다.

  Tôi cũng làm việc và cũng chuẩn bị dự án.

☐ 저는 팀워크의 중요성을 느꼈습니다.

  Tôi đã cảm nhận được tầm quan trọng của làm việc nhóm.

☐ 저는 퇴근을 하고 집에서도 프로젝트 준비를 했습니다.

  Tôi về nhà và cũng chuẩn bị dự án ở nhà.

☐ 일정이 매우 촉박했습니다.

  Lịch trình rất gấp rút.

☐ 프로젝트 결과가 조금 아쉬웠습니다.

  Kết quả của dự án thì hơi đáng tiếc.

☐ 저는 프로젝트의 결과에 매우 만족스러웠습니다.

  Tôi rất hài lòng về kết quả của dự án.

Chương 3

가족 및 이웃

가족 및 이웃에 대한 질문은 자기소개 만큼 자주 출제되는 질문입니다. 본인의 거주지와 가족들에 대한 묘사를 세분화하고 가족들과의 경험 및 이웃에 관한 에피소드 등의 재미있는 스토리를 준비합니다. 혼자 사는 경우에는 혼자 사는 이유와 계기 등을 함께 준비해야 합니다.

학습목표 출제경향

주제별 고득점 꿀팁 ★

Bài 1 가족 소개	✱ 가족 구성원에 대해 소개하기 ✱ 나와 가족 구성원의 관계 및 가장 가깝게 지내는 가족 구성원에 대해 이야기하기
Bài 2 거주지 소개	✱ 거주지 및 동거인에 대해 소개하기 ✱ 사는 곳의 주변 환경에 대해 장·단점 이야기하기 ☞ 집안 내부와 외부의 구조를 머릿속으로 떠올리며, 순차적으로 말하는 것이 중요합니다.
Bài 3 가족 구성원이 담당하는 집안일	✱ 각자의 구성원들이 맡은 집안일 이야기하기 ✱ 가족과 함께하는 집안일과 내가 맡은 집안일에 대해 힘든 점 및 느낀 점 말하기
Bài 4 집안일 관련 경험	✱ 집안일에 대한 에피소드 → 에피소드를 겪게 된 이유 → 느낀 점 → 교훈 ✱ 시간 순서대로 잘 정리하여 이야기하기
Bài 5 이웃 소개	✱ 살고 있는 동네에 관한 간략한 설명 후, 이웃에 대한 묘사, 이웃과의 관계에 대해 이야기하기 ✱ 이웃과 있었던 기억에 남는 에피소드 이야기하기 ☞ 이웃들과 친한 경우에는 그 이웃과 친해진 계기에 대해서 이야기하고, 이웃들과 친하지 않은 경우에는 친하지 않은 이유에 대해서 설명합니다.

✦ Background Survey에서 해당 항목을 선택했을 경우, 출제되는 빈출도 높은 질문 유형들입니다. 인터뷰식 외국어 말하기 평가는 시험관이 말하는 질문의 의도를 빠르게 파악하는 것이 무엇보다 중요하므로, 다양한 주제별 질문 유형을 반복해서 익혀 보세요.

Bài 1 가족 소개	• Anh/Chị hãy nói về gia đình của anh/chị. Anh/chị có quan hệ tốt với ai nhất? Anh/Chị hãy miêu tả chi tiết về thành viên trong gia đình. – 당신의 가족에 대해 소개해 주세요. 당신은 누구와 가장 사이가 좋은가요? 가족 구성원에 대해 자세하게 묘사해 주세요.
Bài 2 거주지 소개	• Anh/Chị hãy giới thiệu về nhà của anh/chị. Nơi mà anh/chị thích nhất là nơi nào? • Hiện tại anh/chị đang sống ở đâu? Anh/Chị đang sống ở chung cư hay nhà riêng? • Anh/Chị hãy miêu tả về nơi anh/chị đang sống. Cấu trúc phòng của anh/chị như thế nào? – 당신의 집에 대해서 소개해 주세요. 당신이 가장 좋아하는 장소는 어디인가요? – 당신은 현재 어디에 살고 있나요? 아파트인가요 주택인가요? – 당신의 거주지에 대해 묘사해 주세요. 당신 방의 구조는 어떤가요?
Bài 3 가족 구성원이 담당하는 집안일	• Anh/Chị hãy nói về công việc nhà mà các thành viên trong gia đình đảm nhận. Công việc chủ yếu của anh/chị là gì? • Trong gia đình của anh/chị có phân công việc nhà cho mỗi người không? Anh/Chị làm việc gì? – 당신의 가족 구성원이 담당하는 집안일에 대해 말해 주세요. 당신은 주로 무슨 일을 하나요? – 당신의 가족은 각자 집안일을 분담해서 하나요? 당신은 어떤 일을 하나요?
Bài 4 집안일 관련 경험	• Anh/Chị có từng không thể làm việc nhà không? Hãy nói cụ thể về điều đó. • Anh/Chị hãy kể một câu chuyện về công việc nhà đã xảy ra gần đây nhất. – 당신은 집안일을 못 한 경험이 있나요? 그것에 대해서 자세히 이야기해 주세요. – 가장 최근에 일어난 집안일에 대한 에피소드를 이야기해 주세요.
Bài 5 이웃 소개	• Anh/Chị hãy giới thiệu về hàng xóm của anh/chị. Gần đây, anh/chị có gặp hàng xóm không? Anh/Chị đã nói chuyện gì với họ? • Anh/Chị hãy miêu tả về hàng xóm thân với anh/chị nhất. – 당신의 이웃을 소개해 주세요. 당신은 최근에 이웃을 만났나요? 그들과 어떤 대화를 나누었나요? – 당신이 가장 친하게 지내는 이웃에 대해 묘사해 주세요.

가족 소개

출제 빈도가 높은 인터뷰의 주제별 질문에 맞게 핵심 표현들을 단계적으로 나누어서 답변하는 연습을 해보세요. '응용 표현들'을 활용해서 나에게 맞는 표현들로 나만의 스토리를 만들어 보세요.

Q **Anh/Chị hãy nói về gia đình của anh/chị. Anh/chị có quan hệ tốt với ai nhất? Anh/Chị hãy miêu tả chi tiết về thành viên trong gia đình.**

당신의 가족에 대해 소개해 주세요. 당신은 누구와 가장 사이가 좋은가요? 가족 구성원에 대해 자세하게 묘사해 주세요.

가족 구성원 소개	Vâng, tôi sẽ giới thiệu về gia đình của tôi. Gia đình tôi có 4 người, bố, mẹ, 1 chị gái và tôi.
가족들의 직업 및 성격	Bố tôi đang làm kinh doanh. Tuy công việc bận rộn nhưng bố tôi là người của gia đình. Mẹ tôi là nội trợ. Đến bây giờ mẹ vẫn luôn chăm sóc cho bố và chúng tôi. Bố và mẹ tôi vẫn rất yêu thương nhau. Hai người thường đi du lịch. Chị tôi lớn hơn tôi 2 tuổi. Chị tôi là nhân viên công ty. Chị tôi rất tích cực và hòa đồng. Vì thế, từ khi còn nhỏ, quan hệ của chúng tôi rất tốt. Chúng tôi thường đi mua sắm và nói chuyện với nhau.
가족들과의 관계	Tính cách của tôi và bố tôi có nhiều điểm giống nhau, còn chị tôi và mẹ tôi giống nhau. Vì thế bố và chị rất thân nhau, còn tôi thân với mẹ. Vì mọi người đều làm việc nên thời gian ở cùng nhau ít, nhưng gia đình tôi cùng đi ăn ở ngoài và nói chuyện vào cuối tuần.

네, 우리 가족을 소개하겠습니다. 우리 가족은 총 4명입니다. 아버지, 어머니, 언니 1명 그리고 저입니다. 아버지는 사업을 하십니다. 일이 바쁘지만 가정적입니다. 어머니는 주부입니다. 지금까지 항상 아버지와 우리를 돌봐주셨습니다. 아버지와 어머니는 아직도 서로 많이 사랑하십니다. 두 분은 여행을 자주 가십니다. 저의 언니는 저보다 2살 많습니다. 언니는 회사원입니다. 언니는 긍정적이고 사교적입니다. 그래서 어렸을 때부터, 저와 사이가 좋았습니다. 우리는 둘이 쇼핑도 하고 대화도 많이 나눕니다. 저와 아빠가 성격이 비슷한 점이 많고, 언니와 엄마가 비슷한 점이 많습니다. 그래서 아빠와 언니가 친하고 엄마와 제가 친합니다. 모두 일을 해서 함께하는 시간이 적지만, 주말에는 가족 모두가 함께 외식을 하며 대화를 나눕니다.

새단어

- □ làm kinh doanh 사업을 하다
- □ người của gia đình 가정적이다
- □ chăm sóc 돌보다
- □ tích cực 긍정적이다

- □ hòa đồng 사교적이다
- □ tính cách 성격
- □ thân với ~와 친하다

- □ thời gian ở cùng nhau 함께 하는 시간
- □ ăn ở ngoài 외식하다

나만의 스토리를 만들어 보세요.

Vâng, tôi sẽ giới thiệu về gia đình của tôi. Gia đình tôi có 4 người, ① 가족   và tôi. Bố tôi đang làm   직업   . Tuy công việc bận rộn nhưng bố tôi là người của gia đình. Mẹ tôi là   직업   . Đến bây giờ mẹ vẫn luôn chăm sóc cho bố và chúng tôi. Bố và mẹ tôi vẫn rất yêu thương nhau. Hai người thường đi du lịch. ① 가족   lớn hơn tôi 나이 차이 tuổi. ① 가족   là   직업   . ① 가족   rất tích cực và hòa đồng. Vì thế, từ khi còn nhỏ, quan hệ của chúng tôi rất tốt. Chúng tôi thường đi mua sắm và nói chuyện với nhau. Tính cách của tôi và bố tôi có nhiều điểm giống nhau, còn ① 가족   và mẹ tôi giống nhau. Vì thế bố và ①가족 rất thân nhau, còn tôi thân với mẹ. Vì mọi người đều làm việc nên thời gian ở cùng nhau ít, nhưng gia đình tôi cùng ②   가족과 함께 하는 일   vào cuối tuần.

네, 우리 가족을 소개하겠습니다. 우리 가족은 총 4명입니다. ①   그리고 저입니다. 아버지는   을 하십니다. 일이 바쁘지만 가정적입니다. 어머니는   입니다. 지금까지 항상 아버지와 우리를 돌봐주셨습니다. 아버지와 어머니는 아직도 서로 많이 사랑하십니다. 두 분은 여행을 자주 가십니다. 저의 ①   는 저보다   살 많습니다. ①   는   입니다. ①   는 긍정적이고 사교적입니다. 그래서 어렸을 때부터, 저와 사이가 좋았습니다. 우리는 둘이 쇼핑도 하고 대화도 많이 나눕니다. 저와 아빠가 성격이 비슷한 점이 많고, ①   와 엄마가 비슷한 점이 많습니다. 그래서 아빠와 ①   가 친하고 엄마와 제가 친합니다. 모두 일을 해서 함께하는 시간이 적지만, 주말에는 가족 모두가 함께 ②   .

나에게 맞는 표현을 찾아서 위의 빈칸에 대입시켜 보세요.

① 가족	· 오빠/형 anh (trai) · 남동생 em trai · 여동생 em gái · 남편 chồng · 아내 vợ · 아들 con trai · 딸 con gái
② 가족과 함께 하는 일	· 영화를 봅니다 xem phim · 캠핑을 합니다 cắm trại · 운동을 합니다 tập thể dục · 해외여행을 갑니다 đi du lịch nước ngoài

* 〈부록〉 기초 단어를 활용해서 더 다양한 표현을 만들어 보세요.

Tôi sẽ giới thiệu về gia đình của tôi. Gia đình tôi có chồng tôi, một con gái và tôi. Và chúng tôi nuôi ①1 con chó. Tôi đã kết hôn được 3 năm rồi. Chồng tôi là nhân viên công ty. Chồng tôi rất chu đáo và hiểu cho tôi. Chồng tôi rất hài hước nên luôn làm tôi cười. Chồng tôi và tôi cùng nhau tập thể dục ở nhà. Trước khi sinh con gái, chúng tôi đã tập thể dục ở ②phòng gym, nhưng dạo này chúng tôi tập thể dục ở nhà. Con gái tôi 2 tuổi. Con gái tôi giống chồng tôi. Nuôi con mệt nhưng vì chồng tôi giúp đỡ tôi nhiều nên tôi rất vui.

제 가족을 소개하겠습니다. 저의 가족은 남편, 딸 한명 그리고 저입니다. 그리고 ①강아지 1마리를 키우고 있습니다. 저는 결혼한 지 3년이 되었습니다. 저의 남편은 회사원입니다. 남편은 자상하고 이해를 잘해줍니다. 남편은 유머러스해서 항상 저를 웃게 합니다. 남편과 저는 집에서 함께 운동을 합니다. 딸을 낳기 전에는, ②헬스장에서 함께 운동을 했지만, 요즘에는 집에서 합니다. 저의 딸은 2살입니다. 딸은 남편을 닮았습니다. 육아를 하느라 힘들지만, 남편이 많이 도와줘서 너무 좋습니다.

응용어휘			
① 거북이 con rùa	고양이 con mèo	파충류 loài bò sát	
② 강가 옆 공원 công viên cạnh bờ sông	공원 công viên	집 근처 운동장 sân vận động gần nhà	

새단어			
▫ nuôi 기르다, 키우다	▫ sinh con 아이를 낳다	▫ giống 닮은	
▫ hài hước 유머러스하다			

주제에 관한 다양하고 유용한 표현들입니다. 자신에게 맞는 문장을 체크하고 재미있는 스토리를 만들어 보세요. 돌발 질문에도 당황하지 않고 나만의 표현력은 물론, 논리력에도 자신감이 생깁니다.

☐ 제 가족은 저를 포함해서 5명입니다.

Gia đình tôi có 5 người bao gồm tôi.

☐ 우리는 친구처럼 지냅니다.

Chúng tôi đối xử với nhau như bạn bè.

☐ 우리의 성격은 모두 다릅니다.

Tính cách của chúng tôi đều khác nhau.

☐ 아빠와 저의 취미가 같습니다.

Sở thích của bố và tôi giống nhau.

☐ 어렸을 때, 저희는 자주 싸웠습니다.

Khi còn nhỏ, chúng tôi thường cãi nhau.

☐ 저는 슬픈 일이나 즐거운 일이나 가족들과 함께합니다.

Tôi luôn ở cùng với gia đình khi có chuyện buồn hay chuyện vui.

☐ 저는 가족들과 함께 사는 게 너무 행복합니다.

Tôi rất hạnh phúc vì được sống cùng với gia đình.

☐ 남동생과 싸우면 1시간 안에 화해합니다.

Nếu cãi nhau với em trai thì chúng tôi sẽ làm hòa trong vòng 1 tiếng.

☐ 우리는 매우 화목합니다.

Chúng tôi rất hòa thuận.

☐ 우리는 가끔 만납니다.

Thỉnh thoảng chúng tôi gặp nhau.

Bài 2

거주지 소개

출제 빈도가 높은 인터뷰의 주제별 질문에 맞게 핵심 표현들을 단계적으로 나누어서 답변하는 연습을 해보세요. '응용 표현들'을 활용해서 나에게 맞는 표현들로 나만의 스토리를 만들어 보세요.

Q Anh/Chị hãy giới thiệu về nhà của anh/chị. Nơi mà anh/chị thích nhất là nơi nào?

당신의 집에 대해서 소개해 주세요. 당신이 가장 좋아하는 장소는 어디인가요?

집의 위치와 거주 형태	Từ bây giờ tôi sẽ giới thiệu về nhà của tôi. Nhà của tôi có vị trí ở trung tâm Seoul. Xung quanh nhà có nhiều tiện nghi nên sống rất tốt. Hơn nữa, vì nhà tôi gần ga tàu điện ngầm nên rất thuận tiện. Tôi đang sống với gia đình ở chung cư.
집의 구조	Nhà tôi có 4 phòng. Phòng lớn là phòng của bố mẹ tôi, bên cạnh là phòng của tôi. Và có 2 phòng vệ sinh. Phòng khách rộng và vì được trang trí bằng gương lớn nên không có cảm giác ngột ngạt.
가장 좋아하는 장소	Nơi mà tôi thường dành nhiều thời gian ở đó là phòng khách. Phòng khách có tivi lớn nên có thể nói chuyện hoặc xem tivi với gia đình tôi.
집에 대한 느낌	Hiện tại, tôi đã sống ở nhà này được 4 năm rồi. Ngôi nhà bây giờ làm lòng tôi thấy thoải mái hơn ngôi nhà trước đó tôi đã sống.

지금부터 저의 집에 대해 소개하겠습니다. 저의 집은 서울 중심에 위치하고 있습니다. 집 주변에 편의시설이 많아서 살기 좋습니다. 게다가, 지하철역이 가까워서 매우 편리합니다. 저는 가족들과 함께 아파트에 살고 있습니다. 저의 집은 방이 4개가 있습니다. 큰 방은 부모님의 방이고 그 옆에 제 방이 있습니다. 그리고 화장실은 2개입니다. 거실은 넓고 큰 유리로 장식되어 있어서 답답하지 않습니다. 가장 시간을 많이 보내고, 가장 좋아하는 장소는 거실입니다. 거실에는 큰 TV가 있어서 가족들과 대화를 나누거나 TV를 볼 수 있습니다. 현재, 이 집에서 산 지 4년이 되었습니다. 저는 전에 살던 집보다 지금 집이 제 마음을 더 편하게 합니다.

 새 단어

- nhà = ngôi nhà 집
- có vị trí ở/tại ~에 위치하다
- trung tâm 중심
- xung quanh 주변
- tiện nghi 편의시설
- gần 가깝다
- ga tàu điện ngầm 지하철역
- thuận tiện 편리하다
- chung cư 아파트
- bên cạnh 옆
- phòng khách 거실
- gương 거울
- ngột ngạt 답답하다

한 번에 **끝!** OPIc 베트남어

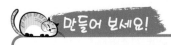

나만의 스토리를 만들어 보세요.

Từ bây giờ tôi sẽ giới thiệu về nhà của tôi. Nhà của tôi có vị trí ở ① 거주지 위치 . Xung quanh nhà có nhiều tiện nghi nên sống rất tốt. Hơn nữa, vì nhà tôi ② 거주지 특징 nên rất thuận tiện. Tôi đang sống với gia đình ở ③ 거주 형태 . Nhà tôi có 4 phòng. Phòng lớn là phòng của bố mẹ tôi, ④ 방의 위치 là phòng của tôi. Và có 2 phòng vệ sinh. Phòng khách rộng và vì được trang trí bằng gương lớn nên không có cảm giác ngột ngạt. Nơi mà tôi thường dành nhiều thời gian ở đó là phòng khách. Phòng khách có ⑤ 가구 nên ⑤ 행동 . Hiện tại, tôi đã sống ở nhà này được 기간 năm rồi. Ngôi nhà bây giờ làm lòng tôi thấy thoải mái hơn ngôi nhà trước đó tôi đã sống.

지금부터 저의 집에 대해 소개하겠습니다. 저의 집은 ① 에 위치하고 있습니다. 집 주변에 편의시설이 많아서 살기 좋습니다. 게다가, ② 매우 편리합니다. 저는 가족들과 함께 ③ 에 살고 있습니다. 저의 집은 방이 4개가 있습니다. 큰 방은 부모님의 방이고 ④ 제 방이 있습니다. 그리고 화장실은 2개입니다. 거실은 넓고 큰 유리로 장식되어 있어서 답답하지 않습니다. 가장 시간을 많이 보내고, 가장 좋아하는 장소는 거실입니다. 거실에는 ⑤ 가 있어서 ⑤ . 현재, 이 집에서 산지 년이 되었습니다. 저는 전에 살던 집보다 지금 집이 제 마음을 더 편하게 합니다.

응용 표현들

나에게 맞는 표현을 찾아서 위의 빈칸에 대입시켜 보세요.

① 거주지 위치	• 대도시 thành phố lớn • 소도시 thành phố nhỏ • 한강 근처 gần sông Hàn • 회사 근처 gần công ty
② 거주지 특징	• 마트와 가까운 gần với siêu thị • 식당가와 가까운 gần với phố ẩm thực • 회사와 가까운 gần với công ty
③ 거주 형태	• 자취방/하숙집 phòng trọ • 주택 nhà riêng • 학교/회사 기숙사 kí túc xá của trường/công ty
④ 방의 위치	• 거실 뒤편에 mặt sau của phòng khách • 작은방 맞은편에 đối diện phòng nhỏ • 주방 옆에 bên cạnh bếp • 현관 옆에 bên cạnh hành lang
⑤ 가구 : 행동	• 책장 kệ sách : 책을 자주 읽을 수 있습니다 có thể thường xuyên đọc sách • 소파 ghế sofa : 편하게 쉴 수 있습니다 có thể nghỉ ngơi thoải mái • 오디오 hệ thống âm thanh : 음악을 들으며 쉴 수 있습니다 có thể nghe nhạc và nghỉ ngơi

* 〈부록〉 기초 단어를 활용해서 더 다양한 표현을 만들어 보세요.

Vâng, bây giờ tôi sẽ giới thiệu về nhà của tôi. Hiện tại tôi và bạn tôi đang sống ở nhà trọ gần trường. Nhà trọ có vị trí cách trường khoảng 5 phút nên việc đi học rất tiện lợi. Vì nhà của bố mẹ tôi ở xa nên tôi đang sống với bạn. Nhà của tôi có 2 phòng. Đối diện phòng của tôi là phòng của bạn tôi, có bếp và một phòng khách nhỏ. Trong phòng tôi có giường, bàn trang điểm và bàn học, trong phòng khách có ghế sofa. Trước đây có tivi ở phòng khách nhưng vì thời gian xem tivi quá nhiều nên chúng tôi đã bỏ tivi đi. Ngoài thời gian ăn cơm thì bình thường, tôi ①ngủ hoặc học trong phòng. Tuy có nhiều việc phải làm hơn khi sống với gia đình nhưng vì bạn tôi và tôi có tính cách rất hợp nhau nên chúng tôi đang sống rất vui vẻ.

네, 지금부터 저의 집을 소개하겠습니다. 저는 현재 친구와 학교 근처의 자취방에 살고 있습니다. 빌라는 학교에서 5분 정도의 거리에 위치해 있어서 통학하기 매우 편리합니다. 부모님의 집은 멀리 있기 때문에 친구와 함께 살고 있습니다. 저의 집은 방이 2개 있습니다. 제 방의 맞은편에 친구의 방이 있고 주방과 작은 거실이 있습니다. 제 방에는 침대, 화장대와 책상이 있고, 거실에는 소파가 있습니다. 예전에는 거실에 TV가 있었지만, TV 보는 시간이 너무 많아져서 우리는 TV를 없앴습니다. 저는 보통 식사 시간을 제외하고는, 방에서 ①잠을 자거나 공부를 합니다. 가족들과 살 때보다는 해야 할 일이 많지만, 친구와 제 성격이 잘 맞아서 재밌게 살고 있습니다.

응용어휘	① 책을 읽다 **đọc sách**	음악을 듣다 **nghe nhạc**
	게임을 하다 **chơi game**	인터넷을 하다 **lên mạng**

새단어	▫ tiện lợi 편리한	▫ bàn trang điểm 화장대	▫ bỏ ~ đi ~를 빼내다/버리다

주제에 관한 다양하고 유용한 표현들입니다. 자신에게 맞는 문장을 체크하고 재미있는 스토리를 만들어 보세요. 돌발 질문에도 당황하지 않고 나만의 표현력은 물론, 논리력에도 자신감이 생깁니다.

☐ 저는 원룸에 살고 있습니다.

Tôi đang sống ở nhà one room(phòng đơn).

☐ 제 방은 지저분하지만, 편안합니다.

Phòng của tôi bừa bộn nhưng thoải mái.

☐ 저는 학교 기숙사에 살고 있습니다.

Tôi đang sống ở kí túc xá của trường.

☐ 제 방의 가구는 흰색으로 맞췄습니다.

Đồ dùng của phòng tôi được đặt làm với màu trắng.

☐ 집에서 가장 좋아하는 공간은 테라스입니다.

Không gian mà tôi thích nhất trong nhà là ban công.

☐ 제 방은 너무 작아서 답답합니다.

Phòng của tôi rất nhỏ nên tôi thấy ngột ngạt.

☐ 각자 방에서 시간을 많이 보냅니다.

Mỗi người dành nhiều thời gian trong phòng của mình.

☐ 어머니가 집 꾸미기를 좋아하십니다.

Mẹ tôi thích trang trí nhà.

☐ 저의 아파트는 20층 건물이며, 저는 16층에 살고 있습니다.

Chung cư của tôi ở tòa nhà 20 tầng, và tôi đang sống ở tầng 16.

☐ 집 앞에는 큰 공원이 있습니다.

Trước nhà tôi có một công viên lớn.

🎧 03-4

가족 구성원이 담당하는 집안일

출제 빈도가 높은 인터뷰의 주제별 질문에 맞게 핵심 표현들을 단계적으로 나누어서 답변하는 연습을 해보세요. '응용 표현들'을 활용해서 나에게 맞는 표현들로 나만의 스토리를 만들어 보세요.

Q Anh/Chị hãy nói về công việc nhà mà các thành viên trong gia đình đảm nhận. Công việc chủ yếu của anh/chị là gì?

당신의 가족 구성원이 담당하는 집안일에 대해 말해 주세요. 당신은 주로 무슨 일을 하나요?

서론	Vâng, mỗi thành viên trong gia đình tôi đều đảm nhận những công việc nhà.
구성원의 집안일	Mẹ tôi là nội trợ. Vì thế, mẹ tôi luôn nấu ăn và dọn dẹp ở nhà. Bố tôi vì công việc rất bận nên không hay làm việc nhà. Nhưng bố tôi phân loại rác vào thứ tư. Và bố tôi đảm nhận việc thay bóng đèn và chuyển đồ nặng. Tôi và chị tôi dọn dẹp phòng của mình, tôi và chị tôi thay phiên nhau giặt quần áo.
다 함께하는 집안일	Gia đình tôi tổng dọn dẹp nhà 2 tuần 1 lần. Chúng tôi giặt chăn hoặc sắp xếp quần áo.
집안일에 대한 나의 생각	Mẹ tôi làm nhiều việc nhà nên chúng tôi luôn cố gắng để giúp đỡ mẹ.

네, 우리 가족 구성원들이 각자 집안일을 담당하고 있습니다. 우리 어머니는 주부입니다. 그래서 언제나 집에서 요리와 청소를 합니다. 우리 아버지는 일이 너무 바빠서 집안일을 잘 하지 않습니다. 하지만, 수요일에 분리수거는 아버지가 하십니다. 그리고 전구 교체하기 및 무거운 짐 옮기기는 아버지 담당입니다. 저와 제 언니는 각자의 방 청소를 하고, 언니와 번갈아 가며 빨래를 하고 있습니다. 우리 가족은 2주일에 한 번 대청소를 합니다. 우리는 이불을 빨거나 옷 정리를 합니다. 어머니가 많은 집안일을 해서 우리는 어머니를 도와주려고 항상 노력합니다.

새 단어

- công việc nhà, việc nhà 집안일
- đảm nhận, phụ trách 맡다, 담당하다
- nấu ăn 요리하다
- dọn dẹp 청소하다
- phân loại rác 분리수거를 하다
- bóng đèn 전구
- chuyển 옮기다
- nặng 무겁다
- thay phiên nhau 번갈아
- giặt quần áo 빨래하다
- tổng vệ sinh 대청소하다

나만의 스토리를 만들어 보세요.

Vâng, mỗi thành viên trong gia đình tôi đều đảm nhận những công việc nhà. Mẹ tôi là nội trợ. Vì thế, mẹ tôi luôn ①집안일 종류 và ① 집안일 종류 ở nhà. Bố tôi vì công việc rất bận nên không hay làm việc nhà. Nhưng bố tôi ① 집안일 종류 vào 요일 . Và bố tôi đảm nhận việc ① 집안일 종류 và ① 집안일 종류 . Tôi và chị tôi ① 집안일 종류 của mình, tôi và chị tôi thay phiên nhau ① 집안일 종류 . Gia đình tôi tổng dọn dẹp nhà 2 tuần 1 lần. Chúng tôi 집안일 종류 hoặc ① 집안일 종류 . Mẹ tôi làm nhiều việc nhà nên chúng tôi luôn cố gắng để giúp đỡ mẹ.

네, 우리 가족 구성원들이 각자 집안일을 담당하고 있습니다. 우리 어머니는 주부입니다. 그래서 언제나 집에서 ① 와 ① 를 합니다. 우리 아버지는 일이 너무 바빠서 집안일을 잘 하지 않습니다. 하지만, 에 ① 는 아버지가 하십니다. 그리고 ① 및 ① 는 아버지 담당입니다. 저와 제 언니는 각자의 를 하고, 언니와 번갈아 가며 ① 를 하고 있습니다. 우리 가족은 2주일에 한 번 대청소를 합니다. 우리는 ① 거나 ① 를 합니다. 어머니가 많은 집안일을 해서 우리는 어머니를 도와주려고 항상 노력합니다.

나에게 맞는 표현을 찾아서 위의 빈칸에 대입시켜 보세요.

① 집안일 종류	• 바닥 쓸기 quét nhà • 바닥 닦기 lau nhà • 빨래 널기 phơi quần áo • 다리미질 là/ủi quần áo • 식탁 치우기 dọn bàn ăn • 유리창 닦기 lau cửa kính • 신발 정리 sắp xếp giày • 장보기 đi chợ • 쓰레기 버리기 bỏ rác • 정원 관리 chăm sóc vườn

※ 〈부록〉 기초 단어를 활용해서 더 다양한 표현을 만들어 보세요.

Mỗi người trong gia đình tôi đang đảm nhận công việc nhà. Bình thường, chúng tôi đi chợ và tổng dọn dẹp vào cuối tuần. Chúng tôi dọn nhà vệ sinh, dọn dẹp bếp, sắp xếp chăn, vân vân, là những công việc không thể làm trong 1 tuần. Vào cuối tuần, mẹ sẽ quyết định công việc nhà cho từng người. Vào ngày thường, mỗi người sẽ dọn dẹp phòng của mình. Vào buổi sáng, mẹ và bố sẽ thay phiên nhau nấu ăn. Và bình thường tôi rửa chén. Ở nhà tôi có nuôi một con chó. Bố tôi đảm nhận việc ①cho chó ăn, và tôi đảm nhận việc ①dọn phân chó. Ngoài ra, mẹ tôi quản lý tất cả công việc. Gia đình tôi bình thường sẽ dọn dẹp 1 lần 1 tuần. Ngày dọn dẹp tuy rất phiền phức nhưng tôi thấy thoải mái khi nhìn ngôi nhà trở nên sạch sẽ.

우리 가족은 각자의 집안일을 담당하고 있습니다. 우리는 보통 주말에 장 보기와 대청소를 합니다. 일주일 동안 하지 못했던 화장실 청소, 부엌 청소, 이불 정리 등을 합니다. 주말에는, 엄마가 각자의 집안일을 정해줍니다. 평일에는 각자의 방은 각자 청소합니다. 아침에는, 엄마와 아빠가 번갈아가며 요리를 합니다. 그리고 설거지는 보통 제가 합니다. 우리 집에는 강아지 1마리를 키우고 있습니다. ①강아지 밥 주기는 아빠 담당이고, ①강아지 배변 치우기는 제 담당입니다. 그 외에, 엄마가 모든 일을 관리합니다. 우리 가족은 보통 일주일에 한 번 몰아서 청소를 하는 편입니다. 청소하는 날은 매우 귀찮지만, 깨끗해진 집을 보면 상쾌합니다.

응용 어휘	
① (애완동물) 간식 주기 cho (thú cưng) ăn vặt	(애완동물) 놀아주기 chơi cùng (thú cưng)
(애완동물) 목욕시키기 tắm cho (thú cưng)	물 주기 tưới nước
미용시키기 làm đẹp	(애완동물) 산책시키기 dắt (thú cưng) đi dạo

새 단어	
□ vân vân 등등	□ phân 배변
□ từng người 각자	□ phiền phức 번거로운, 귀찮은

주제에 관한 다양하고 유용한 표현들입니다. 자신에게 맞는 문장을 체크하고 재미있는 스토리를 만들어 보세요. 돌발 질문에도 당황하지 않고 나만의 표현력은 물론, 논리력에도 자신감이 생깁니다.

☐ 우리 가족은 청소하는 것을 매우 좋아합니다.

Gia đình tôi rất thích dọn dẹp.

☐ 평일에는 아버지가 주로 집 청소를 합니다.

Vào ngày thường, bố tôi chủ yếu dọn dẹp nhà.

☐ 저녁은, 각자 요리해서 먹어야 합니다.

Vào buổi tối, mỗi người phải nấu và ăn.

☐ 부모님 두 분 모두 일을 하셔서 제가 청소를 해야 합니다.

Vì bố mẹ tôi đều làm việc nên tôi phải lau dọn.

☐ 우리 집은 항상 깨끗합니다.

Nhà tôi luôn sạch sẽ.

☐ 저와 아빠는 함께 강아지를 산책시킵니다.

Tôi và bố cùng nhau dẫn chó đi dạo.

☐ 제 남동생/여동생은 너무 어려서 집안일을 하지 못합니다.

Em trai/Em gái của tôi rất nhỏ nên không thể làm việc nhà.

☐ 저와 남편은 육아를 분담해서 합니다.

Tôi và chồng tôi phân công nhau nuôi dạy con.

☐ 어머니가 바쁘면 제가 대신 주방을 청소합니다.

Nếu mẹ tôi bận thì tôi sẽ thay mẹ dọn dẹp bếp.

☐ 로봇청소기가 항상 집을 청소합니다.

Robot hút bụi luôn dọn dẹp nhà.

집안일 관련 경험

출제 빈도가 높은 인터뷰의 주제별 질문에 맞게 핵심 표현들을 단계적으로 나누어서 답변하는 연습을 해보세요. '응용 표현들'을 활용해서 나에게 맞는 표현들로 나만의 스토리를 만들어 보세요.

Q Anh/Chị có từng không thể làm việc nhà không? Hãy nói cụ thể về điều đó.

당신은 집안일을 못 한 경험이 있나요? 그것에 대해서 자세히 이야기해 주세요.

집안일을 했던 시점	Tôi làm việc nhà vào mỗi cuối tuần.
집안일을 하지 않은 상황	Nhưng vào cuối tuần, tôi đã bị cảm. Vì thế, tôi đã không thể làm việc nhà. Quần áo bẩn và chén chưa rửa đều bị dồn lại.
그에 대한 결과와 느낀 점	Bố mẹ tôi đã đến và dọn dẹp nhà. Bố đã rửa chén và mẹ giúp tôi giặt quần áo và lau nhà. Mẹ cũng nấu cho tôi nhiều món ăn mà tôi thích. Và bố đã đưa tôi đến bệnh viện khám bệnh. May mắn là tình trạng của tôi không nghiêm trọng lắm. Vì bố mẹ đã giúp tôi nên nhà đã trở nên sạch sẽ. Lúc đó, tôi thấy rất biết ơn và cũng thấy có lỗi với bố mẹ.

저는 주말마다 집안일을 합니다. 그러나 주말에, 저는 감기에 걸렸습니다. 그래서 집안일을 할 수 없었습니다. 빨래들도 설거지도 쌓여있었습니다. 부모님이 오셔서 집을 청소해 주셨습니다. 아버지가 설거지를 하셨고 어머니는 빨래하고 집을 청소해 주셨습니다. 어머니는 제가 좋아하는 음식들을 요리해 주셨습니다. 그리고 아버지는 저를 데리고 병원에 가서 검사를 받았습니다. 다행히 제 상태가 별로 심각하지 않았습니다. 부모님께서 도와주셔서 집이 깨끗해졌습니다. 그때, 저는 부모님께 매우 감사하고 죄송했습니다.

새단어

- □ cảm (cúm) 감기
- □ quần áo bẩn 빨래
- □ rửa bát(북) / chén(남) 설거지하다
- □ chăm sóc (người bệnh) 간호하다
- □ trở nên ~해지다

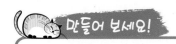

만들어 보세요!

나만의 스토리를 만들어 보세요.

Tôi làm việc nhà vào mỗi cuối tuần. Nhưng vào cuối tuần, tôi ①   집안일을 못 한 이유   .
Vì thế, tôi đã không thể làm việc nhà. Quần áo bẩn và chén chưa rửa đều bị dồn
lại. Bố mẹ tôi đã đến và dọn dẹp nhà. Bố đã rửa chén và mẹ giúp tôi giặt quần áo
và lau nhà. Mẹ cũng nấu cho tôi nhiều món ăn mà tôi thích. Và ②

부모님이 도와주신 일

. Vì bố mẹ đã giúp tôi nên nhà đã trở nên sạch sẽ. Lúc đó, tôi thấy rất biết ơn
và cũng thấy có lỗi với bố mẹ.

저는 주말마다 집안일을 합니다. 그러나 주말에, 저는 ①   . 그래서 집안일을 할 수 없었습니다. 빨
래들도 설거지도 쌓여있었습니다. 부모님이 오셔서 집을 청소해 주셨습니다. 아버지가 설거지를 하셨고 어머니는
빨래하고 집을 청소해 주셨습니다. 어머니는 제가 좋아하는 음식들을 요리해 주셨습니다. 그리고 ②
                        . 부모님께서 도와주셔서 집이
깨끗해졌습니다. 그때, 저는 부모님께 매우 감사하고 죄송했습니다.

응용 표현들

나에게 맞는 표현을 찾아서 위의 빈칸에 대입시켜 보세요.

① 집안일을 못 한 이유	• 시험 준비를 했다 chuẩn bị thi • 아팠다 bị đau • 여행을 갔다 đã đi du lịch • 일이 바빴다 bận việc • 출장 중이었다 đang đi công tác • 친구들과 놀러갔다 đã đi chơi với bạn
② 부모님이 도와주신 일	• 엄마가 마트에 가서 과일을 사주셨다 mẹ đã đến siêu thị và mua hoa quả cho tôi • 아버지가 고장 난 TV를 수리해 주셨다 bố đã sửa tivi bị hư cho tôi

* 〈부록〉 기초 단어를 활용해서 더 다양한 표현을 만들어 보세요.

Đó là chuyện khi tôi còn nhỏ. Có những việc nhà mà từng thành viên trong gia đình tôi đảm nhận. Vì bố mẹ tôi làm việc nên tôi và chị tôi đã chia sẻ việc nhà rồi làm. Vào một ngày nọ, tôi ①chơi với bạn bè và đã quên làm việc nhà. Chị tôi đi học thêm về và đã mắng tôi. Tôi đã vừa khóc vừa dọn dẹp phòng. Bố mẹ tôi về nhà, nhìn thấy nhà sạch sẽ và cảm thấy tự hào về chúng tôi. Từ sau ngày hôm đó, tôi đã chăm chỉ dọn dẹp nhà.

제가 어렸을 때 이야기입니다. 우리 가족은 각자가 맡은 집안일이 있었습니다. 부모님께서 일하셔서 저와 언니는 집안일을 나눠서 했습니다. 어느 날, 제가 ①친구들과 놀다가 집안일을 깜빡했습니다. 학원에서 돌아온 언니는 저를 혼냈습니다. 저는 울면서 방 청소를 했습니다. 부모님이 돌아오셔서 깨끗한 집을 보고 우리들을 대견해 하셨습니다. 저는 그날 이후로 열심히 집 청소를 했습니다.

응용어휘	① 게임을 하다가 chơi game	낮잠을 자다가 ngủ trưa
	빈둥거리다가 ăn không ngồi rồi	영화를 보다가 xem phim

새단어	□ chia sẻ 나눠서 하다	□ la/mắng 혼내다	□ thấy tự hào 대견해 하다
	□ quên 깜빡하다	□ khóc 울다	

주제에 관한 다양하고 유용한 표현들입니다. 자신에게 맞는 문장을 체크하고 재미있는 스토리를 만들어 보세요. 돌발 질문에도 당황하지 않고 나만의 표현력은 물론, 논리력에도 자신감이 생깁니다.

☐ 부모님이 출장을 가신 동안의 일이었습니다.

Đó là việc trong lúc bố mẹ tôi đi công tác.

☐ 저는 귀찮아서 집 청소를 미뤘습니다.

Vì tôi thấy phiền phức nên tôi đã hoãn lại việc lau dọn nhà.

☐ 집이 엉망이었습니다.

Nhà tôi là một đống lộn xộn.

☐ 저는 가족들과 함께 청소했습니다.

Tôi đã dọn dẹp với gia đình.

☐ 청소를 한 후, 저는 매우 상쾌했습니다.

Sau khi dọn dẹp, tôi thấy rất sảng khoái.

☐ 저는 깔끔하지 않은 성격입니다.

Tính cách của tôi thì không gọn gàng.

☐ 청소를 안 해서 벌레가 나왔습니다.

Vì không dọn dẹp nên đã có sâu bọ.

☐ 저는 청소하는 데 반나절이 걸렸습니다.

Tôi đã mất nửa buổi để dọn dẹp.

☐ 저는 집안일로 가족들과 다툼이 있었습니다.

Tôi đã cãi nhau với gia đình vì việc nhà.

☐ 저는 큰 교훈을 얻었습니다.

Tôi đã nhận được một bài học lớn.

이웃 소개

출제 빈도가 높은 인터뷰의 주제별 질문에 맞게 핵심 표현들을 단계적으로 나누어서 답변하는 연습을 해보세요. '응용 표현들'을 활용해서 나에게 맞는 표현들로 나만의 스토리를 만들어 보세요.

Q Anh/Chị hãy giới thiệu về hàng xóm của anh/chị. Gần đây, anh/chị có gặp hàng xóm không? Anh/Chị đã nói chuyện gì với họ?

당신의 이웃을 소개해 주세요. 당신은 최근에 이웃을 만났나요? 그들과 어떤 대화를 나누었나요?

동네 분위기	Từ bây giờ, tôi sẽ nói về hàng xóm của tôi. Những người trong khu nhà chúng tôi rất thân thiện. Chúng tôi luôn chào nhau mỗi khi gặp nhau.
이웃 소개	Trong đó, cạnh nhà tôi là người hàng xóm thân với tôi nhất. Cô ấy hơi nhiều chuyện. Con của chúng tôi bằng tuổi nhau nên chúng tôi có nhiều điểm chung.
이웃과 나눈 대화 내용	Gần đây, chúng tôi đã gặp nhau và nói về kì nghỉ hè của các con. Vì chồng chúng tôi cũng thân nhau nên chúng tôi đã lên kế hoạch sẽ đi du lịch cùng nhau vào kì nghỉ hè.
마무리	Nơi trước đây tôi đã sống thì hàng xóm không thân thiện. Dù có gặp nhau cũng không chào nhau. Tôi nghĩ là hàng xóm của tôi có lẽ là hiểu nhau nhiều.

지금부터, 제 이웃에 대해 이야기하겠습니다. 우리 동네 사람들은 매우 친절합니다. 서로 만나면 항상 인사를 나눕니다. 그 중에서, 저의 옆집은 저와 가장 친한 이웃입니다. 그녀는 약간 수다스럽습니다. 아이의 나이가 같아서 공통점이 많습니다. 최근에, 만나서 아이들의 여름방학에 대해서 대화를 나눴습니다. 남편들과도 친해서 여름방학에 함께 여행할 계획을 세웠습니다. 전에 살았던 곳은 이웃들이 불친절했습니다. 서로 만나도 인사를 나누지 않았습니다. 제 생각에 저의 이웃들은 서로 소통을 많이 하는 것 같습니다.

새 단어

- hàng xóm 이웃
- khu nhà 동네
- chào 인사를 하다
- nhiều chuyện 수다스럽다
- điểm chung 공통점
- gần đây 최근에
- kì nghỉ hè 여름방학
- lên kế hoạch 계획을 세우다

🎧 03-6

만들어 보세요!

나만의 스토리를 만들어 보세요.

Từ bây giờ, tôi sẽ nói về hàng xóm của tôi. Những người trong khu nhà chúng tôi rất ① 이웃의 성격 . Chúng tôi luôn chào nhau mỗi khi gặp nhau. Trong đó, cạnh nhà tôi là người hàng xóm thân với tôi nhất. Cô ấy hơi ① 이웃의 성격 . Con của chúng tôi bằng tuổi nhau nên chúng tôi có nhiều điểm chung. Gần đây, chúng tôi đã gặp nhau và nói về kì nghỉ hè của các con. Vì chồng chúng tôi cũng thân nhau nên chúng tôi đã lên kế hoạch sẽ đi du lịch cùng nhau vào kì nghỉ hè. Nơi trước đây tôi đã sống thì hàng xóm ① 이웃의 성격 . Dù có gặp nhau cũng không chào nhau. Tôi nghĩ là hàng xóm của tôi có lẽ là ② 이웃에 대한 나의 생각 .

지금부터, 제 이웃에 대해 이야기하겠습니다. 우리 동네 사람들은 매우 ① . 서로 만나면 항상 인사를 나눕니다. 그중에서, 저의 옆집은 저와 가장 친한 이웃입니다. 그녀는 약간 ① . 아이의 나이가 같아서 공통점이 많습니다. 최근에, 만나서 아이들의 여름방학에 대해서 대화를 나눴습니다. 남편들과도 친해서 여름방학에 함께 여행할 계획을 세웠습니다. 전에 살았던 곳은 이웃들이 ① 했습니다. 서로 만나도 인사를 나누지 않았습니다. 제 생각에 저의 이웃들은 ② 것 같습니다.

응용 표현들

나에게 맞는 표현을 찾아서 위의 빈칸에 대입시켜 보세요.

① 이웃의 성격	· 관대한 hào phóng · 까다로운 khó tính · 무례한 vô lễ · 부끄러워하는 ngại ngùng, xấu hổ · 외향적인 hướng ngoại · 재미있는 thú vị · 조용한 im lặng
② 이웃에 대한 나의 생각	· 관심이 없다 không quan tâm · 싫어하다 ghét · 좋아하다 thích · 질투하다 ghen tị

※ 〈부록〉 기초 단어를 활용해서 더 다양한 표현을 만들어 보세요.

 컬러 부분의 어휘를 '기초 단어'와 '응용 어휘'를 활용해서 다양하게 적용해 보세요.

Vâng, tôi sẽ giới thiệu về hàng xóm của tôi. Tôi đang sống ở gần trường nên hàng xóm của tôi phần lớn là ①sinh viên trường tôi. Phần lớn đều sống một mình nên chúng tôi cùng nhau đi chợ, chia sẻ đồ đạc và sinh hoạt. Người hàng xóm gần đây tôi đã gặp là bà chủ nhà. Bà ấy đang sống trên ②tầng cao nhất ở nhà trọ của tôi. Mỗi khi gặp tôi, bà ấy luôn chào tôi với một nụ cười, và thỉnh thoảng bà ấy cũng mang cho tôi những món ăn ngon. Gần đây, chúng tôi đã nói chuyện về ③tiền thuê nhà. Nội dung là ③tiền thuê nhà sẽ tăng từ năm sau. Vì tôi đang đóng ③tiền thuê nhà rẻ hơn so với các bạn xung quanh nên tôi nghĩ điều đó là đương nhiên. Tôi dự định sẽ sống ở đây cho đến khi tốt nghiệp.

네, 제 이웃에 대해서 소개하겠습니다. 저는 학교 근처에서 생활하고 있어서 제 이웃들은 대부분 ①우리 학교 대학생들입니다. 대부분 1인 가구로 살기 때문에 우리는 함께 시장을 보고, 물건을 나누며 생활합니다. 제가 최근에 만난 이웃은 집주인 아주머니입니다. 그녀는 저의 ②빌라 꼭대기 층에 살고 계십니다. 마주칠 때마다, 웃는 얼굴로 인사해주시며, 가끔 맛있는 음식도 가져다주십니다. 최근에는, ③집세에 대해서 대화를 나눴습니다. 내년부터 ③집세가 오른다는 내용이었습니다. 주변 친구들에 비해 ③집세를 싸게 내고 있어서 당연하다고 생각했습니다. 저는 졸업할 때까지 이 집에서 살 계획입니다.

응용 어휘			
① 신혼부부 vợ chồng mới cưới		어르신 người lớn / người cao tuổi	
혼자 사는 사람 người sống một mình			
② 아랫층 tầng dưới	윗층 tầng trên		
③ 가스요금 tiền ga	세금 tiền thuế	수도요금 tiền nước	전기요금 tiền điện

새단어		
▫ phần lớn 대부분	▫ chủ nhà 집주인	▫ đóng tiền 돈을 내다
▫ chia sẻ 나누다	▫ tiền thuê nhà 집세	▫ đương nhiên 당연한
▫ đồ đạc 물건	▫ tăng 증가하다, 오르다	

주제에 관한 다양하고 유용한 표현들입니다. 자신에게 맞는 문장을 체크하고 재미있는 스토리를 만들어 보세요. 돌발 질문에도 당황하지 않고 나만의 표현력은 물론, 논리력에도 자신감이 생깁니다.

☐ 저희 동네는 매우 깨끗하고 안전합니다.

Khu phố của chúng tôi rất sạch và an toàn.

☐ 이기적인 사람들도 있습니다.

Cũng có những người ích kỉ.

☐ 그/그녀와 저는 나이 차이가 많이 나지만, 친하게 지냅니다.

Tôi và anh ấy/cô ấy tuy có chênh lệch nhiều về tuổi tác nhưng chúng tôi rất thân nhau.

☐ 저는 이웃들과 저녁에 공원에서 만납니다.

Tôi gặp những người hàng xóm ở công viên vào buổi tối.

☐ 저는 이웃들을 잘 알지 못합니다.

Tôi không biết rõ về những người hàng xóm.

☐ 이웃들은 모두 바쁩니다.

Những người hàng xóm rất bận.

☐ 우리는 카페에서 자주 수다를 떱니다.

Chúng tôi thường nói chuyện phiếm ở quán cà phê.

☐ 맛있는 음식을 할 때, 이웃들과 나눠 먹습니다.

Khi tôi nấu món ăn ngon, tôi thường chia sẻ cho hàng xóm.

☐ 최근에, 한 가족이 이사를 왔습니다.

Gần đây, có một gia đình đã chuyển đến.

☐ 저는 옆집 이웃과 다퉜습니다.

Tôi đã cãi nhau với hàng xóm ở cạnh nhà.

• 학습 순서

| 주제별 고득점 꿀팁 | ▶ | 주제별 질문 유형 한눈에 파악하기 | ▶ | 3단 콤보 답변 |

| 모범 답변 | ▶ | 질문 유형 집중 공략 | ▶ | 유용한 표현사전 10 |

↳ 3단 콤보 답변을 응용한
모범 답변을 제시해 줍니다.

출제 빈도가 높은 주제별 질문에 대한 콤보 형식의 답변들로 구성했습니다. 질문의 핵심을
파악하고, 답변에 대한 핵심 구조를 중심으로 응용 어휘를 활용해서 나에게 맞는 콤보 형식
의 답변을 만들어 보세요.

콤보 응용 편

Chương
4

여가활동

학습목표 출제경향
Background Survey에서 수험자들이 선택한 항목 중 자주 출제되는 질문들을 위주로 학습합니다. 항목 중 설명하기 어려운 영역이라면 설명하기 쉬운 영역을 선택하여 미리 연습하는 것이 유리합니다. 또한 여가활동과 취미 관심사를 연결해서 선택하면 조금 더 전략적이고 쉽게 접근할 수 있습니다. 예를 들어 콘서트 공연 보기와 음악 감상하기를 함께 준비하는 형식입니다. 여가활동에서는 여가활동에 대한 특징과 단순한 묘사도 중요하지만, 경험에 대한 에피소드들도 함께 준비하는 것이 좋습니다.

주제별 고득점 꿀팁 ⭐

Bài 1 영화 보기	✹ 영화를 자주 보러 가는 장소 → 그곳을 선호하는 이유 → 함께 가는 사람 ✹ 좋아하는 영화 장르 → 그 장르를 좋아하는 이유 → 기억에 남는 영화 및 영화배우
Bài 2 공연 보기	✹ 콘서트 및 공연을 보러 가는 장소 → 빈도 → 함께하는 사람 ✹ 기억에 남는 콘서트 및 공연 → 콘서트 및 공연의 내용 → 느낀 점 ☞ 취미의 음악 및 악기 연주 등과 같은 주제와 엮어서 전략적으로 준비합니다.
Bài 3 게임하기	✹ 게임을 시작하게 된 계기 → 게임을 함께하는 사람 → 느낀 점 ✹ 좋아하는 게임 장르 → 그 장르가 좋은 이유 → 게임을 하는 빈도
Bài 4 공원 가기	✹ 자주 가는 공원 묘사 → 그 공원을 자주 가는 이유 → 공원에 가서 하는 일 ✹ 공원에서 일어난 기억나는 에피소드 → 느낀 점
Bài 5 캠핑하기	✹ 캠핑에 필요한 준비물 → 캠핑장에서 하는 행동 → 캠핑 시 주의사항 ✹ 캠핑할 때 기억나는 에피소드 → 느낀 점

✱ Background Survey에서 해당 항목을 선택했을 경우, 자주 출제되는 콤보 형식의 질문 유형입니다.
빈출도 높은 질문 유형들을 익혀두고, 질문의 의도를 빠르게 파악할 수 있도록 학습해 보세요.

Bài 1 영화 보기	Anh/chị thích loại phim nào và lý do thích loại phim đó là gì? Bộ phim anh/chị nhớ nhất là gì? Anh/Chị hãy miêu tả về rạp chiếu phim mà anh/chị hay đi.
	당신은 어떤 장르의 영화를 좋아하고 그 이유는 무엇인가요? 당신이 가장 기억에 남는 영화는 무엇인가요? 당신이 자주 가는 영화관을 묘사해 주세요.
Bài 2 공연 보기	Gần đây nhất anh/chị đã đi xem buổi biểu diễn gì? Anh/Chị hãy nói về những hoạt động anh/chị đã làm trước và sau khi đi xem buổi biểu diễn. Hãy nói về buổi biểu diễn mà anh/chị nhớ nhất.
	당신이 최근에 본 공연은 무엇이었나요? 당신이 공연을 보러 가기 전과 후에 하는 활동에 대해 말해 주세요. 가장 기억에 남는 공연에 대해서 말해 주세요.
Bài 3 게임하기	Anh/Chị chủ yếu chơi game ở đâu và chơi với ai? Game mà anh/chị thích là gì? Hãy nói về game mà anh/chị đã chơi gần đây.
	당신은 주로 어디에서 누구와 게임을 하나요? 당신이 좋아하는 게임은 무엇인가요? 왜 그 게임을 좋아하나요? 당신이 최근에 한 게임에 대해서 이야기해 주세요.
Bài 4 공원 가기	Anh/Chị hãy nói về công viên mà anh/chị thích. Anh/Chị thường làm gì ở công viên? Hãy nói về trải nghiệm mà anh/chị nhớ tại công viên.
	당신이 좋아하는 공원에 대해서 말해 주세요. 보통 공원에서 무엇을 하나요? 공원에서 기억에 남는 경험에 대해 말해 주세요.
Bài 5 캠핑하기	Anh/Chị chuẩn bị gì trước khi đi cắm trại? Anh/Chị làm gì khi đi cắm trại? Hãy nói về chuyến cắm trại mà anh/chị nhớ.
	당신은 캠핑 가기 전에 어떤 것들을 준비하나요? 캠핑에 가서 어떤 것들을 하나요? 당신이 기억에 남는 캠핑에 대해서 이야기해 주세요.

영화 보기

> OPIc 시험에서는 콤보 형식으로 출제되는 경우가 많습니다. 주제별 답변에 대한 핵심 구조를 중심으로 응용 어휘를 활용한 콤보 형식의 답변을 연습해 보세요. 모범 답변을 활용해 나만의 스토리텔링도 만들어 보세요.

Q **Anh/Chị thích loại phim nào và lý do thích loại phim đó là gì? Bộ phim anh/chị nhớ nhất là gì? Anh/Chị hãy miêu tả về rạp chiếu phim mà anh/chị hay đi.**

당신은 어떤 장르의 영화를 좋아하고 그 이유는 무엇인가요? 당신이 가장 기억에 남는 영화는 무엇인가요? 당신이 자주 가는 영화관을 묘사해 주세요.

주제별 답변에 대한 핵심 구조를 중심으로 응용 어휘를 활용해서 콤보 형식의 답변을 익혀 보세요.

1 좋아하는 영화 장르

핵심 구조 좋아하는 영화 장르와 이유

① Tôi thích các thể loại phim đa dạng.
저는 다양한 영화 장르를 좋아합니다.

② Tôi thích phim hài nhất.
저는 코미디 영화를 가장 좋아합니다.

③ Bộ phim này rất thú vị.
이 영화는 매우 재미있습니다.

④ Khi xem phim thì tôi có thể cười nhiều.
영화를 볼 때 저는 많이 웃을 수 있습니다.

⑤ Khi xem phim hài thì tôi cảm thấy giải toả được căng thẳng.
코미디 영화를 볼 때 저는 스트레스가 해소되는 것을 느낍니다.

응용 어휘

②⑤ SF 영화 phim khoa học viễn tưởng	다큐멘터리 영화 phim tài liệu
액션 영화 phim hành động	판타지 영화 phim viễn tưởng
③ 감동적이다 cảm động	무섭다 sợ
지루하다 chán	흥미롭다 thú vị
④ 감동을 하다 xúc động, cảm động	눈물이 난다 chảy nước mắt
생각을 많이 하다 suy nghĩ nhiều	

② 기억에 남는 영화

① Khi còn nhỏ, tôi đã xem một bộ phim nổi tiếng với gia đình tôi.
어렸을 때, 저는 가족들과 유명한 영화 한 편을 보았습니다.

② Nhân vật chính của bộ phim là 'Leonardo Di Caprio' và 'Kate Winslet'.
'레오나르도 디카프리오'와 '케이트 윈슬렛'이 이 영화의 주인공입니다.

③ Tôi thích bối cảnh của bộ phim này.
저는 이 영화의 배경이 너무 좋습니다.

④ Sau khi xem bộ phim này tôi đã suy nghĩ về tình yêu và số phận.
이 영화를 보고 사랑과 운명에 대해 생각했습니다.

⑤ Bộ phim này nổi tiếng lắm nên không ai là không biết bộ phim này.
이 영화는 너무 유명해서 모르는 사람이 없습니다.

응용어휘			
	① 20살 때 khi tôi 20 tuổi	며칠 전에 mấy ngày trước	어제 hôm qua
	작년에 năm trước, năm ngoái		
	③ 등장인물 nhân vật xuất hiện	스토리 câu chuyện	음악 bài hát
	④ 가족 gia đình	삶 cuộc sống	우정 tình bạn

③ 영화 보러 가기 및 영화관 묘사

① Tôi đi xem phim mỗi cuối tuần.
저는 매주 주말마다 영화를 보러 갑니다.

② Tôi thường đi xem phim với bạn trai.
저는 보통 남자친구와 영화를 보러 갑니다.

③ Trong khi xem phim, tôi luôn luôn ăn bỏng ngô và uống nước ngọt.
영화를 보는 동안, 저는 항상 팝콘을 먹고 음료수를 마십니다.

④ Sau khi xem phim tôi thường nói chuyện về bộ phim với bạn trai.
영화를 본 후에 저는 보통 남자친구와 영화에 대해서 대화를 나눕니다.

⑤ Một bên rạp chiếu phim có nơi bán vé, bên khác có cửa hàng.
영화관 한쪽에는 매표소가 있고, 다른 쪽에는 매점이 있습니다.

응용어휘			
	① 1년에 한 번 1 năm 1 lần	한 달에 2번 hai lần một tháng	매달 mỗi tháng
	②④ 친한 친구 bạn thân	부모님 bố mẹ	언니/누나 chị gái
	오빠/형 anh trai	남동생 em trai	여동생 em gái
	③ 아무것도 먹지 않다 không ăn gì cả	영화에 집중하다 tập trung vào bộ phim	
	⑤ 대기실 phòng chờ	자동발권기 máy bán vé tự động	화장실 nhà vệ sinh (toilet)

콤보 형식의 답변을 활용해서 주제별 모범 답변을 제시합니다.

☐ **1단계** 좋아하는 영화 장르 ① + ② + ⑤ + ④ 🎧 04-3

Tôi thích các thể loại phim đa dạng. Tôi thường xem bộ phim đang công chiếu. Trong đó tôi thích phim hài nhất. Khi xem phim hài thì tôi cảm thấy giải tỏa được căng thẳng. Và khi xem phim thì tôi có thể cười nhiều. Trong thể loại phim hài tôi hay xem phim Hàn Quốc. Tôi ghét phim kinh dị nhất. Sau khi xem phim kinh dị thì tôi không thể ngủ được vì tôi liên tục suy nghĩ đến cảnh phim đó trong đầu.

저는 다양한 영화 장르를 좋아합니다. 저는 보통 흥행하는 영화들을 봅니다. 그중에서 저는 코미디 영화를 가장 좋아합니다. 코미디 영화를 볼 때 저는 스트레스가 해소되는 것을 느낍니다. 그리고 영화를 볼 때 저는 많이 웃을 수 있습니다. 코미디 영화 중 한국 영화를 즐겨 봅니다. 저는 공포영화를 가장 싫어합니다. 공포 영화를 보고 나면 그 장면이 계속 머릿속에서 생각이 나서 잠을 잘 수 없습니다.

☐ **2단계** 기억에 남는 영화 ① + ② + ④ + ③ 🎧 04-4

Khi còn nhỏ, tôi đã xem một bộ phim nổi tiếng với gia đình tôi. Bộ phim tên là 『Titanic』. Nhân vật chính của bộ phim là Leonardo Di Caprio và Kate Winslet. Nhân vật nam chính là người nghèo còn nhân vật nữ chính là người giàu có. Bộ phim này kể về tình yêu của hai nhân vật chính trên tàu Titanic. Bộ phim này dựa trên nền tảng một câu chuyện có thật. Sau khi xem bộ phim này tôi đã suy nghĩ về tình yêu và số phận. Tôi thích bối cảnh của bộ phim này. Mỗi khi tôi thấy những chiếc tàu lớn thì tôi nhớ đến bộ phim này. Khi còn nhỏ, sau khi xem bộ phim này tôi đã thích Leonardo Di Caprio. Bây giờ dù anh ấy hơi già nhưng vẫn đẹp trai. Tôi luôn luôn đi xem tất cả những phim anh ấy đóng.

어렸을 때, 저는 가족들과 유명한 영화 한 편을 보았습니다. 영화 제목은 『타이타닉』입니다. '레오나르도 디 카프리오'와 '케이트 윈슬렛'이 이 영화의 주인공입니다. 남자 주인공은 가난한 사람이고 여자 주인공은 부유한 사람입니다. 이 영화는 타이타닉 배 위에서 두 사람의 사랑 이야기입니다. 이 영화는 실화를 바탕으로 만든 영화입니다. 이 영화를 보고 사랑과 운명에 대해 생각했습니다. 저는 이 영화의 배경이 너무 좋습니다. 큰 배를 볼때마다 저는 이 영화가 생각납니다. 어렸을 때, 이 영화를 보고 저는 레오나르도 디카프리오가 좋아졌습니다. 비록 지금은 좀 늙어졌지만, 여전히 멋있습니다. 저는 그가 나오는 모든 영화를 항상 보러 갑니다.

☐ **3단계** 영화 보러 가기 및 영화관 묘사 ① + ② + ④   🎧 04-5

Tôi đi xem phim mỗi cuối tuần. Để tập trung vào phim hơn, chủ yếu tôi thường đi xem phim vào buổi tối. Tôi thường đi xem phim với bạn trai. Vì sở thích của bạn trai và tôi giống nhau. Tôi đi rạp chiếu phim gần nhà. Vì rạp chiếu phim có trong một trung tâm thương mại gần nhà nên tôi có thể đi mua sắm trước khi xem phim. Trước khi xem phim tôi thường ăn tối hay mua sắm. Màn hình và thiết bị âm thanh của rạp chiếu phim này rất tốt và to nên tôi có thể tập trung vào bộ phim. Sau khi xem phim tôi thường nói chuyện về bộ phim với bạn trai.

저는 매주 주말마다 영화를 보러 갑니다. 영화에 더 집중하기 위해서, 주로 저녁에 영화를 보러 갑니다. 저는 보통 남자친구와 영화를 보러 갑니다. 남자친구와 저의 취향이 비슷하기 때문입니다. 저는 집 근처의 영화관에 갑니다. 집 근처 쇼핑몰 안에 영화관이 있어서 영화를 보기 전에 쇼핑을 할 수 있습니다. 영화를 보기 전에 저는 보통 저녁을 먹거나 쇼핑을 합니다. 이 영화관의 화면과 사운드 시스템이 매우 좋고 커서 영화에 집중할 수 있습니다. 영화를 본 후에 저는 보통 남자친구와 영화에 대해서 대화를 나눕니다.

나만의 스토리를 만들어 보세요! 🐝

OPic 시험에서는 질문의 의도를 빠르게 파악하는 것이 매우 중요합니다. 익숙한 질문일수록, 당황하지 않고 자연스럽게 답변을 할 수 있습니다. 주제에 관한 다양한 질문 유형들을 반복해서 익히고 학습해 보세요.

1. Anh/Chị thường xem thể loại phim nào? Anh/Chị thích thể loại phim nào và ghét thể loại phim nào? Lý do là gì?

당신이 즐겨 보는 영화 장르는 무엇인가요? 어떤 영화 장르를 좋아하고 어떤 영화 장르를 싫어하나요? 그 이유는 무엇인가요?

2. Bộ phim anh/chị đã xem gần đây nhất là gì? Hãy nói chi tiết hơn về bộ phim đó. Anh/Chị đã có suy nghĩ gì khi xem bộ phim đó?

당신이 가장 최근에 본 영화는 무엇인가요? 영화에 대해 자세하게 이야기해 주세요. 그 영화를 보고 당신은 어떤 생각을 했나요?

3. Anh/Chị hãy nói về rạp chiếu phim mà gần đây anh/chị đã đi. Anh/Chị đã làm gì trước và sau khi đến rạp chiếu phim?

당신이 최근에 갔던 영화관에 대해서 말해 주세요. 영화관을 가기 전에 무엇을 했고 영화가 끝난 뒤에 무엇을 했나요?

4. Anh/Chị có thường xem phim ở rạp chiếu phim không? Anh/Chị đến rạp chiếu phim một tuần mấy lần hay một tháng mấy lần? Anh/Chị đi vào thời gian nào trong ngày? Anh/Chị thường đi với ai?

당신은 영화관에서 영화를 자주 봅니까? 일주일에 몇 번, 또는 한 달에 몇 번 영화관에 갑니까? 하루에 어느 시간대에 갑니까? 보통 누구와 같이 갑니까?

5. Anh/Chị nghĩ điểm khác nhau giữa phim ngày xưa và phim hiện nay là gì?

옛날 영화와 현재 영화의 차이점이 무엇이라고 생각합니까?

주제에 관한 다양하고 유용한 표현들입니다. 자신에게 맞는 문장을 체크하고 재미있는 스토리를 만들어 보세요. 돌발 질문에도 당황하지 않고 나만의 표현력은 물론, 논리력에도 자신감이 생깁니다.

☐ 저는 공포영화를 제외한 모든 영화를 좋아합니다.

Tôi thích các thể loại phim trừ phim kinh dị.

☐ 해피엔딩 영화를 보면 저도 기분이 좋아지는 것을 느낄 수 있습니다.

Nếu xem phim kết thúc có hậu thì tôi cũng thấy rất vui.

☐ 이 영화가 너무 재미있어서 웃음을 멈출 수 없었습니다.

Phim này rất hay nên tôi không thể nhịn cười.

☐ 영화 속에서 그녀의 연기는 매우 인상적이었습니다.

Diễn xuất của cô ấy trong bộ phim rất ấn tượng.

☐ 이 영화는 반전이 있습니다.

Phim này có sự đảo ngược tình thế.

☐ 저는 보통 영화관에서 혼자 심야영화를 봅니다.

Tôi thường xem phim chiếu suất khuya một mình ở rạp chiếu phim.

☐ 그 영화를 보고 저는 이 배우가 좋아졌습니다.

Sau khi xem phim tôi đã thích diễn viên này.

☐ 저는 보통 온라인으로 영화표를 예매합니다.

Tôi thường đặt vé xem phim trực tuyến.

☐ 이 노래/곡을 들으면 그 영화가 생각이 납니다.

Khi nghe bài hát này thì tôi nhớ đến bộ phim đó.

☐ 저는 영화 시작 15분 전에 도착하여 표와 팝콘을 삽니다.

Tôi đến trước khi phim bắt đầu 15 phút rồi mua vé và bỏng ngô.

공연 보기

OPIc 시험에서는 콤보 형식으로 출제되는 경우가 많습니다. 주제별 답변에 대한 핵심 구조를 중심으로 응용 어휘를 활용한 콤보 형식의 답변을 연습해 보세요. 모범 답변을 활용해 나만의 스토리텔링도 만들어 보세요.

Q Gần đây nhất anh/chị đã đi xem buổi biểu diễn gì? Anh/Chị hãy nói về những hoạt động anh/chị đã làm trước và sau khi đi xem buổi biểu diễn. Hãy nói về buổi biểu diễn mà anh/chị nhớ nhất.

당신이 최근에 본 공연은 무엇이었나요? 당신이 공연을 보러 가기 전과 후에 하는 활동에 대해 말해 주세요. 가장 기억에 남는 공연에 대해서 말해 주세요.

 3단 콤보 답변

주제별 답변에 대한 핵심 구조를 중심으로 응용 어휘를 활용해서 콤보 형식의 답변을 익혀 보세요.

① 최근에 본 공연

핵심 구조 공연을 보는 시기, 공연자, 동행인, 공연장 묘사 및 관람 소감

① Có một buổi biểu diễn mà tôi đi xem vào cuối năm.
저는 연말에 보러 가는 공연이 있습니다.

② Buổi biểu diễn đó là buổi biểu diễn của 'PSY', ca sĩ nổi tiếng của Hàn Quốc.
그 공연은 한국의 유명한 가수 '싸이'의 공연입니다.

③ Tôi thường đi xem buổi biểu diễn với bạn bè.
저는 보통 친구들과 함께 공연을 보러 갑니다.

④ Hệ thống âm thanh ở nơi biểu diễn rất tốt.
공연장의 음향 시스템이 매우 좋습니다.

⑤ Buổi biểu diễn luôn cảm động.
공연은 항상 감동적입니다.

응용 어휘			
① 1년에 한 번 1 năm 1 lần	5월 tháng 5	가끔 thỉnh thoảng	
기분이 우울할 때 khi buồn	매달 mỗi tháng	주말 cuối tuần	
② 유명한 가수 ca sĩ nổi tiếng	유명한 배우 diễn viên nổi tiếng		
음악가 nhạc sĩ	인기있는 밴드 nhóm nhạc được yêu thích		
③ 가족 gia đình	남자친구 bạn trai	동료 đồng nghiệp	
동생들 các em	여자친구 bạn gái		

❷ 관람 전과 후에 하는 행동

핵심 구조 준비물, 관람 전과 후에 하는 행동

① Tôi đặt vé online.
저는 온라인으로 티켓을 예매합니다.

② Tôi chuẩn bị nước và đồ ăn vặt trước khi đến nơi biểu diễn.
저는 공연장에 가기 전에 물과 간식을 준비합니다.

③ Tôi đến nơi biểu diễn và lấy vé, rồi đi vào nơi biểu diễn.
저는 공연장에 가서 티켓을 찾고, 그 다음에 공연장에 입장합니다.

④ Sau khi xem buổi biểu diễn, tôi và bạn bè đi ăn cơm hoặc đi uống cà phê rồi chia tay nhau.
공연을 즐기고 나서, 친구들과 밥을 먹으러 가거나 커피를 마시고 헤어집니다.

⑤ Tôi nhận chữ kí của ca sĩ đó sau khi xem buổi biểu diễn.
저는 공연 관람 후에 그 가수의 사인을 받습니다.

응용 어휘
② 수건 khăn tay   운동화 giày thể thao   카메라 máy ảnh   필기도구 dụng cụ ghi chép
③ 자리를 선택한다 chọn chỗ ngồi   티켓을 사다 mua vé   화장실을 간다 đi vệ sinh
④ 공연에 대해 이야기를 나누다 nói chuyện về buổi biểu diễn
홈페이지에 감상평을 남기다 viết bài cảm nhận trên trang chủ

❸ 기억에 남는 공연

핵심 구조 기억에 남는 공연, 공연장 느낌, 관람 소감

① Buổi biểu diễn mà tôi nhớ nhất là buổi biểu diễn nhạc kịch nổi tiếng.
제가 기억에 남는 공연은 유명한 뮤지컬 공연입니다.

② Nơi biểu diễn đó rất lớn.
그 공연장은 매우 컸습니다.

③ Sau ngày hôm đó tôi đã thích diễn viên đó.
그날 이후로 저는 그 배우가 좋아졌습니다.

④ Buổi biểu diễn đó rất cảm động.
그 공연은 매우 감동적이었습니다.

⑤ Tôi ước sẽ lại có cơ hội để đi xem buổi biểu diễn đó.
저는 그 공연을 볼 기회가 또 있었으면 좋겠습니다.

응용 어휘
① 개그맨 공연 buổi biểu diễn của nghệ sĩ hài   아이돌 공연 buổi biểu diễn của idol
② 깨끗하다 sạch sẽ   웅장하다 hùng tráng   쾌적하다 dễ chịu   현대적이다 hiện đại
④ 슬픈 buồn   아름다운 đẹp   웃긴 buồn cười   재미있는 thú vị

1단계 최근에 본 공연 ① + ② + ③ 🎧 04-8

Có một buổi biểu diễn mà tôi đi xem vào cuối năm. Buổi biểu diễn đó là buổi biểu diễn của 'PSY', ca sĩ nổi tiếng của Hàn Quốc. Tôi thường đi xem buổi biểu diễn với bạn bè. Vì luôn có buổi biểu diễn này vào tháng 12 nên tôi đi xem buổi biểu diễn với cảm giác như đã kết thúc một năm. Buổi biểu diễn được tiến hành từ 12 giờ đêm đến sáng sớm. Nơi biểu diễn là ở Seoul nên giao thông rất tiện lợi. Tuy buổi biểu diễn tổ chức vào mùa đông nhưng khi chạy chơi và hát ở bên trong đó thì cảm giác giống như mùa hè vậy. Tôi luôn thấy căng thẳng được giải tỏa sau khi xem buổi biểu diễn này.

저는 연말에 보러 가는 공연이 있습니다. 그 공연은 한국의 유명한 가수 '싸이'의 공연입니다. 저는 보통 친구들과 함께 공연을 보러 갑니다. 12월에 항상 이 공연이 있어서 한 해를 마무리하는 느낌으로 공연을 보러 갑니다. 공연은 밤 12시부터 새벽까지 진행이 됩니다. 공연장은 서울에 위치해 있어서 교통이 편리합니다. 겨울에 공연을 하지만 그 안에서 뛰어놀고 노래 부르다 보면 여름 같은 느낌이 듭니다. 이 공연을 보고 나면 항상 스트레스가 풀립니다.

2단계 관람 전과 후에 하는 행동 ② + ③ + ④ 🎧 04-9

Tôi mua vé trước khi đi xem buổi biểu diễn. Nếu là ngày mua vé online, tôi phải vội vàng mua vé vì những buổi biểu diễn nổi tiếng bán hết vé rất nhanh. Tôi chuẩn bị nước và đồ ăn vặt trước khi đến nơi biểu diễn. Tôi đến nơi biểu diễn và lấy vé, rồi đi vào nơi biểu diễn. Nếu buổi biểu diễn bắt đầu thì tôi chụp ảnh. Sau khi xem buổi biểu diễn, tôi và bạn bè đi ăn cơm hoặc đi uống cà phê rồi chia tay nhau. Vào ngày biểu diễn, vì có nhiều người kéo đến nên phức tạp, nhưng tôi luôn cảm thấy căng thẳng được giải tỏa.

저는 공연을 보러 가기 전에 티켓을 구매합니다. 인터넷으로 티켓을 끊는 날이면, 인기 있는 공연들은 빨리 매진이 되기 때문에 서둘러야 합니다. 공연장에 가기 전에 물과 간식을 준비합니다. 공연장에 가서 티켓을 찾고, 그 다음에 공연장에 입장합니다. 공연이 시작되면 사진을 찍습니다. 공연을 즐기고 나서, 친구들과 밥을 먹으러 가거나 커피를 마시고 헤어집니다. 공연하는 날은, 사람들이 많이 몰리기 때문에 복잡하지만, 항상 스트레스가 풀리는 것을 느낍니다.

□ **3단계** 기억에 남는 공연 ① + ② + ④ 　　　　　🎧 04-10

Buổi biểu diễn mà tôi nhớ nhất là buổi biểu diễn nhạc kịch nổi tiếng. Mấy năm trước, tôi đã xem buổi biểu diễn 『Mamma Mia』. Vì đây là một tác phẩm rất nổi tiếng với cả phim điện ảnh nữa nên tôi thấy hồi hộp hơn. Tôi đã đi xem buổi biểu diễn với bạn gái. Nơi biểu diễn gần nhà tôi nên rất tốt. Nơi biểu diễn đó rất lớn. Tất cả các buổi biểu diễn đều tiến hành bằng tiếng Anh, nhưng vì là nội dung mà tôi đã biết trước nên rất dễ hiểu. Buổi biểu diễn đó rất cảm động. Những bài hát và ánh sáng của buổi biểu diễn đó rất tốt. Mấy năm sau, đã có phim điện ảnh về câu chuyện thứ 2 của Mamma Mia nhưng tôi không thấy cảm động giống như buổi biểu diễn đó.

제가 가장 기억에 남는 공연은 유명한 뮤지컬 공연입니다. 몇 년 전, 『맘마미아』라는 공연을 보았습니다. 영화로도 유명한 작품이어서 더 설레었습니다. 저는 여자친구와 함께 공연을 보러 갔습니다. 공연장은 집에서 가까워서 좋았습니다. 그 공연장은 매우 컸습니다. 모든 공연이 영어로 진행되었지만, 이미 알고 있는 내용이라서 이해하기 쉬웠습니다. 그 공연은 매우 감동적이었습니다. 그 공연의 노래와 조명이 너무 좋았습니다. 몇 년 후에, 영화로 맘마미아 두 번째 이야기가 나왔지만, 그 콘서트만큼 감동을 느끼지 못했습니다.

나만의 스토리를 만들어 보세요! 🐝

OPIc 시험에서는 질문의 의도를 빠르게 파악하는 것이 매우 중요합니다. 익숙한 질문일수록, 당황하지 않고 자연스럽게 답변을 할 수 있습니다. 주제에 관한 다양한 질문 유형들을 반복해서 익히고 학습해 보세요.

1. Anh/Chị thích thể loại biểu diễn/hòa nhạc nào?
Vì sao anh/chị thích buổi biểu diễn đó?

당신이 좋아하는 공연/콘서트의 장르는 무엇인가요? 왜 그 공연을 좋아하나요?

---

2. Anh/Chị làm gì trước và sau khi xem buổi biểu diễn/hòa nhạc?
Hãy nói chi tiết hơn.

당신은 공연/콘서트를 관람하기 전과 후에 무엇을 하나요? 구체적으로 이야기해 주세요.

---

3. Anh/Chị có trải nghiệm gì không thể quên được tại buổi biểu diễn/hòa nhạc không? Đó là gì?

당신은 공연/콘서트에서 있었던 잊지 못할 경험이 있나요? 무엇인가요?

---

4. Anh/Chị có thường đi xem buổi biểu diễn/hòa nhạc không?
Anh/Chị thường đi với ai? Anh/Chị thường đi khi nào?

당신은 얼마나 자주 공연/콘서트를 관람하러 가나요? 보통 누구와 함께 가나요? 언제 가나요?

---

5. Anh/Chị có từng lỡ mất cơ hội đi xem buổi biểu diễn/hòa nhạc mà anh/chị yêu thích không? Lý do lỡ mất cơ hội đó là gì?

당신은 좋아하는 공연/콘서트 관람 기회를 놓친 적이 있나요? 놓친 이유는 무엇인가요?

주제에 관한 다양하고 유용한 표현들입니다. 자신에게 맞는 문장을 체크하고 재미있는 스토리를 만들어 보세요. 돌발 질문에도 당황하지 않고 나만의 표현력은 물론, 논리력에도 자신감이 생깁니다.

☐ 보통, 저는 스탠딩석에서 공연을 즐깁니다.

Bình thường, tôi tận hưởng buổi biểu diễn ở khu đứng.

☐ 저는 직접 매표소에 가서 티켓을 구매합니다.

Tôi trực tiếp đến quầy vé và mua vé.

☐ 저는 소극장에서의 공연을 좋아합니다.

Tôi thích những buổi biểu diễn ở rạp hát nhỏ.

☐ 관객들과 소통을 하며 공연합니다.

Họ giao tiếp với khán giả và biểu diễn.

☐ 저는 맨 앞에 앉아서 공연 보는 것을 좋아합니다.

Tôi thích ngồi ở trên cùng và xem biểu diễn.

☐ 저는 그 공연을 보며 웃고 울었습니다.

Tôi đã khóc và cười khi xem buổi biểu diễn đó.

☐ 저는 사람들과 공연에 대해 이야기를 나눕니다.

Tôi nói chuyện với mọi người về buổi biểu diễn.

☐ 공연이 끝나고 인터넷으로 감상평을 봅니다.

Sau khi kết thúc buổi biểu diễn, tôi xem bài cảm nhận trên internet.

☐ 저는 이곳에서 다른 공연들을 더 보고 싶습니다.

Tôi muốn xem những buổi biểu diễn khác ở nơi này.

☐ 저는 티켓 구매를 못 했습니다.

Tôi đã không thể mua được vé.

🎧 04-12

게임하기

OPIc 시험에서는 콤보 형식으로 출제되는 경우가 많습니다. 주제별 답변에 대한 핵심 구조를 중심으로 응용 어휘를 활용한 콤보 형식의 답변을 연습해 보세요. 모범 답변을 활용해 나만의 스토리텔링도 만들어 보세요.

Q **Anh/Chị chủ yếu chơi game ở đâu và chơi với ai? Game mà anh/chị thích là gì? Hãy nói về game mà anh/chị đã chơi gần đây.**

당신은 주로 어디에서 누구와 게임을 하나요? 당신이 좋아하는 게임은 무엇인가요? 왜 그 게임을 좋아하나요? 당신이 최근에 한 게임에 대해서 이야기해 주세요.

 3단 콤보 답변

주제별 답변에 대한 핵심 구조를 중심으로 응용 어휘를 활용해서 콤보 형식의 답변을 익혀 보세요.

① 게임하기

 게임하는 장소, 그 장소에서 게임하는 이유, 함께하는 사람

① Tôi thường chơi game ở quán net.
저는 보통 PC방에서 게임을 합니다.

② Vì nếu chơi game ở quán net thì có thể chơi cùng bạn bè.
PC방에서 게임을 하면 친구들과 함께할 수 있기 때문입니다.

③ Tôi chơi game bằng điện thoại.
저는 핸드폰으로 게임을 합니다.

④ Và dạo này, ở quán net cũng bán nhiều món ăn ngon nên tôi đến đó và chơi game.
그리고 요즘, PC방에는 맛있는 음식도 팔기 때문에 그곳에 가서 게임을 합니다.

⑤ Dù không đi cùng với bạn bè nhưng có thể gặp và chơi game với những người chơi game online.
친구들과 함께 가지 않더라도 온라인에서 게임하는 사람들을 만날 수 있고 함께 게임을 합니다.

응용어휘			
①②	집 nhà	친구의 집 nhà của bạn	
②	언제든지 할 수 있다 có thể chơi bất kì lúc nào		집중할 수 있다 có thể tập trung
	편안하게 할 수 있다 có thể chơi thoải mái		

② 좋아하는 게임

핵심 구조 좋아하는 게임의 종류와 이유, 게임 설명

① Tôi thích game RPG.

저는 RPG 게임을 좋아합니다.

② Game này là game đào tạo nhân vật.

이 게임은 캐릭터를 키우는 게임입니다.

③ Đây là game lấy vật phẩm rồi nâng cao khả năng chiến đấu của nhân vật.

아이템을 얻어서 캐릭터의 전투력을 높이는 게임입니다.

④ Tôi chơi game này được 3 năm rồi.

저는 이 게임만 3년째 하고 있습니다.

⑤ Tôi cảm thấy thú vị khi nhìn hình ảnh nhân vật tiến hóa.

저는 캐릭터가 진화하는 모습을 보며 재미를 느낍니다.

응용어휘
① 미니 카드 thẻ mini   스포츠 thể thao   총싸움 đấu súng   퍼즐 ghép hình
② 운전을 하는 lái xe   적을 죽이는 giết quân địch
   퀴즈를 푸는 giải câu đố   퍼즐을 맞추는 ghép hình
③ 상대를 이겨서 thắng đối phương   상대를 죽여서 giết đối phương
   집을 지어서 xây nhà

③ 최근 게임을 했던 경험

핵심 구조 최근 게임을 했던 에피소드

① Gần đây, tôi đã mua máy tính ở nhà để chơi game.

최근에, 저는 게임을 하기 위해 집에 컴퓨터를 샀습니다.

② Tôi cùng bạn bè tụ tập lại và bắt đầu chơi game.

친구들과 다 함께 모여 게임을 시작했습니다.

③ Lúc đầu tôi đã bị thua trong game nên tôi không thấy thú vị.

처음에는 제가 게임에 져서 너무 재미없었습니다.

④ Tôi đã rất mệt.

저는 매우 피곤했습니다.

⑤ Hiện nay, để chơi game một cách lành mạnh, tôi quy định thời gian chơi game.

현재, 건전한 게임을 하기 위해서 시간을 정해놓고 게임을 합니다.

응용어휘
① 친구들과 pc방에 가다 đến quán net với bạn bè   친구들에게 연락하다 liên lạc với bạn bè
④ 웃기는 buồn cười   재미있는 thú vị   화가 나는 nóng giận
   흥겨운 hứng thú, hào hứng

☐ **1단계** 게임하기 ① + ② + ④ + ⑤ 🎧 04-13

Tôi thường chơi game ở quán net. Vì nếu chơi game ở quán net thì có thể chơi cùng bạn bè. Và dạo này, ở quán net cũng bán nhiều món ăn ngon nên tôi đến đó và chơi game. Tôi chơi game vào cuối tuần. Nếu chơi game thì một lần tôi thường chơi khoảng 3~4 tiếng. Dù không đi cùng với bạn bè nhưng có thể gặp và chơi game với những người chơi game online.

저는 보통 PC방에서 게임을 합니다. PC방에서 게임을 하면 친구들과 함께할 수 있기 때문입니다. 그리고 요즘, PC방에는 맛있는 음식도 팔기 때문에 그곳에 가서 게임을 합니다. 저는 주말에 게임을 합니다. 게임을 한번 하면 보통 3~4시간 정도 게임을 하는 편입니다. 친구들과 함께 가지 않더라도 온라인에서 게임하는 사람들을 만나서 함께 게임을 합니다.

☐ **2단계** 좋아하는 게임 ① + ② + ③ + ⑤ 🎧 04-14

Tôi thích game RPG. Game này là game đào tạo nhân vật. Đây là game lấy vật phẩm rồi nâng cao khả năng chiến đấu của nhân vật. Game này có thể chơi liên tục mà không giới hạn về thời gian. Tôi cảm thấy thú vị khi nhìn hình ảnh nhân vật tiến hóa.

저는 RPG 게임을 좋아합니다. 이 게임은 캐릭터를 키우는 게임입니다. 아이템을 얻어서 캐릭터의 전투력을 높이는 게임입니다. 이 게임은 시간제한 없이 연속적으로 할 수 있습니다. 저는 캐릭터가 진화하는 모습을 보며 재미를 느낍니다.

3단계 최근 게임을 했던 경험 ① + ③ + ④ + ⑤   🎧 04-15

Gần đây, tôi đã mua máy tính ở nhà để chơi game. Tôi đã rất vui vào ngày máy tính được giao đến. Ngày đó, tôi đã truy cập vào game và bắt đầu chơi. Lúc đầu tôi đã bị thua trong game nên tôi không thấy thú vị. Nhưng thời gian trôi qua và tôi bắt đầu thắng liên tục. Khi tôi nghĩ là phải ngừng lại và tắt máy tính, tôi mới biết rằng tôi đã thức trắng đêm. Tôi đã rất mệt. Hiện nay, để chơi game một cách lành mạnh, tôi quy định thời gian chơi game.

최근에, 저는 게임을 하기 위해 집에 컴퓨터를 샀습니다. 컴퓨터가 배달 온 날 저는 너무 신이 났습니다. 저는 그날 게임에 접속해서 게임을 시작했습니다. 처음에는 제가 게임에 져서 너무 재미없었습니다. 하지만, 시간이 지나고 저는 계속 이기기 시작했습니다. 그만해야겠다고 생각하고 컴퓨터를 껐을 때, 저는 밤을 새웠다는 것을 알았습니다. 저는 매우 피곤했습니다. 현재, 건전한 게임을 하기 위해서 시간을 정해놓고 게임을 합니다.

나만의 스토리를 만들어 보세요! 🐝

 🎧 04-16

OPIc 시험에서는 질문의 의도를 빠르게 파악하는 것이 매우 중요합니다. 익숙한 질문일수록, 당황하지 않고 자연스럽게 답변을 할 수 있습니다. 주제에 관한 다양한 질문 유형들을 반복해서 익히고 학습해 보세요.

1. Lý do anh/chị thích game là gì? Anh/Chị thích game từ khi nào?

당신이 게임을 좋아하게 된 계기는 무엇인가요? 언제부터 게임을 좋아했나요?

2. Anh/Chị hãy nói về game mà anh/chị thích. Có những nhân vật nào?

당신이 좋아하는 게임에 대해서 이야기해 주세요. 어떤 캐릭터들이 있나요?

3. Anh/Chị làm gì trước và sau khi chơi game?

당신은 게임을 하기 전과 후에 무엇을 하나요?

4. Điểm khác nhau giữa việc chơi game một mình và việc cùng chơi với những người khác là gì?

혼자 게임을 하는 것과 다른 사람들과 함께할 때의 차이점은 무엇인가요?

5. Anh/Chị hãy nói về điểm tốt và điểm không tốt của việc chơi game.

게임하기 좋은 점과 안 좋은 점에 대해서 이야기해 주세요.

주제에 관한 다양하고 유용한 표현들입니다. 자신에게 맞는 문장을 체크하고 재미있는 스토리를 만들어 보세요. 돌발 질문에도 당황하지 않고 나만의 표현력은 물론, 논리력에도 자신감이 생깁니다.

☐ 저는 마이크로 대화를 하며 게임을 합니다.

Tôi nói chuyện bằng micro và chơi game.

☐ 저는 친구들과 볼링이나 당구를 칩니다.

Tôi chơi bowling hoặc bi-a với bạn bè.

☐ 우리는 편을 나누어 내기를 했습니다.

Chúng tôi chia phe và đánh cược.

☐ 이것은 주사위를 던져서 하는 게임입니다.

Đây là trò chơi tung xúc xắc và chơi.

☐ 요즘, 저는 이 게임에서 항상 이깁니다.

Dạo này, tôi luôn chiến thắng trong trò chơi này.

☐ 저는 게임의 스토리를 알아가면서 빠지기 시작했습니다.

Tôi tìm hiểu về câu chuyện của game và bắt đầu thích nó.

☐ 핸드폰 게임은 남녀노소 좋아하는 것 같습니다.

Có lẽ là nam nữ già trẻ đều thích game trên điện thoại.

☐ 저는 게임을 하면서 웃고 떠들고 스트레스를 풉니다.

Tôi vừa chơi game vừa cười nói và giải tỏa căng thẳng.

☐ 어렸을 때, 저는 오빠와 비디오 게임을 많이 했습니다.

Khi còn nhỏ, tôi và anh trai đã chơi nhiều video game.

☐ 게임을 할 때마다, 부모님은 잔소리를 했습니다.

Mỗi khi tôi chơi game, bố mẹ tôi lại cằn nhằn.

공원 가기

OPIc 시험에서는 콤보 형식으로 출제되는 경우가 많습니다. 주제별 답변에 대한 핵심 구조를 중심으로 응용 어휘를 활용한 콤보 형식의 답변을 연습해 보세요. 모범 답변을 활용해 나만의 스토리텔링도 만들어 보세요.

Q Anh/Chị hãy nói về công viên mà anh/chị thích. Anh/Chị thường làm gì ở công viên? Hãy nói về trải nghiệm mà anh/chị nhớ tại công viên.

당신이 좋아하는 공원에 대해서 말해 주세요. 보통 공원에서 무엇을 하나요? 공원에서 기억에 남는 경험에 대해 말해 주세요.

 3단 콤보 답변

주제별 답변에 대한 핵심 구조를 중심으로 응용 어휘를 활용해서 콤보 형식의 답변을 익혀 보세요.

좋아하는 공원

핵심 구조 좋아하는 공원 묘사, 좋아하는 이유

① Công viên mà tôi thích nhất là công viên ở gần nhà tôi.
제가 가장 좋아하는 공원은 우리 집 근처에 있는 공원입니다.

② Tôi thường đến công viên.
저는 공원에 자주 갑니다.

③ Ở công viên có nhiều cây.
공원에는 많은 나무들이 있습니다.

④ Có nhiều người đến công viên để đi dạo.
산책하러 온 사람들이 많습니다.

⑤ Nếu ở công viên thì tôi thấy lòng mình thoải mái.
공원에 있으면 마음이 상쾌합니다.

응용 어휘			
	① 바닷가 근처 gần bãi biển	산 근처 gần núi	서울 도심 trung tâm Seoul
	아파트 근처 gần chung cư	역 근처 gần ga tàu	
	② 가끔 thỉnh thoảng	매일 mỗi ngày	항상 luôn luôn
	⑤ 기분이 좋다 tâm trạng tốt, vui	스트레스가 풀리다 căng thẳng được giải tỏa	
	건강해지다 khỏe hơn		

❷ 공원에서 하는 일

공원에서 하는 일, 공원에 있는 사람들이 하는 일

① Nhiều người đến công viên vào cuối tuần.

주말에는 많은 사람이 공원으로 옵니다.

② Tôi dựng lều ở công viên và đọc sách.

저는 공원에서 텐트를 치고 책을 읽습니다.

③ Có thể đi xe đạp và ăn những món ăn ngon ở công viên.

공원에서는 자전거도 탈 수 있고 맛있는 음식도 먹을 수 있습니다.

④ Trong đó, việc mà tôi thích nhất là ăn gà rán và uống bia với bạn bè ở công viên.

그중에서, 제가 제일 좋아하는 일은 공원에서 친구들과 치킨과 맥주를 먹는 일입니다.

⑤ Tôi tham quan chợ được mở ở công viên.

저는 공원에서 열리는 마켓을 구경합니다.

응용어휘		
① 아침 buổi sáng	저녁 buổi tối	공휴일 ngày nghỉ lễ
③ 강아지 산책시키기 dắt chó đi dạo	농구하기 chơi bóng rổ	사람 구경하기 ngắm người
사진 찍기 chụp ảnh	운동하기 tập thể dục	책 읽기 đọc sách

❸ 공원에서 기억에 남는 경험

공원에서 있었던 기억, 기억에 남는 이유, 느낀 점

① Vào mùa hè năm ngoái, tôi và bạn bè đã đến công viên.

작년 여름에, 저는 친구들과 공원에 갔습니다.

② Tôi đã đua xe đạp.

자전거 경주를 했습니다.

③ Nhưng bất ngờ trời đổ mưa rào.

그런데 갑자기 소나기가 내렸습니다.

④ Tôi tình cờ gặp bạn tôi.

저는 제 친구와 우연히 마주쳤습니다.

⑤ Tuy rất mệt nhưng tôi không thể quên được lúc đó.

힘들었지만, 그때를 잊을 수가 없습니다.

응용어휘		
① 2년 전 hai năm trước	2일 전 hai ngày trước	어제 hôm qua
작년 봄 mùa xuân năm ngoái	작년 가을 mùa thu năm ngoái	
작년 겨울 mùa đông năm ngoái		
② 농구 경기 trận bóng rổ	배드민턴을 치다 đánh cầu lông	
수영 대회 cuộc thi bơi lội	축구 경기 trận bóng đá	
③ 눈 tuyết	비 mưa	

콤보 형식의 답변을 활용해서 주제별 모범 답변을 제시합니다.

☐ **1단계** 좋아하는 공원 ① + ② + ⑤　　　　　🎧 04-18

Công viên mà tôi thích nhất là công viên ở gần nhà tôi. Đi bộ từ nhà tôi chỉ mất 10 phút. Tôi thường đến công viên. Vào mùa hè, tôi đến công viên vào mỗi tối rồi chạy bộ hay đi dạo. Nếu ở công viên thì tôi thấy lòng mình thoải mái. Ở công viên có đường chạy xe đạp rất tốt, và các cửa hàng cũng rất tốt.

제가 가장 좋아하는 공원은 우리 집 근처에 있는 공원입니다. 집에서 걸어서 10분밖에 걸리지 않습니다. 저는 공원에 자주 갑니다. 여름에는 저녁마다 공원에 가서 조깅하거나 산책을 합니다. 공원에 있으면 마음이 상쾌합니다. 공원에는 자전거 트랙이 잘 되어있고, 매점도 잘 되어있습니다.

☐ **2단계** 공원에서 하는 일 ① + ③ + ④　　　　　🎧 04-19

Vâng, tôi thường đến công viên vào mỗi cuối tuần. Nhiều người đến công viên vào cuối tuần. Có thể đi xe đạp và ăn những món ăn ngon ở công viên. Trong đó, việc mà tôi thích nhất là ăn gà rán và uống bia với bạn bè ở công viên. Nói chuyện với bạn bè và ăn gà rán là điều thú vị nhất. Vào mùa hè, tôi thường ở đó từ sáng đến tối. Vào mùa hè, vì có nhiều người đến đó nên cũng có lúc không có chỗ.

네, 저는 주말마다 공원에 갑니다. 주말에는 많은 사람이 공원으로 옵니다. 공원에서는 자전거도 탈 수 있고 맛있는 음식도 먹을 수 있습니다. 그중에서, 제가 제일 좋아하는 일은 공원에서 친구들과 치킨과 맥주를 먹는 일입니다. 친구들과 대화를 나누며 치킨을 먹는 것이 가장 재미있습니다. 여름에는, 아침부터 저녁까지 그곳에 있으며 시간을 보냅니다. 여름에는, 너무 많은 사람들이 와서 자리가 없을 때도 있습니다.

□ **3 단계** 공원에서 기억에 남는 경험 ① + ③ + ⑤ 🎧 04-20

Vào mùa hè năm ngoái, tôi và bạn bè đã đến công viên. Tôi dựng lều và cùng các bạn gói đồ ăn rồi mang đến và chúng tôi chuẩn bị ăn. Nhưng bất ngờ trời đổ mưa rào. Chúng tôi đã vào trong lều nhưng vì lều bị dột nên chúng tôi bị mắc mưa. May mắn là mưa rào tạnh nhanh, nhưng vì thức ăn chúng tôi gói mang đến và quần áo đều bị ướt nên rất lộn xộn. Sau khi tôi và các bạn dọn dẹp, chúng tôi đành phải về nhà. Tuy rất mệt nhưng tôi không thể quên được lúc đó.

작년 여름에, 저는 친구들과 공원에 갔습니다. 텐트를 치고 친구들과 음식을 포장해와서 먹으려고 준비를 하고 있었습니다. 그런데 갑자기 소나기가 내렸습니다. 우리는 텐트 안으로 들어갔지만, 텐트에 비가 새서 비를 맞고 있었습니다. 다행히 소나기가 빨리 그쳤지만, 우리가 포장해온 음식들과 옷이 젖어서 엉망이 되었습니다. 친구들과 함께 정리를 한 뒤에, 집으로 올 수밖에 없었습니다. 힘들었지만, 그때를 잊을 수가 없습니다.

나만의 스토리를 만들어 보세요! 🐝

OPlc 시험에서는 질문의 의도를 빠르게 파악하는 것이 매우 중요합니다. 익숙한 질문일수록, 당황하지 않고 자연스럽게 답변을 할 수 있습니다. 주제에 관한 다양한 질문 유형들을 반복해서 익히고 학습해 보세요.

1. Anh/Chị chủ yếu thường làm gì ở công viên? Hãy nói về một ngày của anh/chị ở công viên.

당신은 주로 공원에서 무엇을 하며 시간을 보내나요? 공원에서 보내는 일상에 대해 말해 주세요.

---

2. Anh/Chị có thường đi công viên không? Anh/Chị đi với ai? Anh/Chị đến đó để làm gì?

당신은 얼마나 자주 공원에 가나요? 누구와 가나요? 무엇을 하러 가나요?

---

3. Anh/Chị hãy miêu tả về công viên mà anh/chị nhớ nhất. Vì sao anh/chị lại nhớ đến công viên đó?

당신이 가장 기억에 남는 공원에 대해서 묘사해 주세요. 그 공원이 왜 기억에 남나요?

---

4. Anh/Chị hãy nói về một việc thú vị ở công viên. Việc đó xảy ra ở đâu và khi nào? Lúc đó, anh/chị đang làm gì?

공원에서 재미있었던 일에 대해 이야기해 주세요. 어디에서 그리고 언제 그 일이 일어났나요? 그때 당신은 무엇을 하고 있었나요?

---

5. Anh/Chị hãy miêu tả về những người ở công viên. Những người đó làm gì ở công viên?

공원에 있는 사람들에 대해 묘사해 주세요. 공원에서 그 사람들이 무엇을 하나요?

주제에 관한 다양하고 유용한 표현들입니다. 자신에게 맞는 문장을 체크하고 재미있는 스토리를 만들어 보세요. 돌발 질문에도 당황하지 않고 나만의 표현력은 물론, 논리력에도 자신감이 생깁니다.

☐ 저는 혼자 공원에 가는 것을 좋아합니다.
Tôi thích đi công viên một mình.

☐ 저는 공원에서 노을 지는 것을 봅니다.
Tôi ngắm mặt trời lặn ở công viên.

☐ 저는 공원에 갈 때 텐트를 챙겨 갑니다.
Tôi mang theo lều khi đi công viên.

☐ 겨울에는 공원을 가기가 힘듭니다.
Vào mùa đông đi công viên rất mệt.

☐ 이 공원은 너무 커서 다 돌아보기 힘듭니다.
Vì công viên này rộng quá nên rất khó để đi hết công viên.

☐ 이 공원은 매우 유명해서 항상 사람들로 붐빕니다.
Vì công viên này rất nổi tiếng nên lúc nào cũng đông người.

☐ 공원의 사계절 모습이 각각 다릅니다.
Hình ảnh 4 mùa của công viên đều khác nhau.

☐ 강아지를 산책시키기 위해 오는 사람이 많습니다.
Có nhiều người đến công viên để dắt chó đi dạo.

☐ 저는 공원에서 운동한 후에 먹은 라면을 잊을 수 없습니다.
Tôi không thể quên món mì ăn liền mà tôi đã ăn sau khi tập thể dục ở công viên.

☐ 가족들끼리 공원에서 행복한 시간을 즐깁니다.
Các gia đình tận hưởng những khoảng thời gian hạnh phúc ở công viên.

캠핑하기

OPIc 시험에서는 콤보 형식으로 출제되는 경우가 많습니다. 주제별 답변에 대한 핵심 구조를 중심으로 응용 어휘를 활용한 콤보 형식의 답변을 연습해 보세요. 모범 답변을 활용해 나만의 스토리텔링도 만들어 보세요.

Q Anh/Chị chuẩn bị gì trước khi đi cắm trại? Anh/Chị làm gì khi đi cắm trại? Hãy nói về chuyến cắm trại mà anh/chị nhớ.

당신은 캠핑 가기 전에 어떤 것들을 준비하나요? 캠핑에 가서 어떤 것들을 하나요? 당신이 기억에 남는 캠핑에 대해서 이야기해 주세요.

 3단 콤보 답변

주제별 답변에 대한 핵심 구조를 중심으로 응용 어휘를 활용해서 콤보 형식의 답변을 익혀 보세요.

① 캠핑 준비하기

핵심 구조 캠핑 가는 주기, 준비물, 계획 세우기

① Tôi đi cắm trại mỗi khi có thời gian.
저는 시간이 날 때마다 캠핑을 갑니다.

② Trước tiên, tôi tìm địa điểm sẽ đi cắm trại.
제일 먼저, 저는 캠핑 갈 장소를 찾습니다.

③ Và tôi mang theo bếp ga và những nguyên liệu để nấu ăn.
그리고 음식을 해 먹기 위해 가스버너와 재료들을 챙깁니다.

④ Khu cắm trại dạo này cũng cho thuê lều.
요즘의 캠핑장은 텐트도 대여해 줍니다.

⑤ Loại hình cắm trại sẽ khác đi tùy theo thời tiết.
날씨에 따라 캠핑 유형이 달라집니다.

응용어휘			
① 가고 싶을 때마다 mỗi khi tôi muốn đi		가능할 때마다 mỗi khi có thể	
한 달에 한 번 1 tháng 1 lần			
② 동행인 người đồng hành			
③ 랜턴(휴대용 조명) đèn xách tay	베개 gối	비상약 thuốc dự phòng	이불 chăn/mền
주방 도구 dụng cụ bếp			
⑤ 캠핑 계획 kế hoạch cắm trại		캠핑 장소 địa điểm cắm trại	

❷ 캠핑에 가서 하는 일

핵심 구조 **캠핑을 가서 하는 일, 마무리할 때 하는 일**

① Tôi thường đi cắm trại với bạn bè.
저는 보통 친구들과 캠핑을 갑니다.

② Tôi thích cắm trại vào mùa thu nhất.
저는 가을 캠핑을 가장 좋아합니다.

③ Tôi đến khu cắm trại và dựng lều.
저는 캠핑장에 도착해서 텐트를 칩니다.

④ Tôi nghĩ điều quan trọng nhất khi đi cắm trại là thức ăn.
캠핑을 갈 때 가장 중요한 것은 음식이라고 생각합니다.

⑤ Trước khi đi khỏi khu cắm trại, tôi dọn dẹp sạch sẽ và đi về.
캠핑장을 떠나기 전에, 저는 깨끗이 정리하고 돌아옵니다.

① 가족들 gia đình	남편 chồng	아내 vợ	남자친구 bạn trai	여자친구 bạn gái
② 봄 mùa xuân	여름 mùa hè	겨울 mùa đông	늦봄 cuối xuân	초여름 đầu hè
④ 날씨 thời tiết	잠자리 chỗ ngủ			

❸ 기억에 남는 캠핑 경험

핵심 구조 **캠핑 에피소드**

① Vào cuối thu năm ngoái, tôi đã đi cắm trại gần Seoul với gia đình.
작년 늦가을에, 저는 가족들과 서울 근교로 캠핑을 갔습니다.

② Và vào buổi tối, gia đình tôi đã cùng nhau nấu ăn.
그리고 저녁에, 우리 가족은 다 같이 요리를 했습니다.

③ Tôi đã bị thương ở tay khi đang nấu ăn.
제가 요리를 하던 중 손에 상처가 났습니다.

④ Mọi người đều hết hồn.
모두 깜짝 놀랐습니다.

⑤ Tôi không thể quên được thời tiết và tâm trạng của ngày hôm đó.
저는 그날의 날씨와 기분을 잊을 수 없습니다.

① 강원도 tỉnh Gangwon	제주도 đảo Jeju	
계곡 con suối	바닷가 bờ biển	산 núi
③ 고양이 소리를 듣다 nghe thấy tiếng mèo		이상한 소리를 듣다 nghe thấy âm thanh kì lạ
통화하다 nói chuyện điện thoại		
④ 즐거웠습니다 thú vị	피곤했습니다 mệt mỏi	두려웠습니다 sợ

☐ **1단계** 캠핑 준비하기 ① + ② + ③ + ⑤　🎧 04-23

Tôi đi cắm trại mỗi khi có thời gian. Trước tiên, tôi tìm địa điểm sẽ đi cắm trại. Khi đi cắm trại, chỉ cần có địa điểm thì tôi có thể đi bất kì lúc nào. Khi đi cắm trại, tôi luôn mang theo lều và túi ngủ. Và tôi mang theo bếp ga và những nguyên liệu để nấu ăn. Loại hình cắm trại sẽ khác đi tùy theo thời tiết. Ngoài ra, tôi cũng mang theo những dụng cụ vệ sinh cá nhân cơ bản, ví dụ như bàn chải đánh răng, kem đánh răng, sữa rửa mặt, vân vân.

저는 시간이 날 때마다 캠핑을 갑니다. 제일 먼저, 저는 캠핑 갈 장소를 찾습니다. 캠핑을 갈 때, 장소만 있다면 언제든지 갈 수 있습니다. 캠핑을 갈 때, 저는 텐트와 침낭을 꼭 챙깁니다. 그리고 음식을 해 먹기 위해 가스버너와 재료들을 챙깁니다. 날씨에 따라 캠핑 유형이 달라집니다. 그 외에, 기본 개인위생 도구들도 챙겨가는데 예를 들어 칫솔, 치약, 클렌징 품 등입니다.

☐ **2단계** 캠핑에 가서 하는 일 ① + ③ + ④ + ⑤　🎧 04-24

Tôi thường đi cắm trại với bạn bè. Tôi đến khu cắm trại và dựng lều. Và tôi cũng sắp xếp ghế và bàn. Tôi nghĩ điều quan trọng nhất khi đi cắm trại là thức ăn. Vì thế, tôi cùng bạn bè nấu và ăn. Và vào buổi tối, chúng tôi cũng đốt lửa và làm lửa trại. Chúng tôi đã chơi đến khuya và trải qua một ngày ở đó. Trước khi đi khỏi khu cắm trại, tôi dọn dẹp sạch sẽ và đi về.

저는 보통 친구들과 캠핑을 갑니다. 저는 캠핑장에 도착해서 텐트를 칩니다. 그리고 의자와 테이블도 세팅을 합니다. 캠핑을 갈 때 가장 중요한 것은 음식이라고 생각합니다. 그래서 친구들과 함께 음식을 요리해 먹습니다. 그리고 밤에, 불을 지펴서 캠프파이어도 합니다. 우리는 그곳에서 늦게까지 놀고 하루를 보냅니다. 캠핑장을 떠나기 전에, 저는 깨끗이 정리하고 돌아옵니다.

☐ **3 단계** 기억에 남는 캠핑 경험 ① + ② + ③ + ④ + ⑤　　🎧 04-25

Vào cuối thu năm ngoái, tôi đã đi cắm trại gần Seoul với gia đình. Thời tiết đã rất tốt. Gia đình tôi cùng nhau đi dạo, chơi đánh cầu lông và trải qua khoảng thời gian vui vẻ. Và vào buổi tối, gia đình tôi đã cùng nhau nấu ăn. Tôi đã bị thương ở tay khi đang nấu ăn. Mọi người đều hết hồn. Nhưng vì là vết thương nhỏ nên không có vấn đề gì cả. Tôi không thể quên được thời tiết và tâm trạng của ngày hôm đó.

작년 늦가을에, 저는 가족들과 서울 근교로 캠핑을 갔습니다. 날씨가 너무 좋았습니다. 우리 가족은 함께 산책도 하고 배드민턴도 치며 즐거운 시간을 보냈습니다. 그리고 저녁에, 우리 가족은 다 같이 요리를 했습니다. 제가 요리를 하던 중 손에 상처가 났습니다. 모두 깜짝 놀랐습니다. 하지만, 작은 상처라서 별문제가 없었습니다. 저는 그날의 날씨와 기분을 잊을 수 없습니다.

내만의 스토리를 만들어 보세요! 🐝

OPIc 시험에서는 질문의 의도를 빠르게 파악하는 것이 매우 중요합니다. 익숙한 질문일수록, 당황하지 않고 자연스럽게 답변을 할 수 있습니다. 주제에 관한 다양한 질문 유형들을 반복해서 익히고 학습해 보세요.

1. Lý do anh/chị thích cắm trại là gì?

당신이 캠핑을 좋아하는 이유는 무엇입니까?

2. Việc anh/chị thích nhất khi đi cắm trại là gì? Vì sao anh/chị thích việc đó?

당신이 캠핑을 가서 가장 좋아하는 일은 무엇인가요? 왜 그 일을 좋아하나요?

3. Anh/Chị thường đi cắm trại với ai? Anh/Chị đi đâu? Anh/Chị có hay đi cắm trại không?

당신은 보통 캠핑을 누구와 함께 가나요? 어디로 가나요? 얼마나 자주 가나요?

4. Anh/Chị hãy nói về trải nghiệm chuyến cắm trại gần đây.

당신이 최근에 캠핑을 갔던 경험에 대해서 말해 주세요.

5. Anh/Chị có từng xảy ra sự cố không thể quên được khi đi cắm trại không? Hãy nói về sự cố đó.

캠핑을 가서 잊지 못할 사고가 발생한 적이 있나요? 그 사건에 대해 말해 주세요.

주제에 관한 다양하고 유용한 표현들입니다. 자신에게 맞는 문장을 체크하고 재미있는 스토리를 만들어 보세요. 돌발 질문에도 당황하지 않고 나만의 표현력은 물론, 논리력에도 자신감이 생깁니다.

☐ 저는 캠핑에 가서 보드게임을 합니다.

Tôi đi cắm trại và chơi cờ bàn.

☐ 캠프파이어를 하며 마시멜로를 구워 먹었습니다.

Tôi đốt lửa trại và nướng kẹo dẻo rồi ăn.

☐ 비가 오면 캠핑을 하기가 힘듭니다.

Nếu trời mưa thì đi cắm trại rất mệt.

☐ 저는 보통 캠핑을 갈 때 낚시도 합니다.

Tôi cũng thường đi câu cá khi đi cắm trại.

☐ 저는 그날 이후로 캠핑에 빠졌습니다.

Tôi đã thích cắm trại từ sau ngày hôm đó.

☐ 모든 것이 다 갖추어져 있는 캠핑장도 많이 있습니다.

Cũng có nhiều khu cắm trại có tất cả mọi thứ.

☐ 캠핑장에는 많은 사람이 있습니다.

Có rất nhiều người ở khu cắm trại.

☐ 강아지와 함께 캠핑을 갈 수 있는 장소였습니다.

Đây là địa điểm có thể đi cắm trại với chó.

☐ 계절마다 캠핑장의 분위기가 달라집니다.

Bầu không khí của khu cắm trại khác nhau theo mỗi mùa.

☐ 너무 고생했지만, 즐거웠습니다.

Tuy đã rất vất vả nhưng tôi thấy vui.

Chương 5

취미와 관심사

학습목표 출제경향

취미와 관심사는 여가활동 부분을 연관 지어서 준비할 수 있습니다. 취미와 관심사를 여가활동으로 선택할 경우, Background Survey에서 선택할 때 연관성 있게 준비 하는 것이 효율적입니다. 취미와 관심사를 시작하게 된 계기와 과정 및 에피소드 등을 함께 준비해 보세요.

주제별 고득점 꿀팁 ★★

Bài 1 음악 감상하기	✸ 좋아하는 음악 장르 → 좋아하는 가수 → 그 가수를 좋아하는 이유 ✸ 음악과 관련된 기억나는 에피소드 → 느낀 점 ☞ 음악 감상하기와 함께 여가활동의 공연 및 콘서트 보기를 함께 연결하면, 전략적으로 쉬운 답변을 만들 수 있습니다.
Bài 2 악기 연주하기	✸ 연주할 수 있는 악기 소개 → 악기 연주를 시작하게 된 계기 → 악기를 연주하는 빈도 ✸ 악기 연주와 관련된 기억나는 에피소드 → 느낀 점
Bài 3 요리하기	✸ 요리하기를 좋아하게 된 계기 → 잘하는 요리 종류 → 요리를 하는 빈도 ✸ 잘하는 요리의 요리 방법 소개 ☞ 요리하는 방법을 재료부터 요리법까지 간단하게 설명합니다.
Bài 4 독서하기	✸ 독서를 좋아하게 된 계기 → 독서를 하는 빈도 → 독서하는 장소 ✸ 좋아하는 책 소개 → 책의 간단한 줄거리 → 느낀 점
Bài 5 애완동물 기르기	✸ 기르는 애완동물 묘사 → 애완동물을 기르며 느끼는 장점 및 단점 ✸ 애완동물과 함께 있었던 기억에 남는 에피소드 → 느낀 점

✴ Background Survey에서 해당 항목을 선택했을 경우, 자주 출제되는 콤보 형식의 질문 유형입니다.
빈출도 높은 질문 유형들을 익혀두고, 질문의 의도를 빠르게 파악할 수 있도록 학습해 보세요.

Bài 1 음악 감상하기	Anh/Chị thích thể loại nhạc nào? Anh/Chị thích ca sĩ nào và vì sao anh/chị thích ca sĩ đó? Hãy nói về những trải nghiệm mà anh/chị nhớ liên quan đến âm nhạc. 당신이 좋아하는 음악 장르는 무엇인가요? 좋아하는 가수는 누구이며, 왜 그 가수를 좋아하나요? 음악과 관련된 기억에 남는 경험에 대해 말해 주세요.
Bài 2 악기 연주하기	Anh/Chị có thể chơi nhạc cụ gì? Anh/Chị chơi nhạc cụ vào lúc nào và với ai? Anh/Chị hãy nói về kinh nghiệm chơi nhạc cụ mà anh/chị nhớ. 당신이 연주할 수 있는 악기는 무엇인가요? 당신은 언제, 그리고 누구와 악기를 연주하나요? 당신이 기억에 남는 악기 연주 경험에 대해서 이야기해 주세요.
Bài 3 요리하기	Anh/Chị thích nấu ăn từ khi nào? Hãy nói về kinh nghiệm mà anh/chị nhớ nhất khi nấu ăn. Hãy giới thiệu về món ăn mà anh/chị nấu ngon nhất và cách nấu món ăn đó. 당신은 언제부터 요리하는 것을 좋아하나요? 요리했을 때 기억에 남는 경험을 말해 주세요. 당신이 잘하는 요리와 그 음식의 요리 방법을 소개해 주세요.
Bài 4 독서하기	Lý do anh/chị thích đọc sách là gì? Thể loại sách mà anh/chị thích là gì? Có quyển sách nào anh/chị muốn giới thiệu không? 당신이 독서를 좋아하게 된 계기는 무엇인가요? 당신이 좋아하는 책의 장르는 무엇인가요? 추천해주고 싶은 책이 있나요?
Bài 5 애완동물 기르기	Anh/Chị hãy miêu tả về thú cưng của anh/chị. Anh/Chị nghĩ ưu điểm và nhược điểm khi nuôi thú cưng là gì? Hãy nói về trải nghiệm cùng với thú cưng mà anh/chị nhớ. 당신의 애완동물을 묘사해 주세요. 애완동물을 키울 때의 장점과 단점이 무엇이라고 생각하나요? 애완동물과 함께한 기억에 남는 경험에 대해서 이야기해 주세요.

음악 감상하기

> OPIc 시험에서는 콤보 형식으로 출제되는 경우가 많습니다. 주제별 답변에 대한 핵심 구조를 중심으로 응용 어휘를 활용한 콤보 형식의 답변을 연습해 보세요. 모범 답변을 활용해 나만의 스토리텔링도 만들어 보세요.

Q Anh/Chị thích thể loại nhạc nào? Anh/Chị thích ca sĩ nào và vì sao anh/chị thích ca sĩ đó? Hãy nói về những trải nghiệm mà anh/chị nhớ liên quan đến âm nhạc.

당신이 좋아하는 음악 장르는 무엇인가요? 좋아하는 가수는 누구이며, 왜 그 가수를 좋아하나요? 음악과 관련된 기억에 남는 경험에 대해 말해 주세요.

 3단 콤보 답변

주제별 답변에 대한 핵심 구조를 중심으로 응용 어휘를 활용해서 콤보 형식의 답변을 익혀 보세요.

① 좋아하는 음악 장르

핵심 구조 좋아하는 음악 장르와 이유, 싫어하는 음악 장르와 이유

① Tôi nghe tất cả các thể loại nhạc.
저는 모든 장르의 음악을 듣습니다.

② Trong đó, tôi thích nhạc hiphop nhất.
그중에서, 저는 힙합 음악을 가장 좋아합니다.

③ Trước đây tôi đã thích nhạc ballad.
예전에는 발라드 음악을 좋아했습니다.

④ Tôi ghét nhạc cổ điển.
저는 클래식 음악을 싫어합니다.

⑤ Nếu nghe bài hát này thì tôi thấy có thêm sức mạnh.
이 노래를 듣고 있으면 힘이 납니다.

응용 어휘			
②③④	R&B 음악 nhạc R&B	대중음악 nhạc đại chúng	댄스 음악 nhạc dance
	록 음악 nhạc rock	재즈 음악 nhạc Jazz	
⑤	기뻐진다 vui	스트레스를 받다 bị căng thẳng	슬퍼진다 buồn
	위로가 되다 được an ủi	편안해지다 thoải mái	힘들다 mệt mỏi

❷ 좋아하는 가수 소개

핵심 구조 좋아하는 가수 소개, 좋아하게 된 이유

① Bài hát mà tôi thích là bài hát 'Go back' của nhóm 'Dynamicduo'.

제가 좋아하는 노래는 '다이나믹 듀오' 그룹의 '고백'입니다.

② Họ là ca sĩ song ca của Hàn Quốc.

그들은 한국의 듀엣 가수입니다.

③ Tôi thích lời bài hát của Dynamicduo.

다이나믹 듀오의 노래 가사를 좋아합니다.

④ Họ làm tôi nhớ đến thời thơ ấu của tôi.

그들은 저의 어린 시절을 생각나게 합니다.

⑤ Họ rất đa tài.

그들은 다재다능합니다.

응용어휘			
② 그룹 nhóm nhạc	솔로 가수 ca sĩ solo		아이돌 가수 ca sĩ idol
③ 멜로디 giai điệu	목소리 giọng hát		
④ 슬픈 추억 kỉ niệm buồn	행복한 날들 những ngày hạnh phúc		
힘든 시절 giai đoạn mệt mỏi			

❸ 기억에 남는 음악 관련 경험

핵심 구조 음악과 관련된 경험, 느낀 점

① Bài hát chiếm lấy tâm hồn tôi là bài hát của 'Troye Sivan'.

제 마음을 잡게 해준 노래가 '트로이 시반'의 노래였습니다.

② Tôi đã đến buổi biểu diễn của anh ấy.

저는 그의 공연에 가게 되었습니다.

③ Nếu tôi nghe được bài hát này trên tivi, tôi cũng nghĩ đến giai đoạn mệt mỏi và rồi tôi lại có thêm sức mạnh.

TV 속에서 이 노래를 들으면, 힘든 시기도 생각이 나고 다시 힘을 얻게 됩니다.

④ Cho đến bây giờ, bài hát đó luôn làm tôi thấy thoải mái.

지금까지, 그 노래는 늘 나를 편안하게 해줍니다.

⑤ Tôi đã được gặp ca sĩ đó trực tiếp.

저는 그 가수를 직접 만나게 되었습니다.

응용어휘		
① 기쁘게 한 làm tôi vui		슬프게 한 làm tôi buồn
열정적이게 한 làm tôi thấy có nhiệt huyết		우울하게 한 làm tôi u sầu
편안하게 해준 làm tôi thấy thoải mái		

콤보 형식의 답변을 활용해서 주제별 모범 답변을 제시합니다.

☐ **1단계** 좋아하는 음악 장르 ② + ③ + ④　　　　　　　🎧 05-3

Tôi thích nhiều thể loại nhạc đa dạng. Trong đó, tôi thích nhạc hiphop nhất. Trước đây tôi đã thích nhạc ballad. Khi nghe nhạc hiphop, tôi thấy vui vẻ, vì thế tôi thích hiphop. Tôi ghét nhạc cổ điển. Nếu nghe nhạc cổ điển thì tôi thấy buồn ngủ. Bình thường, tôi nghe nhạc ở trong xe. Vì tôi nghe nhạc hiphop vào thời gian đi làm và tan làm nên tôi thấy không mệt lắm. Ngoài thời gian đó thì tôi không có thời gian nghe nhạc vì tôi phải làm việc.

저는 다양한 장르의 음악을 좋아합니다. 그중에서, 저는 힙합 음악을 가장 좋아합니다. 예전에는 발라드 음악을 좋아했습니다. 힙합 음악을 듣고 있으면, 저는 신나게 느껴져서 힙합 음악이 좋습니다. 저는 클래식 음악을 싫어합니다. 클래식 음악을 듣고 있으면 졸립니다. 보통, 저는 차 안에서 음악을 듣습니다. 출·퇴근 시간에 힙합 음악을 들으면, 힘들다고 느껴지지 않습니다. 그 외에 시간에는 업무를 하느라 음악을 들을 시간이 별로 없습니다.

☐ **2단계** 좋아하는 가수 소개 ② + ③　　　　　　　🎧 05-4

Ca sĩ mà tôi thích là 'Dynamicduo'. Họ là ca sĩ song ca của Hàn Quốc. Mỗi người đều có giọng hát rất quyến rũ. Tôi thích lời bài hát của Dynamicduo. Lời bài hát rất chân thực và như nói thay lòng tôi nên tôi rất thích. Tôi nghe bài hát của Dynamicduo lần đầu tiên là khi học cấp 2, và tôi nghe nhạc của họ đến bây giờ. Một số người ghét nhạc hiphop vì nhạc hiphop ồn ào, nhưng bài hát của Dynamicduo thì không như thế nên có nhiều người yêu thích Dynamicduo.

제가 좋아하는 가수는 '다이나믹 듀오'입니다. 그들은 한국의 듀엣 가수입니다. 그들은 각자 매력적인 목소리를 가지고 있습니다. 다이나믹 듀오의 노래 가사를 좋아합니다. 노래 가사는 솔직하고, 제 마음을 대신 이야기해 주는 것 같아 좋습니다. 중학교 때 처음으로 다이나믹 듀오의 노래를 듣고, 지금까지 즐겨듣게 되었습니다. 몇몇 사람들은 힙합 음악이 시끄럽다고 싫어하지만, 다이나믹 듀오의 노래는 그렇지 않아서 많은 사람이 다이나믹 듀오를 좋아합니다.

☐ **3단계** 기억에 남는 음악 관련 경험 ① + ③　　　🎧 05-5

Khi tôi là một người đi xin việc, tôi cảm thấy rất mệt mỏi. Mỗi lúc như thế, tôi thường tìm những bài hát sôi động để nghe và tôi đã lấy lại tinh thần. Bài hát chiếm lấy tâm hồn tôi là bài hát của 'Troye Sivan'. Tựa đề của bài hát là 'Youth'. Vì tôi không giỏi tiếng Anh nên tôi không hiểu được lời bài hát, nhưng tôi cảm thấy giai điệu bài hát đã an ủi tôi. Sau khi vào công ty, nếu tôi nghe được bài hát này trên tivi, tôi cũng nghĩ đến giai đoạn mệt mỏi và rồi tôi lại có thêm sức mạnh. Tôi nghe nói là Troye Sivan sắp biểu diễn ở Hàn Quốc. Tôi muốn đến đó và nghe lại bài hát đó.

제가 취업 준비생일 때, 마음이 굉장히 힘들었습니다. 그때마다, 저는 신나는 노래를 찾아 듣고 제 마음을 다시 잡았습니다. 제 마음을 잡게 해준 노래가 '트로이 시반'의 노래였습니다. 노래 제목은 'Youth'입니다. 저는 영어를 잘하지 못해서 가사의 내용은 잘 몰랐지만, 멜로디가 저를 위로해주는 느낌이었습니다. 취업하고 나서, TV 속에서 이 노래를 들으면, 힘든 시기도 생각이 나고 다시 힘을 얻게 됩니다. 트로이 시반이 곧 한국에서 공연한다고 들었습니다. 저는 그곳에 가서 꼭 그 노래를 다시 듣고 싶습니다.

나만의 스토리를 만들어 보세요! 🐝

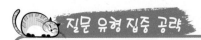

OPIc 시험에서는 질문의 의도를 빠르게 파악하는 것이 매우 중요합니다. 익숙한 질문일수록, 당황하지 않고 자연스럽게 답변을 할 수 있습니다. 주제에 관한 다양한 질문 유형들을 반복해서 익히고 학습해 보세요.

1. Anh/Chị thích nghe thể loại nhạc nào? Vì sao anh/chị thích thể loại đó mà không phải là thể loại khác?

당신이 즐겨 듣는 음악 장르는 무엇인가요? 다른 장르들 말고 왜 그 장르를 좋아하나요?

---

2. Anh/Chị thích bài hát nào? Bài hát đó ảnh hưởng như thế nào đến anh/chị?

당신이 좋아하는 노래는 무엇인가요? 그 노래가 당신에게 어떤 영향을 끼치나요?

---

3. Anh/Chị hãy miêu tả về ca sĩ mà anh/chị thích.

당신이 좋아하는 가수에 대해 묘사해 주세요.

---

4. Anh/Chị thường nghe nhạc vào lúc nào? Anh/Chị nghe nhạc bằng thiết bị gì?

당신은 보통 언제 음악을 듣습니까? 어떤 기기로 음악을 듣습니까?

---

5. Anh/Chị bắt đầu thích nghe nhạc từ khi nào? Lần đầu tiên khi anh/chị nghe bài hát của ca sĩ hay nhạc sĩ mà anh/chị yêu thích nhất, anh/chị thấy thế nào?

당신은 언제부터 음악 감상을 좋아하기 시작했나요? 가장 좋아하는 가수나 작곡가의 노래를 처음 들었을 때 기분이 어땠나요?

주제에 관한 다양하고 유용한 표현들입니다. 자신에게 맞는 문장을 체크하고 재미있는 스토리를 만들어 보세요. 돌발 질문에도 당황하지 않고 나만의 표현력은 물론, 논리력에도 자신감이 생깁니다.

□ 저는 핸드폰으로 음악을 듣습니다.

Tôi nghe nhạc bằng điện thoại.

□ 저는 핸드폰으로 편리하게 여러 장르의 음악을 들을 수 있습니다.

Tôi có thể nghe nhiều thể loại nhạc bằng điện thoại rất tiện lợi.

□ 남녀노소 모두 그녀의 노래를 좋아합니다.

Nam nữ già trẻ tất cả đều thích bài hát của cô ấy.

□ 저는 항상 이어폰을 끼고 노래를 듣고 있습니다.

Tôi luôn đeo tai nghe và nghe nhạc.

□ 그의 노래는 집중할 수 있게 해줍니다.

Bài hát của anh ấy giúp tôi tập trung.

□ 어렸을 때, 집에서 항상 이 노래를 들었습니다.

Khi còn nhỏ, tôi luôn nghe bài hát này ở nhà.

□ 저는 이 노래로 노래 대회에 나갔습니다.

Tôi đã tham gia cuộc thi hát với bài hát này.

□ 좋아하는 음악 장르는 계속 변합니다.

Thể loại nhạc yêu thích của tôi liên tục thay đổi.

□ 한국의 아이돌 가수들은 멋있고 다재다능합니다.

Những ca sĩ idol của Hàn Quốc rất tuyệt vời và đa tài.

□ 그들의 팬은 매우 많습니다.

Người hâm mộ của họ rất nhiều.

악기 연주하기

OPIc 시험에서는 콤보 형식으로 출제되는 경우가 많습니다. 주제별 답변에 대한 핵심 구조를 중심으로 응용 어휘를 활용한 콤보 형식의 답변을 연습해 보세요. 모범 답변을 활용해 나만의 스토리텔링도 만들어 보세요.

Q Anh/Chị có thể chơi nhạc cụ gì? Anh/Chị chơi nhạc cụ vào lúc nào và với ai? Anh/Chị hãy nói về kinh nghiệm chơi nhạc cụ mà anh/chị nhớ.

당신이 연주할 수 있는 악기는 무엇인가요? 당신은 언제, 그리고 누구와 악기를 연주하나요? 당신이 기억에 남는 악기 연주 경험에 대해서 이야기해 주세요.

 3단 콤보 답변

주제별 답변에 대한 핵심 구조를 중심으로 응용 어휘를 활용해서 콤보 형식의 답변을 익혀 보세요.

① 연주할 수 있는 악기

핵심 구조 연주 가능한 악기, 악기를 배우게 된 계기 및 시기, 악기 연주를 좋아하는 이유

① Tôi có thể chơi guitar.
저는 기타를 연주할 수 있습니다.

② Tôi chơi guitar cổ điển.
저는 클래식 기타를 연주합니다.

③ Tôi đã thấy hình ảnh ca sĩ mà tôi yêu thích chơi guitar trên tivi và tôi đã bắt đầu học guitar.
저는 TV에서 좋아하는 가수가 기타 연주하는 모습을 보고 기타를 배우기 시작했습니다.

④ Tôi đã bắt đầu học guitar từ khi tôi 17 tuổi.
저는 17살 때부터 기타를 배우기 시작했습니다.

⑤ Khi tôi chơi guitar thì tôi giải tỏa được căng thẳng.
기타를 연주할 때 저는 스트레스가 풀립니다.

응용어휘

①②④⑤ 드럼 trống	바이올린 violin	우쿨렐레 đàn Ukulele
첼로 đàn xelô	플루트 sáo	피아노 piano
③ 기타에 대해 관심이 많다 quan tâm nhiều đến đàn guitar		
동아리를 통해서 알게 되다 biết thông qua câu lạc bộ		
영화 속의 모습을 보다 thấy hình ảnh trong phim		
지인의 권유를 듣다 nghe lời khuyên của người quen		

❷ 악기 연주하기

① Tôi chơi guitar mỗi khi tôi có thời gian.

저는 시간이 날 때마다 기타를 칩니다.

② Nhưng vì tôi sống ở chung cư nên tôi không chơi guitar vào thời gian quá muộn.

하지만, 저는 아파트에 살기 때문에 너무 늦은 시간에는 기타를 치지 않습니다

③ Vì thế vào cuối tuần, tôi cùng chơi guitar với các hội viên trong câu lạc bộ.

그래서 주말에는, 동아리에서 회원들과 함께 기타 연주를 합니다.

④ Chúng tôi cùng chơi guitar và nói chuyện, chúng tôi nói chuyện với nhau về những bài hát hay hoặc về kỹ thuật chơi guitar.

함께 기타를 치고 이야기를 나누며, 서로 좋은 곡들 혹은 기타 치는 기술에 대해서 이야기를 나눕니다.

⑤ Sau khi vào câu lạc bộ thì tôi càng thấy guitar thú vị hơn.

동아리에 들어와서 기타가 더욱더 즐거워졌습니다.

| 응용어휘 | ④ 새로운 기술 kĩ thuật mới   연주 영상 video biểu diễn |
| | 좋아하는 기타리스트 nghệ sĩ guitar yêu thích |

❸ 기억에 남는 악기를 연주한 경험

① Ở khu nhà tôi, 2 tháng 1 lần sẽ có một buổi biểu diễn nhỏ.

우리 동네에는 2달에 한 번씩 작은 연주회를 합니다.

② Tôi đã đậu vòng loại và tôi có thể biểu diễn ở nơi đó.

저는 오디션에 통과해서 그곳에서 연주할 수 있게 되었습니다.

③ Tôi rất run nhưng tôi đã biểu diễn rất tốt.

저는 너무 떨렸지만, 잘 연주 했습니다.

④ Khi phần biểu diễn kết thúc, mọi người đã vỗ tay.

연주가 끝났을때, 사람들이 박수를 쳤습니다.

⑤ Nếu có cơ hội, tôi muốn tham gia nữa.

기회가 된다면, 또 참여하고 싶습니다.

□ **1단계** 연주할 수 있는 악기 ① + ③ + ④ + ⑤ 🎧 05-8

Sở thích của tôi là nghe nhạc. Và tôi có thể chơi guitar. Tôi đã thấy hình ảnh ca sĩ mà tôi yêu thích chơi guitar trên tivi và tôi đã bắt đầu học guitar. Tôi đã học guitar với bạn thân ở trung tâm âm nhạc gần nhà. Tôi đã bắt đầu học guitar từ khi tôi 17 tuổi. Lúc đầu vì chưa quen nên tôi bị đau ngón tay. Sau khi học khoảng 3 tháng, tôi đã có thể chơi các bài đơn giản. Khi tôi chơi guitar thì tôi giải tỏa được căng thẳng. Khi chơi hết một bài, tôi cảm thấy hạnh phúc.

제 취미는 음악 감상입니다. 그리고 저는 기타를 연주할 수 있습니다. 저는 TV에서 좋아하는 가수가 기타 연주하는 모습을 보고 기타를 배우기 시작했습니다. 집 근처에 있는 음악센터에서 친한 친구와 기타를 배웠습니다. 저는 17살 때부터 기타를 배우기 시작했습니다. 처음에는 익숙하지 않아서 손가락이 아팠습니다. 배운 지 약 3개월 후에 간단한 노래를 연주할 수 있었습니다. 기타를 연주할 때 저는 스트레스가 풀립니다. 한 곡을 완주했을 때 행복감을 느낍니다.

□ **2단계** 악기 연주하기 ① + ② + ③ + ④ + ⑤ 🎧 05-9

Tôi biết chơi guitar từ thời sinh viên. Tôi chơi guitar mỗi khi tôi có thời gian. Nhưng vì tôi sống ở chung cư nên tôi không chơi guitar vào thời gian quá muộn. Vì nếu tôi chơi guitar vào ban đêm, hàng xóm của tôi có thể thấy khó chịu. Vì thế vào cuối tuần, tôi cùng chơi guitar với các hội viên trong câu lạc bộ. Chúng tôi cùng chơi guitar và nói chuyện, chúng tôi nói chuyện với nhau về những bài hát hay hoặc về kỹ thuật chơi guitar. Nhờ đó mà tôi có thể học được nhiều thứ hơn và có thể cải thiện khả năng chơi guitar của mình. Sau khi vào câu lạc bộ thì tôi càng thấy guitar thú vị hơn.

저는 대학생 때부터 기타를 칠 줄 압니다. 저는 시간이 날 때마다 기타를 칩니다. 하지만, 저는 아파트에 살기 때문에 너무 늦은 시간에는 치지 않습니다. 밤에 기타를 치면 내 이웃들이 불편할 수 있기 때문입니다. 그래서 주말에는, 동아리에서 회원들과 함께 기타 연주를 합니다. 함께 기타를 치고 이야기를 나누며, 서로 좋은 곡들 혹은 기타 치는 기술에 대해서 이야기를 나눕니다. 그 덕분에 더 많은 것을 배울 수 있고 제 기타 실력을 개선할 수 있습니다. 동아리에 들어와서 기타가 더욱더 즐거워졌습니다.

☐ **3단계** 기억에 남는 악기를 연주한 경험 ① + ③ + ④ + ⑤ 🎧 05-10

Ở khu nhà tôi, 2 tháng 1 lần sẽ có một buổi biểu diễn nhỏ. Những người có thể chơi nhiều loại nhạc cụ sẽ tụ tập lại ở một nơi và tiến hành buổi biểu diễn. Vào năm ngoái, tôi đã cùng bạn bè tham gia buổi biểu diễn đó. Tôi rất run nhưng tôi đã biểu diễn rất tốt. Khi phần biểu diễn kết thúc, mọi người đã vỗ tay. Tôi thấy rất hãnh diện. Hơn nữa, số tiền góp được từ buổi biểu diễn được tặng cho trẻ em. Tôi không thể quên được buổi biểu diễn đó. Nếu có cơ hội, tôi muốn tham gia nữa.

우리 동네에는 2달에 한 번씩 작은 연주회를 합니다. 여러 가지 악기를 다룰 수 있는 사람들이 한곳에 모여서 연주회를 합니다. 작년에, 저는 그 연주회에 친구들과 함께 참여하게 되었습니다. 저는 너무 떨렸지만, 잘 연주를 했습니다. 연주가 끝났을때, 사람들이 박수를 쳤습니다. 너무 뿌듯했습니다. 게다가, 연주회를 해서 모인 돈은 어린이들에게 기부가 되었습니다. 저는 그 연주회를 잊을 수가 없습니다. 기회가 된다면, 또 참여하고 싶습니다.

나만의 스토리를 만들어 보세요! 🐝

 🎧 05-11

질문 유형 집중 공략

OPIc 시험에서는 질문의 의도를 빠르게 파악하는 것이 매우 중요합니다. 익숙한 질문일수록, 당황하지 않고 자연스럽게 답변을 할 수 있습니다. 주제에 관한 다양한 질문 유형들을 반복해서 익히고 학습해 보세요.

1. Anh/Chị thường chơi thể loại nhạc nào?

당신은 보통 어떤 종류의 음악을 연주하나요?

---

2. Khi chơi nhạc cụ, anh/chị thích chơi một mình hay chơi cùng với người khác?

악기 연주를 할 때, 당신은 혼자 하는 게 좋나요 다른 사람과 함께하는 게 좋나요?

---

3. Anh/Chị đã từng chơi nhạc cụ trước mặt người khác chưa? Hãy nói về kinh nghiệm lúc đó.

당신은 사람들 앞에서 악기를 연주해 본 경험이 있나요? 그때의 경험에 대해서 이야기해 주세요.

---

4. Có loại nhạc cụ nào khác mà anh/chị muốn thử sức không? Nếu có, vì sao anh/chị muốn thử sức với nhạc cụ đó?

당신은 도전해보고 싶은 다른 악기가 있나요? 있다면, 왜 그 악기를 도전하고 싶나요?

---

5. Tựa đề của bài hát mà anh/chị chơi bằng nhạc cụ là gì? Vì sao anh/chị chọn bài hát đó?

악기로 연주한 노래의 제목이 무엇입니까? 왜 그 노래를 선택했습니까?

주제에 관한 다양하고 유용한 표현들입니다. 자신에게 맞는 문장을 체크하고 재미있는 스토리를 만들어 보세요. 돌발 질문에도 당황하지 않고 나만의 표현력은 물론, 논리력에도 자신감이 생깁니다.

☐ 저는 여러 가지 악기를 연주할 수 있습니다.

Tôi có thể chơi được nhiều loại nhạc cụ.

☐ 처음에는 손에 상처가 나서 피가 났습니다.

Lúc đầu tay tôi bị thương và chảy máu.

☐ 저를 가르쳤던 선생님은 매우 혹독했습니다.

Giáo viên dạy tôi rất nghiêm khắc.

☐ 저는 연주가 너무 힘들어서 그만두고 싶었습니다.

Tôi đã muốn nghỉ vì việc chơi nhạc cụ quá mệt mỏi.

☐ 지금은 훌륭하게 연주를 합니다.

Bây giờ tôi chơi nhạc cụ rất tốt.

☐ 저는 제 친구들에게도 추천했습니다.

Tôi cũng đã giới thiệu cho bạn bè tôi.

☐ 저는 여러 곡들을 연주하며 연습합니다.

Tôi đã chơi và luyện tập nhiều bài hát.

☐ 저는 가족들 앞에서 자주 연주합니다.

Tôi thường chơi nhạc cụ trước mặt gia đình tôi.

☐ 저는 제가 연주하는 모습을 동영상으로 찍었습니다.

Tôi đã quay video hình ảnh tôi chơi nhạc cụ.

☐ 저는 그의 연주를 보고 감동을 받았습니다.

Tôi cảm động khi xem phần biểu diễn đó.

요리하기

OPIc 시험에서는 콤보 형식으로 출제되는 경우가 많습니다. 주제별 답변에 대한 핵심 구조를 중심으로 응용 어휘를 활용한 콤보 형식의 답변을 연습해 보세요. 모범 답변을 활용해 나만의 스토리텔링도 만들어 보세요.

Q Anh/Chị thích nấu ăn từ khi nào? Hãy nói về kinh nghiệm mà anh/chị nhớ nhất khi nấu ăn. Hãy giới thiệu về món ăn mà anh/chị nấu ngon nhất và cách nấu món ăn đó.

당신은 언제부터 요리하는 것을 좋아하나요? 요리했을 때 기억에 남는 경험을 말해 주세요.
당신이 잘하는 요리와 그 음식의 요리 방법을 소개해 주세요.

 3단 콤보 답변

주제별 답변에 대한 핵심 구조를 중심으로 응용 어휘를 활용해서 콤보 형식의 답변을 익혀 보세요.

① 요리하기

 핵심 구조 요리를 시작한 시기, 요리하는 시간과 빈도, 좋아하는 음식 종류

① Tôi bắt đầu nấu ăn từ khi tôi <u>học lớp 12</u>.
제가 요리를 시작한 건 고등학교 3학년 때부터입니다.

② Tôi đã học nấu ăn trên internet.
저는 인터넷을 통해서 요리를 배웠습니다.

③ Tôi nấu ăn mỗi khi có thời gian.
저는 시간이 날 때마다 요리를 합니다.

④ Tôi chủ yếu nấu ăn vào buổi tối.
저는 저녁시간에 주로 요리를 합니다.

⑤ Tôi thích nấu các món ăn Hàn Quốc.
저는 한식 요리하는 것을 좋아합니다.

응용 어휘			
② 요리 수업 lớp dạy nấu ăn	책 sách	TV(텔레비전) tivi	학원 trung tâm
④ 아침시간 buổi sáng	점심시간 buổi trưa	야식시간 buổi đêm	
⑤ 베트남식 món Việt	양식 món Âu	일식 món Nhật	중식 món Trung Hoa

한 번에 꿀! OPIc 베트남어

❷ 기억에 남는 요리 경험

핵심 구조 | 요리했을 때의 경험, 맛 표현

① Tôi đã nấu món canh.

저는 탕을 요리했습니다.

② Vì đó là món ăn tôi rất tự tin nên tôi đã nấu món ăn đó.

제가 자신 있는 요리라서 그 요리를 했습니다.

③ Món ăn tôi nấu rất nhạt.

제가 한 요리는 너무 싱거웠습니다.

④ Mọi người đều khen ngợi món ăn của tôi.

모두 제 음식을 칭찬했습니다.

⑤ Món ăn này không thể ăn được.

이 요리는 먹을 수 없었습니다.

응용어휘			
① 볶음 xào	찌개 canh	찜 hấp	튀김 chiên
③ 달다 ngọt	맛이 없다 dở	맛있다 ngon	맵다 cay
시다 chua	쓰다 đắng	익다 chín	짜다 mặn

❸ 잘하는 요리 및 조리법 소개

핵심 구조 | 잘하는 요리, 재료 소개, 요리방법

① Món ăn tôi nấu ngon là 'món canh kimchi'.

제가 잘하는 요리는 '김치찌개'입니다.

② Món ăn này rất đơn giản.

이 요리는 매우 간단합니다.

③ Đầu tiên, xào kimchi với thịt lợn.

우선, 김치와 돼지고기를 함께 볶습니다.

④ Sau đó, nêm gia vị với tỏi và bột ớt.

그 후, 마늘과 고춧가루로 양념을 합니다.

⑤ Sau khi đun trên lửa lớn, cuối cùng sẽ cho đậu hũ vào.

센 불로 끓인 다음, 마지막으로 두부를 넣어줍니다.

응용어휘			
① 국수 mì	튀김 món chiên	파스타 mì Ý	피자 pizza
햄버거 hamburger			
② 복잡하다 phức tạp	쉽다 dễ	어렵다 khó	
③⑤ 굽다 nướng	끓이다 đun, nấu	다지다 băm nhỏ	섞다 trộn
썰다 thái, cắt	튀기다 chiên		

☐ **1단계** 요리하기 ① + ② + ④ + ⑤ 🎧 05-13

Tôi bắt đầu nấu ăn từ khi tôi học lớp 12. Vì bố mẹ tôi làm việc nên họ luôn bận rộn, vì thế họ đã dạy tôi cách nấu ăn đơn giản. Sau đó, tôi liên tục nấu ăn và thấy nấu ăn rất thú vị. Tôi đã học nấu ăn trên internet. Tôi chủ yếu nấu ăn vào buổi tối. Tôi thích nấu các món ăn Hàn Quốc. Tôi làm món ăn cho gia đình hoặc bạn bè, tôi thích nhìn hình ảnh họ ăn món ăn và cảm thấy ngon.

제가 요리를 시작한 건 고등학교 3학년 때부터입니다. 부모님이 일하시느라 항상 바쁘셔서 저에게 간단한 요리 방법을 알려주셨습니다. 그 후, 저는 계속 요리를 했고 요리하는 게 재미있다고 느꼈습니다. 저는 인터넷을 통해서 요리를 배웠습니다. 저는 저녁시간에 주로 요리를 합니다. 저는 한식 요리하는 것을 좋아합니다. 가족들 혹은 친구들에게 음식을 해주고, 그들이 그걸 먹고 맛있어하는 모습을 보는 것이 좋습니다.

☐ **2단계** 기억에 남는 요리 경험 ① + ③ 🎧 05-14

Vào năm ngoái, tôi đã đi du lịch 2 ngày 1 đêm với các bạn. Chúng tôi đã phân chia nhau nấu ăn tối, sau đó nấu và ăn. Tôi đã nấu món canh. Tôi sơ chế hải sản để nấu món canh hải sản, nhưng vì hải sản còn sống nên tôi đã rất sợ. Tôi đã kết thúc việc nấu ăn một cách khó khăn, và tôi cùng các bạn tụ tập lại và bắt đầu ăn. Nhưng món ăn tôi nấu rất nhạt. Vì thế, tôi đã được các bạn giúp đỡ và nấu lại, sau đó chúng tôi đã ăn rất ngon. Tuy không thể nấu ăn một cách hoàn hảo, nhưng vì tôi nấu ăn với các bạn nên rất thú vị.

저는 작년에 친구들과 함께 1박 2일로 여행을 갔습니다. 우리는 저녁을 분담해서 요리한 후, 먹기로 했습니다. 저는 탕을 요리했습니다. 해물탕을 끓이기 위해 해산물을 손질하는데, 해산물들이 살아있어서 무서웠습니다. 어렵게 요리를 끝내고, 친구들과 모여서 식사를 시작했습니다. 그러나 제가 한 요리는 너무 싱거웠습니다. 그래서 저는 친구들의 도움을 받고 다시 요리한 후, 우리는 매우 맛있게 먹었습니다. 완벽하게 요리하지 못했지만, 친구들과 함께 요리해서 매우 재미있었습니다.

☐ **3단계** 잘하는 요리 및 조리법 소개 ① + ③ + ④ + ⑤   🎧 05-15

Món ăn tôi nấu ngon là 'món canh kimchi'. Nguyên liệu chính của món canh kimchi là 'kimchi'. Nếu kimchi không ngon thì canh kimchi cũng không ngon. Đầu tiên, xào kimchi với thịt lợn. Nếu kimchi và thịt lợn chín ở một mức độ nào đó thì đổ nước vào. Sau đó, nêm gia vị với tỏi và bột ớt. Tiếp đến, cho rau như hành tây, hành lá, bí, ớt vào. Sau khi đun trên lửa lớn, cuối cùng sẽ cho đậu hũ vào. Nếu thích vị cay thì có thể thêm ớt vào. Món canh kimchi rất ngon đã được hoàn tất.

제가 잘하는 요리는 '김치찌개'입니다. 김치찌개의 주재료는 '김치'입니다. 김치가 맛이 없으면, 김치찌개 맛이 없습니다. 처음, 김치와 돼지고기를 함께 볶습니다. 어느 정도 김치와 돼지고기가 익으면 물을 부어줍니다. 그 후, 마늘과 고춧가루로 양념을 합니다. 이어서 양파, 파, 호박, 고추 등과 같은 야채를 넣어줍니다. 센 불로 끓인 다음, 마지막으로 두부를 넣어줍니다. 만약 매운맛을 좋아하면 고추를 더 추가하면 됩니다. 맛있는 김치찌개가 완성되었습니다.

나만의 스토리를 만들어 보세요! 🐝

OPIc 시험에서는 질문의 의도를 빠르게 파악하는 것이 매우 중요합니다. 익숙한 질문일수록, 당황하지 않고 자연스럽게 답변을 할 수 있습니다. 주제에 관한 다양한 질문 유형들을 반복해서 익히고 학습해 보세요.

1. Anh/Chị có thường nấu ăn không? Anh/Chị nấu món ăn gì? Hoặc, anh/chị thích nấu ăn vào lúc nào?

당신은 요리를 자주 하나요? 어떤 종류의 음식을 요리하나요? 또, 언제 요리하는 것을 좋아하나요?

2. Anh/Chị có từng thất bại khi nấu ăn không? Hãy nói về kinh nghiệm đó.

당신은 요리하며 실패했던 경험이 있나요? 그 경험에 대해서 이야기해 주세요.

3. Vì sao anh/chị thích nấu ăn? Anh/Chị thích nấu ăn từ khi nào?

당신은 왜 요리하는 것을 좋아하게 되었나요? 언제부터 요리하는 것을 좋아했나요?

4. Anh/Chị thường nấu ăn một mình hay nấu ăn với ai?

당신은 보통 혼자 요리하나요 아니면 누구와 함께 요리하나요?

5. Hãy nói về cách nấu một món ăn mà gần đây nhất anh/chị đã nấu.

가장 최근에 당신이 했던 음식의 요리법에 대해 말해 주세요.

주제에 관한 다양하고 유용한 표현들입니다. 자신에게 맞는 문장을 체크하고 재미있는 스토리를 만들어 보세요. 돌발 질문에도 당황하지 않고 나만의 표현력은 물론, 논리력에도 자신감이 생깁니다.

☐ 저는 요리를 배우기 위해 학원에 다닙니다.

Tôi đến trung tâm để học nấu ăn.

☐ 저는 요리하기 전에 손을 씻습니다.

Tôi rửa tay trước khi nấu ăn.

☐ 저는 요리하고 SNS에 올리기 위해 사진을 찍습니다.

Tôi nấu ăn, sau đó chụp ảnh để đăng lên mạng xã hội.

☐ 요리할 때 제일 어려운 것은 불 조절입니다.

Điều khó nhất khi nấu ăn là điều chỉnh lửa.

☐ 저는 복잡한 요리는 하지 못합니다.

Tôi không thể nấu món ăn phức tạp.

☐ 가끔, 저는 인스턴트 요리를 해 먹습니다.

Thỉnh thoảng, tôi nấu các món ăn nhanh và ăn.

☐ 요리를 한 뒤, 저는 남은 재료들로 다른 요리를 합니다.

Sau khi nấu ăn, tôi nấu món ăn khác bằng những nguyên liệu còn lại.

☐ 저는 오븐을 이용해서 요리합니다.

Tôi sử dụng lò nướng và nấu ăn.

☐ 칼과 불을 이용할 때 주의해야 합니다.

Phải chú ý khi sử dụng dao và lửa.

☐ 제 음식은 항상 성공합니다.

Món ăn của tôi luôn thành công.

독서하기

OPIc 시험에서는 콤보 형식으로 출제되는 경우가 많습니다. 주제별 답변에 대한 핵심 구조를 중심으로 응용 어휘를 활용한 콤보 형식의 답변을 연습해 보세요. 모범 답변을 활용해 나만의 스토리텔링도 만들어 보세요.

Q **Lý do anh/chị thích đọc sách là gì? Thể loại sách mà anh/chị thích là gì? Có quyển sách nào anh/chị muốn giới thiệu không?**

당신이 독서를 좋아하게 된 계기는 무엇인가요? 당신이 좋아하는 책의 장르는 무엇인가요? 추천해주고 싶은 책이 있나요?

 3단 콤보 답변

주제별 답변에 대한 핵심 구조를 중심으로 응용 어휘를 활용해서 콤보 형식의 답변을 익혀 보세요.

① 독서를 좋아하게 된 이유

핵심 구조   독서를 좋아하게 된 시점과 이유, 좋아하고 나서의 나의 변화

① Khi còn nhỏ, tôi đã ghét đọc sách.
어렸을 때, 저는 독서하는 것을 싫어했습니다.

② Từ khi còn nhỏ, tôi đã thích đọc sách.
어렸을 때부터, 저는 책을 즐겨 읽었습니다.

③ Nhưng tôi đã bắt đầu thích từ sau khi đọc sách tiểu thuyết rất thú vị.
하지만, 재미있는 소설책을 읽은 이후로 좋아졌습니다.

④ Sau khi đọc sách, vốn từ của tôi trở nên nhiều hơn.
책을 읽고 나서, 제 어휘력이 높아졌습니다.

⑤ Tôi đã gia nhập vào hội những người thích đọc sách.
저는 독서 동호회에 가입했습니다.

응용 어휘		
①② 초등학생 때 khi là học sinh cấp 1		중학생 때 khi là học sinh cấp 2
고등학생 때 khi là học sinh cấp 3		학창시절 때 thời đi học
③ 만화 truyện tranh	수필 tùy bút	연애소설 tiểu thuyết tình cảm
자기계발 phát triển bản thân		추리소설 tiểu thuyết trinh thám
④ 상식 thường thức	생각 suy nghĩ	집중력 khả năng tập trung

② 좋아하는 책의 장르

① Tôi thích tất cả các thể loại sách.

저는 모든 장르의 책을 좋아합니다.

② Tôi thích tất cả các thể loại sách trừ <u>tiểu thuyết cổ điển</u>.

저는 <u>고전소설</u>을 제외한 모든 장르의 책을 좋아합니다.

③ Tôi giải tỏa được căng thẳng khi đọc <u>tiểu thuyết trinh thám</u>.

저는 <u>추리소설</u>을 읽을 때 스트레스가 풀립니다.

④ Ngược lại, tôi ghét <u>tiểu thuyết cổ điển</u>.

반대로, 저는 <u>고전소설</u>을 싫어합니다.

⑤ Vì có quá nhiều từ vựng khó.

어려운 단어들이 너무 많기 때문입니다.

응용어휘		
③ 시간 가는 줄 모르다 **không biết thời gian trôi qua**		지식이 쌓이다 **tích lũy kiến thức**
집중할 수 있다 **có thể tập trung**	흥미를 느끼다 **cảm thấy thú vị**	
⑤ 내용이 어렵다 **nội dung khó**	무섭다 **sợ hãi**	식상하다 **nhàm chán**
이해가 안 간다 **không hiểu**		

③ 추천해주고 싶은 책

① Tôi đã đọc quyển sách này vào <u>10 năm trước</u> nhưng tôi không thể quên được.

저는 이 책을 <u>10년 전</u>에 읽었지만, 잊을 수 없습니다.

② Đó là nội dung về việc đi tìm miếng pho mát.

치즈를 찾으러 가는 내용입니다.

③ Quyển sách này là sách bán chạy nhất.

이 책은 베스트셀러였습니다.

④ Nội dung của quyển sách này không khó nhưng nó làm tôi suy nghĩ nhiều.

이 책의 내용은 어렵지 않지만, 많은 생각을 하게 해주었습니다.

⑤ Tôi đã giới thiệu quyển sách này cho nhiều người.

저는 이 책을 많은 사람에게 추천해 주었습니다.

응용어휘		
① 너무 감동적이었습니다 **đã rất cảm động**		너무 재밌었습니다 **đã rất thú vị**
너무 흥미진진했습니다 **đã rất hứng thú**		
② 가족에 대한 **về gia đình**	사건에 대한 **về tai nạn**	사랑에 대한 **về tình yêu**
우정에 대한 **về tình bạn**	인생에 대한 **về cuộc đời**	

콤보 형식의 답변을 활용해서 주제별 모범 답변을 제시합니다.

□ **1 단계** 독서를 좋아하게 된 이유 ① + ③ + ④ 🎧 05-18

Khi còn nhỏ, tôi đã ghét đọc sách. Nhưng tôi đã bắt đầu thích từ sau khi đọc sách tiểu thuyết rất thú vị. Khi học cấp 3, tôi đã đọc 1 quyển sách 1 tuần. Sau khi đọc sách, vốn từ của tôi trở nên nhiều hơn. Tôi đã có thể sử dụng những từ vựng mà tôi không hay dùng.

어렸을 때, 저는 독서하는 것을 싫어했습니다. 하지만, 재미있는 소설책을 읽은 이후로 좋아졌습니다. 고등학교 때는, 일주일에 한 권씩 책을 읽었습니다. 책을 읽고 나서, 제 어휘력이 높아졌습니다. 잘 안 쓰는 단어들도 쓸 수 있게 되었습니다.

□ **2 단계** 좋아하는 책의 장르 ③ + ④ + ⑤ 🎧 05-19

Tôi thích sách tiểu thuyết trinh thám. Tôi thích sự hứng thú khi đọc tiểu thuyết trinh thám. Tôi giải tỏa được căng thẳng khi đọc tiểu thuyết trinh thám. Ngược lại, tôi ghét tiểu thuyết cổ điển. Tiểu thuyết cổ điển rất chán vì có quá nhiều từ vựng khó.

저는 추리 소설책을 좋아합니다. 추리소설을 읽을 때 흥미진진한 것이 좋습니다. 저는 추리소설을 읽을 때 스트레스가 풀립니다. 반대로, 저는 고전소설을 싫어합니다. 어려운 단어들이 너무 많기 때문에 고전소설은 지루합니다.

Quyển sách tôi muốn giới thiệu là quyển sách 「Ai lấy miếng pho mát của tôi?」 của 'Spencer Johnson'. Tôi đã đọc quyển sách này vào 10 năm trước nhưng tôi không thể quên được. Quyển sách này có nhân vật chính là 2 con chuột nhắt và 2 cậu bé. Đó là nội dung về việc đi tìm miếng pho mát. Nội dung của quyển sách này không khó nhưng nó làm tôi suy nghĩ nhiều. Sau khi đọc quyển sách này, tôi đã nghĩ là luôn phải để phòng và phải chuẩn bị. Tôi đã giới thiệu quyển sách này cho nhiều người.

제가 추천하고 싶은 책은 '스펜서 존슨'의 「누가 내 치즈를 옮겼을까?」라는 책입니다. 저는 이 책을 10년 전에 읽었지만, 잊을 수 없습니다. 이 책은 두 마리의 생쥐와 두 꼬마가 주인공으로 나오는 책입니다. 치즈를 찾으러 가는 내용입니다. 이 책의 내용은 어렵지 않지만, 많은 생각을 하게 해주었습니다. 이 책을 읽고, 항상 대비하며 준비를 해야 한다고 생각했습니다. 저는 이 책을 많은 사람에게 추천해 주었습니다.

나만의 스토리를 만들어 보세요! 🐝

OPIc 시험에서는 질문의 의도를 빠르게 파악하는 것이 매우 중요합니다. 익숙한 질문일수록, 당황하지 않고 자연스럽게 답변을 할 수 있습니다. 주제에 관한 다양한 질문 유형들을 반복해서 익히고 학습해 보세요.

1. Anh/Chị thích đọc sách từ khi nào? Vì sao anh/chị thích đọc sách?

당신은 언제부터 독서를 좋아했나요? 독서를 왜 좋아하나요?

---

2. Anh/Chị thường đọc sách vào lúc nào? Anh/Chị đọc mấy quyển sách 1 tháng?

당신은 보통 언제 독서를 하나요? 한 달에 몇 권의 책을 읽나요?

---

3. Anh/Chị có nói chuyện với người quen về cảm nhận của mình sau khi đọc sách không? Anh/Chị nói chuyện gì?

당신은 책을 읽고 느낀 점에 대해 지인들과 대화를 나누나요? 어떤 대화를 나누나요?

---

4. Có quyển sách nào anh/chị thấy ấn tượng nhất không? Anh/Chị đã đọc quyển sách đó khi nào? Hãy giới thiệu về nội dung của quyển sách đó.

가장 인상 깊었던 책이 있나요? 그 책은 언제 읽었나요? 그 책의 내용에 대해서 소개해 주세요.

---

5. Anh/Chị hãy nói về tác giả mà anh/chị thích nhất.

당신이 가장 좋아하는 작가에 대해서 이야기해 주세요.

주제에 관한 다양하고 유용한 표현들입니다. 자신에게 맞는 문장을 체크하고 재미있는 스토리를 만들어 보세요. 돌발 질문에도 당황하지 않고 나만의 표현력은 물론, 논리력에도 자신감이 생깁니다.

☐ 이 책은 영화로도 만들어졌습니다.

Quyển sách này cũng đã được làm thành phim điện ảnh.

☐ 저는 항상 책을 들고 다니며 읽습니다.

Tôi luôn mang theo sách và đọc.

☐ 책을 읽을 때 걱정과 근심이 모두 사라집니다.

Mọi nỗi lo lắng và băn khoăn đều biến mất khi tôi đọc sách.

☐ 저는 해변에서 책 읽는 것을 가장 좋아합니다.

Tôi thích đọc sách ở bãi biển nhất.

☐ 저는 책을 읽은 후, 느낀 점을 노트에 적습니다.

Sau khi đọc sách, tôi viết cảm nhận vào quyển sổ.

☐ 저는 친구들과 좋은 책들을 서로 공유합니다.

Tôi và bạn bè cùng nhau chia sẻ những quyển sách hay.

☐ 저는 도서관에서 책을 대여해서 읽습니다.

Tôi mượn sách ở thư viện và đọc.

☐ 저는 서점에 가서 책 보는 것을 좋아합니다.

Tôi thích đến nhà sách và xem sách.

☐ 저는 한 달에 4권 정도의 책을 읽습니다.

Tôi đọc khoảng 4 quyển sách 1 tháng.

☐ 저는 책을 읽고 좋은 문장을 SNS에 적어둡니다.

Tôi đọc sách và viết những câu văn hay lên mạng xã hội.

Bài 5

🎧 05-22

애완동물 기르기

> OPIc 시험에서는 콤보 형식으로 출제되는 경우가 많습니다. 주제별 답변에 대한 핵심 구조를 중심으로 응용 어휘를 활용한 콤보 형식의 답변을 연습해 보세요. 모범 답변을 활용해 나만의 스토리텔링도 만들어 보세요.

Q Anh/Chị hãy miêu tả về thú cưng của anh/chị. Anh/Chị nghĩ ưu điểm và nhược điểm khi nuôi thú cưng là gì? Hãy nói về trải nghiệm cùng với thú cưng mà anh/chị nhớ.

당신의 애완동물을 묘사해 주세요. 애완동물을 키울 때의 장점과 단점이 무엇이라고 생각하나요? 애완동물과 함께한 기억에 남는 경험에 대해서 이야기해 주세요.

3단 콤보 답변

주제별 답변에 대한 핵심 구조를 중심으로 응용 어휘를 활용해서 콤보 형식의 답변을 익혀 보세요.

① 애완동물의 묘사

핵심 구조 애완동물의 생김새와 성향

① Tôi đang nuôi một con chó.
저는 강아지 한 마리를 키우고 있습니다.

② Con chó của tôi có lông mềm màu trắng.
제 강아지는 하얀색의 부드러운 털을 가지고 있습니다.

③ Con chó của tôi rất đáng yêu.
제 강아지는 매우 사랑스럽습니다.

④ Con chó của tôi có nhiều hành động đáng yêu.
제 강아지는 애교가 많습니다.

⑤ Nhưng thỉnh thoảng nó cũng rất dữ.
하지만, 가끔 매우 사납습니다.

응용어휘				
①	거북이 con rùa	고양이 con mèo	물고기 con cá	뱀 con rắn
	원숭이 con khỉ	토끼 con thỏ	햄스터 chuột Hamster	
②	긴 털 lông dài	까칠한 털 lông xù	짧은 털 lông ngắn	
④⑤	개구지다 nghịch ngợm	귀엽다 đáng yêu	말을 잘 안 듣다 không nghe lời	
	순종적이다 biết phục tùng			

② 애완동물을 키울 때의 장·단점

핵심 구조 애완동물을 키울 때 장점과 단점

① Ưu điểm khi nuôi thú cưng là không thấy cô đơn.
애완동물을 키울 때 장점은 외롭지 않다는 것입니다.

② Thú cưng giống như em ruột của tôi.
애완동물은 나의 친동생 같습니다.

③ Nhược điểm khi nuôi thú cưng là không được tự do.
애완동물을 키울 때 단점은 자유롭지 않다는 것입니다.

④ Có nhiều ưu điểm hơn nhược điểm khi nuôi thú cưng.
애완동물을 키울 때는 단점보다 장점이 더 많습니다.

⑤ Nhưng dạo này vì có nhiều nơi có thể ở cùng với thú cưng nên tôi luôn đi cùng với thú cưng.
하지만, 요즘에는 애완동물과 함께하는 장소들이 많아서 저는 항상 함께합니다.

응용어휘
① 감정을 공유하다 chia sẻ cảm xúc   책임감이 생긴다 có trách nhiệm
③ 돈이 많이 든다 tốn nhiều tiền   털이 빠진다 rụng lông
  항상 보살펴줘야 한다 luôn phải chăm sóc

③ 기억에 남는 애완동물과의 경험

핵심 구조 애완동물과의 에피소드

① Tôi đã đi dạo ở công viên trước nhà với con chó.
저는 강아지와 함께 집 앞 공원으로 산책을 갔습니다.

② Ở công viên có nhiều người dắt thú cưng đi dạo.
공원에는 많은 사람이 애완동물과 함께 나와서 산책을 하고 있었습니다.

③ Những người chủ tụ tập lại và cùng dành thời gian với những con chó.
개 주인들과 모여 강아지들과 함께 시간을 보냈습니다.

④ Con chó của tôi bắt đầu nhìn và tấn công những con chó khác.
제 강아지가 다른 강아지를 보고 공격을 하기 시작했습니다.

⑤ Sau lần đó, tôi luôn cẩn thận khi dắt chó đi dạo.
그 이후로, 강아지를 산책시킬 때 항상 조심합니다.

응용어휘
④ 꼬리를 흔들었습니다 quẩy đuôi   쓰러졌습니다 ngất xìu
⑤ 놀러 갈 때 khi đi chơi   밤에 배변 활동을 할 때 khi đi đại tiện vào ban đêm
  혼자 있을 때 khi ở một mình

콤보 형식의 답변을 활용해서 주제별 모범 답변을 제시합니다.

☐ **1단계** 애완동물의 묘사 ① + ② + ④ + ⑤   🎧 05-23

Tôi đang nuôi một con chó. Con chó của tôi có lông mềm màu trắng. Mắt của nó to và vóc dáng của nó nhỏ. Con chó của tôi đã được 4 tuổi rồi. Con chó của tôi có nhiều hành động đáng yêu. Nhưng thỉnh thoảng nó cũng rất dữ. Nó thích ăn và thích đi dạo.

저는 강아지를 키우고 있습니다. 제 강아지는 하얀색의 부드러운 털을 가지고 있습니다. 눈은 크고 몸집은 작은 편입니다. 제 강아지는 태어난 지 4년이 되었습니다. 제 강아지는 애교가 많습니다. 하지만, 가끔 매우 사납습니다. 먹는 것을 좋아하고 산책 가는 것을 좋아합니다.

☐ **2단계** 애완동물을 키울 때의 장·단점 ① + ③ + ⑤   🎧 05-24

Ưu điểm khi nuôi thú cưng là không thấy cô đơn. Vì nó luôn ở nhà chào đón tôi và luôn đối xử rất đáng yêu với tôi. Nhược điểm khi nuôi thú cưng là không được tự do. Vì khi đi du lịch cũng luôn phải lo lắng cho nó. Nhưng dạo này vì có nhiều nơi có thể ở cùng với thú cưng nên tôi luôn đi cùng với thú cưng.

애완동물을 키울 때 장점은 외롭지 않다는 것입니다. 항상 집에서 저를 반겨주고 언제나 사랑스럽게 대해주기 때문입니다. 애완동물을 키울 때 단점은 자유롭지 않다는 것입니다. 여행을 갈 때도 항상 신경이 쓰이기 때문입니다. 하지만, 요즘에는 애완동물과 함께하는 장소들이 많아서 저는 항상 함께합니다.

☐ **3 단계** 기억에 남는 애완동물과의 경험 ① + ② + ④ + ⑤　🎧 05-25

Đó là việc của mấy ngày trước. Tôi đã đi dạo ở công viên trước nhà với con chó. Ở công viên có nhiều người dắt thú cưng đi dạo. Con chó của tôi bắt đầu nhìn và tấn công những con chó khác. Tôi đã ôm con chó và giúp nó bình tĩnh. Vào mấy ngày trước, tôi đã biết được là con chó của tôi có tính công kích. Sau lần đó, tôi luôn cẩn thận khi dắt chó đi dạo.

며칠 전의 일이었습니다. 저는 강아지와 함께 집 앞 공원으로 산책을 갔습니다. 공원에는 많은 사람이 애완동물과 함께 나와서 산책을 하고 있었습니다. 저의 강아지가 다른 강아지를 보고 공격을 하기 시작했습니다. 저는 강아지를 안아서 안정을 시켰습니다. 며칠 전에 저희 강아지가 공격성이 있다는 것을 알았습니다. 그 이후로, 강아지를 산책시킬 때 항상 조심합니다.

나만의 스토리를 만들어 보세요! 🐝

OPIc 시험에서는 질문의 의도를 빠르게 파악하는 것이 매우 중요합니다. 익숙한 질문일수록, 당황하지 않고 자연스럽게 답변을 할 수 있습니다. 주제에 관한 다양한 질문 유형들을 반복해서 익히고 학습해 보세요.

1. Anh/Chị thích hành động nào của thú cưng?

당신은 애완동물의 어떤 행동을 좋아합니까?

2. Điểm khó khăn khi chăm sóc thú cưng là gì? Hay điểm tốt là gì?

애완동물을 돌볼 때 어려운 점은 무엇인가요? 혹은 좋은 점은 무엇인가요?

3. Anh/Chị làm gì cho thú cưng của mình? Hãy nói chi tiết về việc đó.

당신은 애완동물을 위해 어떤 것들을 하나요? 자세하게 이야기해 주세요.

4. Anh/Chị đã trở nên khác đi ở điểm nào khi nuôi thú cưng? Anh/Chị đã chịu ảnh hưởng về những điểm nào?

당신은 애완동물을 키우며 어떤 점이 달라졌나요? 어떤 점들이 영향을 끼쳤나요?

5. Anh/Chị thường đi đâu với thú cưng? Anh/Chị làm gì ở đó?

당신은 보통 애완동물과 함께 어디를 가나요? 거기서 무엇을 하나요?

주제에 관한 다양하고 유용한 표현들입니다. 자신에게 맞는 문장을 체크하고 재미있는 스토리를 만들어 보세요. 돌발 질문에도 당황하지 않고 나만의 표현력은 물론, 논리력에도 자신감이 생깁니다.

□ 제 강아지는 매우 순종적이고 제 말을 잘 듣습니다.

Con chó của tôi rất biết phục tùng và biết nghe lời tôi.

□ 제 강아지는 코를 킁킁거리며 냄새를 맡습니다.

Con chó của tôi khịt mũi và đánh hơi.

□ 제 고양이는 캣타워에서 많은 시간을 보냅니다.

Con mèo của tôi dành nhiều thời gian ở nhà của mèo.

□ 저는 매일 강아지를 산책시키려 하지만, 시간이 없습니다.

Tôi định dắt chó đi dạo mỗi ngày nhưng tôi không có thời gian.

□ 제 고양이는 다른 고양이들과 다르게 애교가 많습니다.

Con mèo của tôi có nhiều hành động đáng yêu khác với những con mèo khác.

□ 저는 예방 접종을 하기 위해 병원에 갔습니다.

Tôi đã đến bệnh viện để tiêm phòng cho nó.

□ 집이 난장판이 되어있었습니다.

Nhà tôi đã trở thành một mớ hỗn độn.

□ 저는 한 달에 한 번 저의 강아지를 미용시킵니다.

Tôi cho chó của tôi đi làm đẹp mỗi tháng một lần.

□ 저는 산책을 다녀오면 목욕을 시킵니다.

Tôi tắm cho nó sau khi đi dạo về.

□ 제 강아지는 배가 고플 때 낑낑거립니다.

Con chó của tôi rên hừ hừ khi nó đói bụng.

Chương

6

운동

학습목표 출제경향

Background Survey에서 '주로 어떤 운동을 즐겨 합니까?'라는 질문에 당신은 1개 이상을 선택해야 합니다. 이때 중요한 것은 서로 연관되는 운동들을 선택하는 것이 전략적입니다. 예를 들어 농구를 선택하면 야구와 축구를 선택하고, 걷기를 선택할 경우에는 조깅 등과 같이 비슷한 운동으로 선택하는 것이 중요합니다. 각 운동의 과정 및 에피소드도 준비해야 합니다. 그러므로 각 운동의 어휘를 숙지하는 것이 중요합니다.

주제별 고득점 꿀팁 ★★

Bài 1 수영하기	✹ 수영을 하게 된 계기 → 수영하는 빈도 → 수영을 하고 난 후의 변화 ✹ 수영하면서 기억에 남는 에피소드 → 느낀 점
Bài 2 자전거 타기	✹ 자전거를 타게 된 계기 → 자전거를 타는 빈도 → 자전거 타기를 좋아하는 이유 ✹ 본인의 자전거 묘사 → 자전거를 구매한 경로 ☞ 여가활동의 공원 산책하기와 함께 자전거 타기를 이야기하면, 쉬운 답변을 만들 수 있습니다.
Bài 3 걷기 및 조깅	✹ 걷기 및 조깅을 시작하게 된 계기 → 걷기 및 조깅을 하는 빈도 → 걷기 및 조깅을 한 후의 변화 → 주의사항 ☞ 걷기와 조깅은 몇 가지 어휘만 바꾸면 쉽게 답변을 할 수 있기 때문에, survey에서 2가지 모두 선택하는 것이 좋습니다. ☞ 여가활동의 공원 산책하기와 함께 걷기 및 조깅을 이야기하면, 쉬운 답변을 만들 수 있습니다.
Bài 4 요가 및 헬스 하기	✹ 요가 및 헬스를 하게 된 계기 → 요가 및 헬스를 하는 빈도 → 요가 및 헬스를 하고 난 후의 변화 ✹ 요가 및 헬스를 할 때 준비물 → 주의사항 ☞ 요가 및 헬스도 걷기 및 조깅과 같이 어휘만 바꾸면 쉽게 답변을 할 수 있기 때문에, survey에서 2가지 모두 선택하는 것이 좋습니다.
Bài 5 축구하기	✹ 축구를 좋아하게 된 계기 → 축구를 하는 빈도 → 좋아하는 축구선수 ✹ 기억에 남는 축구 에피소드 → 느낀 점 ☞ 축구하기는 농구 및 야구로 몇 가지 어휘만 대체해서 사용할 수 있으므로, 전략적으로 답변을 준비할 수 있습니다.

✹ Background Survey에서 해당 항목을 선택했을 경우, 자주 출제되는 콤보 형식의 질문 유형입니다.
빈출도 높은 질문 유형들을 익혀두고, 질문의 의도를 빠르게 파악할 수 있도록 학습해 보세요.

Bài 1 수영하기	Anh/Chị đã đi bơi từ khi nào và vì sao anh/chị đi bơi? Anh/Chị làm gì sau khi đi bơi? Hãy nói về trải nghiệm đi bơi mà anh/chị nhớ nhất. 당신은 언제부터 수영했고 왜 수영을 했나요? 당신은 수영하고 난 후에 무엇을 하나요? 당신이 기억에 남는 수영을 한 경험에 대해 말해 주세요.
Bài 2 자전거 타기	Anh/Chị chủ yếu thường đi xe đạp khi nào và với ai? Hãy miêu tả về chiếc xe đạp của anh/chị. Hãy nói về trải nghiệm anh/chị nhớ nhất về việc đi xe đạp. 당신은 주로 언제 누구랑 자전거를 타나요? 당신의 자전거에 대해 묘사해 주세요. 당신이 기억에 남는 자전거를 탄 경험에 대해서 말해 주세요.
Bài 3 걷기 및 조깅	Anh/Chị nghĩ điểm mạnh của đi bộ là gì? Và anh/chị nghĩ điểm mạnh và điểm yếu của chạy bộ là gì? Hãy nói về trải nghiệm đi bộ và chạy bộ mà anh/chị nhớ. 당신은 걷기의 장점이 무엇이라고 생각하나요? 그리고 조깅의 장점과 단점은 무엇이라고 생각하나요? 기억에 남는 걷기와 조깅의 경험에 대해서 말해 주세요.
Bài 4 요가 및 헬스 하기	Anh/Chị bắt đầu tập yoga/gym từ khi nào và vì sao anh/chị bắt đầu tập yoga/gym? Anh/Chị làm gì trước và sau khi tập yoga/gym? Hãy giới thiệu về giáo viên yoga/gym của anh/chị. 당신은 언제부터 요가/헬스를 시작했고 왜 요가/헬스를 시작했나요? 당신은 요가/헬스를 하기 전과 후에 무엇을 하나요? 당신의 요가/헬스 선생님에 대해 소개해 주세요.
Bài 5 축구하기	Lý do anh/chị thích bóng đá là gì? Bình thường anh/chị chơi bóng đá ở đâu và chơi với ai? Hãy nói về một trận bóng đá mà anh/chị nhớ. 당신이 축구를 좋아하는 이유는 무엇인가요? 당신은 보통 어디에서 누구랑 축구를 하나요? 당신이 기억에 남는 축구 경기에 대해 이야기해 주세요.

수영하기

OPIc 시험에서는 콤보 형식으로 출제되는 경우가 많습니다. 주제별 답변에 대한 핵심 구조를 중심으로 응용 어휘를 활용한 콤보 형식의 답변을 연습해 보세요. 모범 답변을 활용해 나만의 스토리텔링도 만들어 보세요.

Q **Anh/Chị đã đi bơi từ khi nào và vì sao anh/chị đi bơi? Anh/Chị làm gì sau khi đi bơi? Hãy nói về trải nghiệm đi bơi mà anh/chị nhớ nhất.**

당신은 언제부터 수영했고 왜 수영을 했나요? 당신은 수영하고 난 후에 무엇을 하나요? 당신이 기억에 남는 수영을 한 경험에 대해 말해 주세요.

 3단 콤보 답변

주제별 답변에 대한 핵심 구조를 중심으로 응용 어휘를 활용해서 콤보 형식의 답변을 익혀 보세요.

① 수영하기

핵심 구조 수영을 시작한 시기, 시작한 이유, 수영하는 장소

① Tôi đã bắt đầu học bơi từ khi tôi 20 tuổi.

저는 20살부터 수영을 배우기 시작했습니다.

② Lúc đầu tôi rất sợ nước.

처음에는 물이 너무 무서웠습니다.

③ Nhưng tôi đã bắt đầu học bơi để giảm cân.

하지만, 살을 빼기 위해 수영을 배우기 시작했습니다.

④ Tôi hoàn toàn không biết về cách bơi.

저는 수영을 하는 법을 전혀 몰랐습니다.

⑤ Khi mùa hè đến, tôi và bạn bè sẽ đi chơi ở hồ bơi ngoài trời.

여름이 되면, 제 친구들과 야외 수영장으로 놀러 갈 것입니다.

응용 어휘		
① 3개월 전 **3 tháng trước**		3년 전 **3 năm trước**
성인이 된 후 **sau khi trưởng thành**		어렸을 때 **khi còn nhỏ**
② 긴장하다 **căng thẳng**		수영을 못했다 **không thể bơi**
재미있다고 느꼈다 **cảm thấy thú vị**		
③ 건강을 지키기 위해 **để giữ gìn sức khỏe**		수영하는 법을 배우기 위해 **để học cách bơi**
운동을 하기 위해 **để tập thể dục**		
⑤ 바다 **biển**	실내 수영장 **hồ bơi trong nhà**	호텔 수영장 **hồ bơi khách sạn**

❷ 수영을 하기 전과 후에 하는 일

핵심 구조 수영하기 전 준비물, 수영하기 전과 후에 하는 일

① Tôi chuẩn bị đồ trước khi đi bơi.
저는 수영을 하러 가기 전에 준비물을 챙깁니다.

② Đồ chuẩn bị có mũ bơi, quần áo bơi, kính bơi, vân vân.
준비물에는 수영 모자, 수영복, 수경 등이 있습니다.

③ Tôi khởi động trước khi bơi.
저는 수영을 하기 전에 준비운동을 합니다.

④ Tôi đến hồ bơi rồi thay quần áo và bơi.
저는 수영장에 도착해서 옷을 갈아입고 수영을합니다.

⑤ Tôi tắm sau khi bơi xong.
저는 수영이 끝난 후에는 샤워를 합니다.

응용어휘
① 음식을 먹지 않다 không ăn thức ăn	
③④ 물로 몸을 적시다 làm ướt người bằng nước	수영복을 입다 mặc quần áo bơi
⑤ 휴식을 취하다 nghỉ ngơi	밥을 먹다 ăn cơm

❸ 기억에 남는 수영 경험

핵심 구조 수영에 대한 에피소드

① Đó là việc khi tôi đi du lịch nước ngoài với gia đình.
가족들과 함께 해외로 여행 갔을 때의 일입니다.

② Đó là việc rất kinh khủng.
너무 끔찍한 일이었습니다.

③ Tôi đang bơi thì chìa khóa cột ở chân tôi biến mất.
제가 수영하고 있는데 제 발에 묶여있던 열쇠가 사라졌습니다.

④ Tôi và mẹ đang tìm kiếm thì người quản lý đã đến và giúp chúng tôi.
엄마와 제가 찾고 있는데, 관리인이 와서 우리를 도와주었습니다.

⑤ Đây là kinh nghiệm không thể quên được.
이 경험은 잊지 못할 경험입니다.

응용어휘
① 3년 전의 của 3 năm trước	여름휴가 동안 trong suốt kì nghỉ hè
겨울방학 동안 trong suốt kì nghỉ đông	지난해 năm ngoái
② 긴장되는 căng thẳng	무서운 đáng sợ
③ 다리에 쥐가 나다 bị chuột rút ở chân	사람이 물에 빠지다 người rơi xuống nước
숨을 쉬기 어렵다 khó thở	

콤보 형식의 답변을 활용해서 주제별 모범 답변을 제시합니다.

□ **1단계** 수영하기 ① + ② + ③ + ⑤ 🎧 06-3

Tôi đã bắt đầu học bơi từ khi tôi 20 tuổi. Lúc đầu tôi rất sợ nước. Nhưng tôi đã bắt đầu học bơi để giảm cân. Khi tôi bắt đầu học bơi, tôi đến hồ bơi gần nhà để học bơi vào buổi sáng, 2 lần 1 tuần. Lúc đầu tôi thấy không thú vị. Nhưng càng học thì tôi càng thấy thú vị và tôi xuống cân. Dạo này vì bận rộn nên thỉnh thoảng tôi đi bơi, nhưng bây giờ tôi rất thích nước. Khi mùa hè đến, tôi và bạn bè sẽ đi chơi ở hồ bơi ngoài trời.

저는 20살부터 수영을 배우기 시작했습니다. 처음에는 물이 너무 무서웠습니다. 하지만, 살을 빼기 위해 수영을 배우기 시작했습니다. 수영을 배우기 시작했을 때, 일주일에 2번씩, 아침에 수영을 배우러 집 근처 수영장으로 갔습니다. 처음에는 재미없었습니다. 하지만, 배울수록 재밌고 살도 빠졌습니다. 요즘에는 바빠서 가끔 수영을 가지만, 저는 이제 물이 너무 좋습니다. 여름이 되면, 제 친구들과 야외수영장으로 놀러 갈 것입니다.

□ **2단계** 수영을 하기 전과 후에 하는 일 ① + ② + ④ + ⑤ 🎧 06-4

Tôi chuẩn bị đồ trước khi đi bơi. Đồ chuẩn bị có mũ bơi, quần áo bơi, kính bơi, vân vân. Tôi luôn ăn sô cô la trước khi đi bơi. Vì nếu không ăn gì thì tôi thấy chóng mặt. Tôi đi xe đạp để đi bơi. Tôi đến hồ bơi rồi thay quần áo và bơi. Tôi tắm sau khi bơi xong.

수영을 하러 가기 전에 준비물을 챙깁니다. 준비물에는 수영 모자, 수영복, 수경 등이 있습니다. 수영을 가기 전에 저는 항상 초콜릿을 먹습니다. 아무것도 먹지 않으면 어지럽기 때문입니다. 저는 자전거를 타고 수영을 하러 갑니다. 저는 수영장에 도착해서 옷을 갈아입고 수영을 합니다. 저는 수영이 끝난 후에는 샤워를 합니다.

☐ **3 단계** 기억에 남는 수영 경험 ① + ③ + ④ 🎧 06-5

Đó là việc khi tôi đi du lịch nước ngoài với gia đình. Gia đình tôi ở khách sạn và đi du lịch. Ở khách sạn đó có một hồ bơi rất lớn ở sân thượng. Tôi và mẹ tôi đã đi bơi vào mỗi sáng và mỗi tối. Chúng tôi ăn tối rồi đi bơi. Tôi đang bơi thì chìa khóa cột ở chân tôi biến mất. Vì tối quá nên tôi không biết phải làm thế nào. Tôi và mẹ đang tìm kiếm thì người quản lý đã đến và giúp chúng tôi. Khoảng 5 người đã giúp chúng tôi và đã tìm thấy chìa khóa. Từ sau đó, tôi chú ý nhiều hơn để không bị mất chìa khóa.

가족들과 함께 해외로 여행 갔을 때의 일입니다. 저희 가족은 호텔에서 묵으며 여행을 했습니다. 그 호텔에는 옥상에 아주 큰 수영장이 있었습니다. 저와 엄마는 매일 아침과 저녁에 수영했습니다. 저녁에 식사하고 수영을 하러 갔습니다. 저는 수영하고 있는데 제 발에 묶여있던 열쇠가 사라졌습니다. 너무 어두워서 어떻게 해야 할지 몰랐습니다. 엄마와 제가 찾고 있는데, 관리인이 와서 우리를 도와주었습니다. 약 5명이 우리를 도왔으며 키를 찾았습니다. 그 이후, 키를 잃어버리지 않도록 저는 신경을 더 많이 씁니다.

나만의 스토리를 만들어 보세요! 🐝

OPIc 시험에서는 질문의 의도를 빠르게 파악하는 것이 매우 중요합니다. 익숙한 질문일수록, 당황하지 않고 자연스럽게 답변을 할 수 있습니다. 주제에 관한 다양한 질문 유형들을 반복해서 익히고 학습해 보세요.

1. Vì sao anh/chị đi bơi? So với các môn thể thao khác, điểm tốt và điểm không tốt của đi bơi là gì?

당신은 왜 수영을 하나요? 수영이 다른 운동에 비해, 좋은 점은 무엇이며 나쁜 점은 무엇입니까?

---

2. Anh/Chị đã học bơi được bao lâu rồi? Anh/Chị đi bơi với ai?

당신은 수영을 배운 지 얼마나 되었나요? 당신은 누구와 함께 수영을 하나요?

---

3. Anh/Chị hãy nói về việc đi bơi gần đây nhất. Anh/Chị đã đi bơi ở đâu? Anh/Chị đã bơi trong bao lâu?

당신이 가장 최근에 했던 수영에 대해서 이야기해 주세요. 어디에서 수영했나요? 얼마나 했나요?

---

4. Anh/Chị thường đi hồ bơi ở đâu? Vì sao anh/chị đi hồ bơi đó? Anh/Chị hãy nói về hồ bơi đó.

당신이 자주 가는 수영장은 어디에 있나요? 왜 그 수영장에 가나요? 그 수영장에 대해서 이야기해 주세요.

---

5. Gần đây nhất khi anh/chị đến hồ bơi, ở đó có nhiều người không? Những người ở hồ bơi đang làm gì?

가장 최근에 수영장에 갔을 때, 그곳에 사람이 많이 있었나요? 수영장에서 사람들이 무엇을 하고 있었나요?

주제에 관한 다양하고 유용한 표현들입니다. 자신에게 맞는 문장을 체크하고 재미있는 스토리를 만들어 보세요. 돌발 질문에도 당황하지 않고 나만의 표현력은 물론, 논리력에도 자신감이 생깁니다.

☐ 수영을 하면 기분이 상쾌해집니다.

Nếu đi bơi thì tôi thấy sảng khoái.

☐ 수영의 장점은 혈액순환이 잘 되는 것입니다.

Ưu điểm của bơi lội là giúp tuần hoàn máu tốt.

☐ 수영하기 전에 항상 준비운동을 해야 합니다.

Luôn luôn phải khởi động trước khi bơi.

☐ 예전에는 못했지만, 지금은 수영을 매우 잘합니다.

Trước đây tôi đã không thể bơi, nhưng bây giờ tôi bơi rất giỏi.

☐ 저는 일주일에 3번 수영을 합니다.

Tôi đi bơi 1 tuần 3 lần.

☐ 어른들에게 좋은 운동입니다.

Đây là môn thể thao tốt cho người lớn.

☐ 겨울에는 추워서 수영을 하기가 힘듭니다.

Vào mùa đông, vì trời lạnh nên rất khó để đi bơi.

☐ 저는 여러 가지 수영 방법을 다 배우지 못했습니다.

Tôi đã không thể học tất cả các cách bơi.

☐ 저는 수영장에서 사고를 당했습니다.

Tôi đã bị tai nạn ở hồ bơi.

☐ 수영은 저의 몸매를 유지하는 비결입니다.

Bơi lội là bí quyết duy trì vóc dáng của tôi.

자전거 타기

OPIc 시험에서는 콤보 형식으로 출제되는 경우가 많습니다. 주제별 답변에 대한 핵심 구조를 중심으로 응용 어휘를 활용한 콤보 형식의 답변을 연습해 보세요. 모범 답변을 활용해 나만의 스토리텔링도 만들어 보세요.

Q **Anh/Chị chủ yếu thường đi xe đạp khi nào và với ai? Hãy miêu tả về chiếc xe đạp của anh/chị. Hãy nói về trải nghiệm anh/chị nhớ nhất về việc đi xe đạp.**

당신은 주로 언제 누구랑 자전거를 타나요? 당신의 자전거에 대해 묘사해 주세요. 당신이 기억에 남는 자전거를 탄 경험에 대해서 말해 주세요.

 3단 콤보 답변

주제별 답변에 대한 핵심 구조를 중심으로 응용 어휘를 활용해서 콤보 형식의 답변을 익혀 보세요.

❶ 자전거 타기

핵심 구조 자전거 타는 시간과 장소, 함께 타는 사람

① Bình thường, tôi đi xe đạp ở công viên sông Hàn vào buổi sáng.
보통, 저는 아침에 한강공원에서 자전거를 탑니다.

② Tôi đi xe đạp để tập thể dục.
저는 운동을 위해 자전거를 탑니다.

③ Sau khi đi xe đạp, tôi thấy sảng khoái.
자전거를 타고나면, 기분이 상쾌해집니다.

④ Tôi thường đi xe đạp một mình.
저는 자주 혼자 자전거를 탑니다.

⑤ Tôi đi du lịch bằng xe đạp vào mỗi cuối tuần với gia đình của tôi.
저는 저의 가족과 주말마다 자전거 여행을 갑니다.

응용어휘		
① 이른 아침 sáng sớm	저녁 buổi tối	주말 cuối tuần
출근 전 trước khi đi làm	퇴근 후 sau khi tan làm	
자전거 도로 đường dành cho xe đạp	집 근처 gần nhà	
④⑤ 가족과 với gia đình	동호회 사람들과 với những người cùng sở thích	
여동생과 với em gái	친한 친구와 với bạn thân	

② 자전거 묘사

① Chiếc xe đạp của tôi là chiếc xe đạp màu đỏ.
제 자전거는 빨간색 자전거입니다.

② 3 tháng trước, tôi đã mua xe đạp ở cửa hàng xe đạp.
3개월 전에, 저는 자전거 매장에서 자전거를 구입했습니다.

③ Trên chiếc xe đạp của tôi có gắn đèn pin.
제 자전거에는 플래시가 달려있습니다.

④ Chiếc xe đạp của tôi nhẹ và chắc chắn.
제 자전거는 가볍고 튼튼합니다.

⑤ Tôi rất hài lòng về chiếc xe đạp của tôi.
저는 제 자전거에 매우 만족합니다.

응용어휘			
① 검은색 màu đen	금색 màu vàng kim	남색 màu xanh lam	노란색 màu vàng
분홍색 màu hồng	은색 màu bạc	파란색 màu xanh dương	하얀색 màu trắng
② 온라인 쇼핑 사이트 trang bán hàng online		중고 가게 cửa hàng đồ cũ	
③ 물통 bình nước	바구니 giỏ	벨 chuông	스피커 loa
④ 무거운 nặng	오래된 cũ	최신식이다 là loại mới nhất	

③ 기억에 남는 자전거 경험

① Khi tôi học lớp 3, bố tôi đã dạy tôi cách đi xe đạp.
제가 초등학교 3학년 때, 아버지가 자전거 타는 법을 알려 주셨습니다.

② Ban đầu, tôi thấy rất khó.
처음에는 매우 어려웠습니다.

③ Tôi đã học đi xe đạp một chút, bố tôi đã đến công viên lớn trước nhà và dạy tôi đi xe đạp.
저는 자전거를 타는 것을 조금 배우고, 아버지가 집 앞 큰 공원으로 나가서 자전거를 알려 주셨습니다.

④ Tôi đã bị ngã và bị thương.
저는 넘어져서 다쳤습니다.

⑤ Thỉnh thoảng tôi vẫn còn nhớ lúc đó.
아직도 가끔 그때의 기억이 납니다.

응용어휘				
① 부모님 bố mẹ	어머니 mẹ	누나/언니 chị	형/오빠 anh	친구 bạn
② 두렵다 sợ hãi	재밌다 thú vị	흥미롭다 hứng thú		

☐ **1단계** 자전거 타기 ① + ③ + ④　　　　　🎧 06-8

Bình thường, tôi đi xe đạp ở công viên sông Hàn vào buổi sáng. Việc thức dậy vào sáng sớm và đi xe đạp là một việc rất khó, nhưng sau khi đi xe đạp, tôi thấy sảng khoái. Hơn nữa, tôi cũng thấy sức khỏe tốt hơn. Tôi thường đi xe đạp một mình. Vào cuối tuần, thỉnh thoảng tôi đi ra ngoại ô để đi xe đạp với bạn bè.

보통, 저는 아침에 한강공원에서 자전거를 탑니다. 이른 아침에 일어나서 자전거를 타는 일은 매우 힘들지만, 자전거를 타고 나면, 기분이 상쾌해집니다. 게다가, 건강도 좋아지는 느낌입니다. 저는 자주 혼자 자전거를 탑니다. 주말에는 가끔 친구들과 함께 자전거를 타러 교외로 나갑니다.

☐ **2단계** 자전거 묘사 ① + ② + ④ + ⑤　　　　　🎧 06-9

Chiếc xe đạp của tôi là chiếc xe đạp màu đỏ. 3 tháng trước, tôi đã mua xe đạp ở cửa hàng xe đạp. Chiếc xe đạp trước đó của tôi đã quá cũ nên tôi đã mua chiếc xe đạp mới. Vì tôi thường đi xe đạp nên tôi đã muốn một chiếc xe đạp có tính năng tốt. Chiếc xe đạp của tôi nhẹ và chắc chắn. Hơn nữa, giá cũng hợp lý. Tôi rất hài lòng về chiếc xe đạp của tôi.

제 자전거는 빨간색 자전거입니다. 3개월 전에, 저는 자전거 매장에서 자전거를 구입했습니다. 전에 있던 자전거는 너무 오래되어서 새로 구입했습니다. 저는 자전거를 자주 타기 때문에 성능이 좋은 자전거를 원했습니다. 제 자전거는 가볍고 튼튼합니다. 게다가, 가격도 적당했습니다. 저는 제 자전거에 매우 만족합니다.

Khi tôi học lớp 3, bố tôi đã dạy tôi cách đi xe đạp. Lúc đầu bố tôi đã nắm ở phía sau xe đạp. Tôi đã học đi xe đạp một chút, bố tôi đã đến công viên lớn trước nhà và dạy tôi đi xe đạp. Tôi đã bị ngã rất nhiều, và tôi đã khóc rất nhiều, nhưng nhờ đó mà tôi đã có thể đi xe đạp rất giỏi. Thỉnh thoảng tôi vẫn còn nhớ lúc đó.

제가 초등학교 3학년 때, 아버지가 자전거 타는 법을 알려 주셨습니다. 처음에는 아버지가 뒤에서 잡아주셨습니다. 저는 자전거를 타는 것을 조금 배우고, 아버지가 집 앞 큰 공원으로 나가서 자전거를 알려 주셨습니다. 많이 넘어지고 많이 울었지만, 그 덕분에 저는 자전거를 잘 탈 수 있게 되었습니다. 아직도 가끔 그때의 기억이 납니다.

나만의 스토리를 만들어 보세요! 🐝

OPIc 시험에서는 질문의 의도를 빠르게 파악하는 것이 매우 중요합니다. 익숙한 질문일수록, 당황하지 않고 자연스럽게 답변을 할 수 있습니다. 주제에 관한 다양한 질문 유형들을 반복해서 익히고 학습해 보세요.

1. Anh/Chị thường làm gì trước và sau khi đi xe đạp? Hãy nói chi tiết về hành động của anh/chị khi đi xe đạp.

당신은 자전거를 타기 전과 후에 무엇을 하나요? 자전거를 타는 당신의 행동에 대해 자세하게 이야기 해 주세요.

2. Điểm phải chú ý khi đi xe đạp là gì?

자전거를 탈 때 주의할 점은 무엇인가요?

3. Anh/Chị đã học đi xe đạp từ ai? Anh/Chị đã học cách đi xe đạp khi nào?

당신은 누구한테 자전거를 배웠나요? 당신은 언제 자전거 타는 법을 배웠나요?

4. Anh/Chị hãy nói về trải nghiệm đi xe đạp gần đây.

당신이 최근에 자전거를 탄 경험에 대해서 말해 주세요.

5. Anh/Chị đi xe đạp ở đâu và với ai? Anh/Chị cảm thấy thế nào khi đi xe đạp?

당신은 어디서 누구와 자전거를 타나요? 자전거를 탈 때 느낌이 어떤가요?

주제에 관한 다양하고 유용한 표현들입니다. 자신에게 맞는 문장을 체크하고 재미있는 스토리를 만들어 보세요. 돌발 질문에도 당황하지 않고 나만의 표현력은 물론, 논리력에도 자신감이 생깁니다.

☐ 자전거를 타면 스트레스가 해소됩니다.

Nếu đi xe đạp thì sẽ giải tỏa được căng thẳng.

☐ 저녁에 자전거를 타려면 꼭 플래시를 장착해야 합니다.

Nếu muốn đi xe đạp vào buổi tối thì nhất định phải gắn đèn pin.

☐ 저는 곧 새로운 자전거로 바꿀 예정입니다.

Tôi dự kiến sẽ đổi một chiếc xe đạp mới.

☐ 처음에는 어려웠지만, 배운 후에 매우 쉬웠다고 느꼈습니다.

Lúc đầu tôi thấy khó nhưng sau khi học thì tôi thấy rất dễ.

☐ 한국의 겨울에는, 추워서 자전거를 타기가 힘듭니다.

Vào mùa đông ở Hàn Quốc, vì trời lạnh nên rất khó đi xe đạp.

☐ 저는 제 남자/여자친구와 함께 2인용 자전거를 탔습니다.

Tôi cùng bạn trai/bạn gái của tôi đã đi xe đạp đôi.

☐ 저는 자전거 동호회에 가입했습니다.

Tôi đã đăng kí vào hội những người yêu thích xe đạp.

☐ 자전거 탈 때는 항상 조심해야 합니다.

Khi đi xe đạp thì luôn luôn phải cẩn thận.

☐ 저는 아직도 자전거를 잘 못 탑니다.

Tôi vẫn chưa đi được xe đạp.

☐ 저는 자전거 도로에서 자전거를 탔습니다.

Tôi đã đi xe đạp trên đường dành cho xe đạp.

걷기 및 조깅

OPIc 시험에서는 콤보 형식으로 출제되는 경우가 많습니다. 주제별 답변에 대한 핵심 구조를 중심으로 응용 어휘를 활용한 콤보 형식의 답변을 연습해 보세요. 모범 답변도 활용해 나만의 스토리텔링도 만들어 보세요.

Q Anh/Chị nghĩ điểm mạnh của đi bộ là gì? Và anh/chị nghĩ điểm mạnh và điểm yếu của chạy bộ là gì? Hãy nói về trải nghiệm đi bộ và chạy bộ mà anh/chị nhớ.

당신은 걷기의 장점이 무엇이라고 생각하나요? 그리고 조깅의 장점과 단점은 무엇이라고 생각하나요? 기억에 남는 걷기와 조깅의 경험에 대해서 말해 주세요.

3단 콤보 답변

주제별 답변에 대한 핵심 구조를 중심으로 응용 어휘를 활용해서 콤보 형식의 답변을 익혀 보세요.

① 걷기의 장점

> **핵심 구조** 걷는 장소와 시간, 걸을 때 함께하는 사람, 걸을 때 준비물

① Tôi đi bộ quanh nhà vào mỗi tối.
저는 매일 저녁 집 주변을 걷습니다.

② Tôi đi bộ khoảng 1 tiếng 30 phút 1 ngày.
저는 하루에 1시간 30분 정도 걷습니다.

③ Tôi luôn đi bộ một mình.
저는 항상 혼자 걷습니다.

④ Tôi thích vừa đi bộ vừa nghe nhạc.
저는 걸으면서 노래 듣는 것을 좋아합니다.

⑤ Tôi đi bộ để giảm cân.
저는 다이어트를 위해 걷습니다.

응용 어휘		
③ 가족과 với gia đình	동네 친구와 với bạn cùng khu phố	
동료와 với đồng nghiệp	친구와 với bạn	
④ 사람 구경하는 것 ngắm người	생각하는 것 suy nghĩ	
혼자서 노래 하다 hát một mình		
⑤ 건강 유지 duy trì sức khỏe	컨디션 조절 điều chỉnh tâm trạng	

② 조깅의 장·단점

핵심 구조 조깅의 좋은 점과 나쁜 점

① Điểm mạnh của chạy bộ là không tốn chi phí và có thể vận động được.
조깅의 장점은 비용이 들지 않고 운동을 할 수 있다는 점입니다.

② Tôi không đi phòng gym và có thể duy trì sức khỏe.
저는 헬스장을 가지 않고 건강을 유지할 수 있습니다.

③ Nhưng nếu quá sức thì khớp xương có thể trở nên không tốt.
하지만, 무리하면 관절이 안 좋아질 수도 있습니다.

④ Rất khó để chạy bộ vào những ngày nhiều bụi mịn.
미세먼지가 심한 날에는 조깅하기 힘듭니다.

⑤ Dù thế nhưng tôi nghĩ là không có môn thể thao nào tốt hơn chạy bộ.
그래도 저는 조깅보다 좋은 운동이 없다고 생각합니다.

| 응용어휘 | ① 안전하게 할 수 있다 có thể chơi an toàn | 즐겁게 할 수 있다 có thể chơi vui |
| | 혼자서 할 수 있다 có thể chơi một mình | |

③ 기억에 남는 걷기 및 조깅

핵심 구조 에피소드, 느낀 점

① Mấy tháng trước, tôi đã chạy bộ như ngày thường.
몇 달 전, 저는 평소처럼 조깅을 하고 있었습니다.

② Khi tôi đang chạy bộ thì có một em bé đang khóc.
제가 조깅할 때 한 아이가 울고 있었습니다.

③ Nó đang chạy bộ thì bị ngã rất nặng.
조깅을 하다가 크게 넘어졌습니다.

④ Tôi hi vọng việc như thế này sẽ không xảy ra lại nữa.
저는 이런 일이 다시는 일어나지 않았으면 좋겠습니다.

⑤ Đây là một trải nghiệm rất có ý nghĩa.
매우 뜻깊은 경험이었습니다.

응용어휘	② 길 잃은 강아지를 보다 thấy con chó con bị lạc đường	돈이 떨어지다 tiền bị rơi
	한 사람이 쓰러진 것을 보다 thấy một người bị ngất xỉu	
	③ 사람과 부딪히다 va chạm với người	오래전 친구와 만나다 gặp người bạn cũ
	핸드폰을 잃어버리다 bị mất điện thoại	

콤보 형식의 답변을 활용해서 주제별 모범 답변을 제시합니다.

□ **1단계** 걷기의 장점 ① + ③ + ④ + ⑤　　　　　　　　　🎧 06-13

Tôi đi bộ quanh nhà vào mỗi tối. Tôi muốn đi bộ mỗi ngày nhưng tôi không thể đi bộ vào ngày tăng ca. Tôi luôn đi bộ một mình. Tôi thích vừa đi bộ vừa nghe nhạc. Tôi thích kết thúc một ngày như thế. Tôi đi bộ để giảm cân. Tôi thường đi giày thể thao thoải mái, mặc quần áo thể thao trước khi đi bộ.

저는 매일 저녁 집 주변을 걷습니다. 매일 하려고 하지만, 야근하는 날에는 하지 못합니다. 저는 항상 혼자 걷습니다. 저는 걸으면서 노래 듣는 것을 좋아합니다. 저는 하루를 그렇게 마무리하는 것을 좋아합니다. 저는 다이어트를 위해 걷습니다. 저는 보통 걷기 전에 편한 운동화를 신고, 운동복을 입습니다.

□ **2단계** 조깅의 장·단점 ① + ③ + ⑤　　　　　　　　　🎧 06-14

Điểm mạnh của chạy bộ là không tốn chi phí và có thể vận động được. Và so với các môn thể thao khác thì không cần lo lắng nhiều về địa điểm và thời gian. Nhưng nếu quá sức thì khớp xương có thể trở nên không tốt. Đồng thời, có thể nguy hiểm nếu nơi chạy bộ không an toàn. Phải luôn chú ý an toàn khi chạy bộ. Dù thế nhưng tôi nghĩ là không có môn thể thao nào tốt hơn chạy bộ.

조깅의 장점은 비용이 들지 않고 운동을 할 수 있다는 점입니다. 그리고 다른 운동들에 비해 장소와 시간에 큰 신경을 쓸 필요가 없습니다. 하지만, 무리하면 관절이 안 좋아질 수도 있습니다. 또한, 조깅을 하는 안전한 장소가 아니면 위험할 수도 있습니다. 항상 조깅할 때 안전에 유의하며 해야 합니다. 그래도 저는 조깅만한 운동이 없다고 생각합니다.

□ **3단계** 기억에 남는 걷기 및 조깅 ① + ②　　　　🎧 06-15

Mấy tháng trước, tôi đã chạy bộ như ngày thường. Khi tôi đang chạy bộ thì có một em bé đang khóc. Tôi nghe nói em bé đó bị lạc đường nên tôi đã đến sở cảnh sát. Tôi đã tìm bố mẹ cho em bé rồi tiếp tục chạy bộ. Đây là một trải nghiệm rất có ý nghĩa.

몇 달 전, 저는 평소처럼 조깅을 하고 있었습니다. 제가 조깅할 때 한 아이가 울고 있었습니다. 저는 그 아이가 길을 잃었다는 말을 듣고 경찰서에 갔습니다. 아이의 부모를 찾아주고 저는 조깅을 이어서 했습니다. 매우 뜻깊은 경험이었습니다.

나만의 스토리를 만들어 보세요! 🐝

OPIc 시험에서는 질문의 의도를 빠르게 파악하는 것이 매우 중요합니다. 익숙한 질문일수록, 당황하지 않고 자연스럽게 답변을 할 수 있습니다. 주제에 관한 다양한 질문 유형들을 반복해서 익히고 학습해 보세요.

1. Anh/Chị thích chạy bộ/đi bộ ở đâu? Lý do là gì?

당신은 어디에서 조깅/걷기를 하는 것을 좋아하나요? 그 이유는 무엇인가요?

2. Anh/Chị chuẩn bị gì khi chạy bộ/đi bộ? Anh/Chị thường làm gì trước khi chạy bộ/đi bộ?

조깅/걷기를 할 때 준비물은 무엇이 있나요? 당신은 조깅/걷기 전 무엇을 하나요?

3. Anh/Chị chạy bộ/đi bộ từ khi nào? Vì sao anh/chị bắt đầu chạy bộ/đi bộ?

당신은 언제부터 조깅/걷기를 했나요? 왜 조깅/걷기를 시작하게 되었나요?

4. Anh/Chị chạy bộ/đi bộ với ai? Anh/Chị có thường chạy bộ/đi bộ không?

당신은 누구와 함께 조깅/걷기를 하나요? 당신은 조깅/걷기를 얼마나 자주 하나요?

5. Anh/Chị cảm thấy như thế nào sau khi chạy bộ/đi bộ? Vào mùa đông thời tiết lạnh, anh/chị có chạy bộ/đi bộ không?

당신은 조깅/걷기를 하고 나면 기분이 어떤가요? 겨울에 추운 날씨에 당신은 조깅/걷기를 하나요?

자신에게 맞는 답변을 체크해 보세요. ☑

주제에 관한 다양하고 유용한 표현들입니다. 자신에게 맞는 문장을 체크하고 재미있는 스토리를 만들어 보세요. 돌발 질문에도 당황하지 않고 나만의 표현력은 물론, 논리력에도 자신감이 생깁니다.

☐ 조깅은 긴장을 풀어줍니다.

Chạy bộ giúp giải tỏa căng thẳng.

☐ 저는 조깅하기 전에는 아무것도 먹지 않습니다.

Tôi không ăn gì trước khi chạy bộ.

☐ 조깅할 때는 몸에 잘 맞는 옷과 신발을 신어야 합니다.

Phải mặc quần áo và đi giày phù hợp với cơ thể khi chạy bộ.

☐ 걷기는 남녀노소가 하기 좋은 운동입니다.

Đi bộ là môn thể thao tốt cho nam nữ già trẻ.

☐ 저는 공원에서 친구와 이야기하고 산책하는 것을 좋아합니다.

Tôi thích nói chuyện với bạn và đi dạo ở công viên.

☐ 날씨가 좋은 날, 상쾌한 공기를 마시며 걷습니다.

Vào ngày thời tiết đẹp, tôi đi bộ và hít thở không khí trong lành.

☐ 공원에는 조깅을 하는 사람들이 매우 많습니다.

Có rất nhiều người chạy bộ ở công viên.

☐ 저는 조깅을 할 때 항상 물 한 병을 가지고 나갑니다.

Tôi luôn mang theo một bình nước khi chạy bộ.

☐ 저는 부모님에게도 걷기를 권장했습니다.

Tôi cũng đã khuyên bố mẹ tôi đi bộ.

☐ 앞으로, 저는 계속 조깅을 할 것입니다.

Trong tương lai, tôi sẽ tiếp tục chạy bộ.

요가 및 헬스 하기

OPIc 시험에서는 콤보 형식으로 출제되는 경우가 많습니다. 주제별 답변에 대한 핵심 구조를 중심으로 응용 어휘를 활용한 콤보 형식의 답변을 연습해 보세요. 모범 답변을 활용해 나만의 스토리텔링도 만들어 보세요.

Q Anh/Chị bắt đầu tập yoga/gym từ khi nào và vì sao anh/chị bắt đầu tập yoga/gym? Anh/Chị làm gì trước và sau khi tập yoga/gym? Hãy giới thiệu về giáo viên yoga/gym của anh/chị.

당신은 언제부터 요가/헬스를 시작했고 왜 요가/헬스를 시작했나요? 당신은 요가/헬스를 하기 전과 후에 무엇을 하나요? 당신의 요가/헬스 선생님에 대해 소개해 주세요.

3단 콤보 답변

주제별 답변에 대한 핵심 구조를 중심으로 응용 어휘를 활용해서 콤보 형식의 답변을 익혀 보세요.

① 요가를 시작하게 된 계기

핵심 구조 　요가를 시작하게 된 계기, 요가를 시작하고 바뀐 점

① Tôi đã tập yoga để điều chỉnh tư thế.
저는 자세 교정을 위해서 요가를 하게 되었습니다.

② Vì bạn tôi giới thiệu nên tôi đã tập yoga.
친구의 소개로 요가를 하게 되었습니다.

③ Lúc đầu vì chưa quen nên toàn thân tôi đã bị đau.
처음에는 아직 익숙하지 않아서 온몸이 아팠습니다.

④ Nhưng dần dần, tôi trở nên mềm dẻo và dễ dàng tập theo.
하지만 점점, 저는 유연해지고 따라 하기 쉬워졌습니다.

⑤ Hơn nữa, yoga cũng giúp tôi giảm cân rất nhiều.
게다가, 요가는 다이어트에도 큰 도움이 되었습니다.

응용어휘			
①⑤	건강 유지 duy trì sức khỏe	스트레스 해소 giải tỏa căng thẳng	
	체중 유지 duy trì cân nặng		
②	의사 선생님의 권유 lời khuyên của bác sĩ		
	인터넷 정보 thông tin trên internet		
③	귀찮은 phiền phức	뻣뻣한 cứng đơ	어려운 khó
④	재미를 느끼다 cảm thấy thú vị	흥미로운 hứng thú	

② 헬스 하기

핵심 구조 헬스 하는 장소, 시간, 헬스의 장점

① Tôi tập gym ở phòng tập gym nổi tiếng gần nhà.

저는 집 근처 유명한 헬스장에서 헬스를 합니다.

② Không có ngày nào mà tôi không tập thể dục.

저는 운동을 안 하는 날이 없습니다.

③ Thỉnh thoảng, tôi tập thể dục với dụng cụ ở nhà.

가끔, 집에서 기구운동을 합니다.

④ Nếu cùng tập gym với nhau thì sẽ rất tốt.

헬스는 서로 함께 운동을 하면 매우 좋습니다.

⑤ Nhờ tập gym mà cơ thể tôi khỏe mạnh hơn và tâm trạng cũng tốt hơn.

헬스를 하는 덕분에 제 몸이 건강해지고 기분도 좋아집니다.

응용어휘
① 작은 헬스장 phòng tập gym nhỏ   최신의 헬스장 phòng tập gym kiểu mới
회사 근처 헬스장 phòng tập gym gần công ty

③ 트레이너 소개

핵심 구조 트레이너의 외모, 특징

① Giáo viên yoga của tôi có một thân hình khỏe đẹp.

저의 요가 선생님은 매우 건강미 넘치는 몸매입니다.

② Giáo viên tuy thấp nhưng có cơ bắp.

선생님은 키가 작지만 근육질입니다.

③ Giáo viên luôn ủng hộ tôi.

선생님은 항상 나를 응원해주십니다.

④ Nhưng giáo viên luôn nghiêm khắc với tôi khi tôi làm những động tác khó.

하지만, 제가 힘들어하는 동작을 할 때는 엄격하게 가르쳐 주십니다.

⑤ Tôi và giáo viên yoga rất hợp nhau.

저는 제 요가 선생님과 잘 맞습니다.

응용어휘
①② 건강한 몸매 thân hình khỏe mạnh   근육질 몸매 thân hình cơ bắp
마른 몸매 thân hình gầy   아름다운 몸매 thân hình đẹp

☐ **1단계** 요가를 시작하게 된 계기 ① + ③ + ④ + ⑤　　🎧 06-18

Tôi đã tập yoga để điều chỉnh tư thế. Vì tôi bị đau hông nên tôi đã đến bệnh viện, và bác sĩ đã đề xuất tôi tập yoga. Lúc đầu vì chưa quen nên toàn thân tôi bị đau. Và cũng rất khó để làm theo các tư thế. Nhưng dần dần, tôi trở nên mềm dẻo và dễ dàng tập theo. Tôi tập yoga nên tư thế của tôi trở nên tốt hơn và hông cũng ít đau hơn. Hơn nữa, yoga cũng giúp tôi giảm cân rất nhiều.

저는 자세 교정을 위해서 요가를 하게 되었습니다. 허리가 아파서 병원에 갔더니, 의사 선생님께서 요가를 추천해주셨습니다. 처음에는 아직 익숙하지 않아서 온몸이 아팠습니다. 자세를 따라 하는 것도 힘들었습니다. 하지만 점점, 유연해지고 따라 하기 쉬워졌습니다. 요가를 하고 자세가 좋아져서 허리가 아픈 것이 많이 좋아졌습니다. 게다가, 요가는 다이어트에도 큰 도움이 되었습니다.

☐ **2단계** 헬스 하기 ① + ③ + ④　　🎧 06-19

Tôi tập gym ở phòng tập gym nổi tiếng gần nhà. Tôi tập thể dục 1 ngày 1 lần. Bình thường, tôi tập gym vào buổi tối, vào ngày tôi có việc vào buổi tối thì tôi sẽ tập vào buổi sáng. Thỉnh thoảng, tôi tập thể dục với dụng cụ ở nhà. Tôi tập thể dục cùng với bạn bè. Và cũng có nhiều người bạn tôi quen ở phòng tập gym. Nếu cùng tập gym với nhau thì sẽ rất tốt. Để tập gym thì cần quần áo thoải mái và giày thể thao, hoặc cũng cần những thiết bị an toàn nữa.

저는 집 근처 유명한 헬스장에서 헬스를 합니다. 하루에 한 번은 꼭 운동을 합니다. 보통, 저녁에 헬스를 하고 저녁에 일이 있는 날에는 아침에 갑니다. 가끔, 집에서 기구운동을 합니다. 저는 친구들과 함께 운동을 합니다. 헬스장에서 새로 알게 된 친구들도 많습니다. 헬스는 서로 함께 운동을 하면 매우 좋습니다. 헬스를 하기 위해서는 편한 옷과 운동화가 필요하고, 또 안전을 위한 장비들이 필요하기도 합니다.

3단계 트레이너 소개 ① + ④ + ⑤　　　　　　　　🎧 06-20

Tôi sẽ giới thiệu về huấn luyện viên của tôi. Giáo viên yoga của tôi có một thân hình khỏe đẹp. Lần đầu, tôi đến trung tâm yoga và muốn được giống như giáo viên nên tôi đã bắt đầu tập yoga. Và giáo viên luôn chào đón tôi với khuôn mặt tươi cười. Nhưng giáo viên luôn nghiêm khắc với tôi khi tôi làm những động tác khó. Giáo viên còn tỉ mỉ quản lý thực đơn ăn uống của tôi. Tôi và giáo viên yoga rất hợp nhau.

제 트레이너에 대해서 소개하겠습니다. 저의 요가 선생님은 매우 건강미 넘치는 몸매입니다. 처음으로, 요가 학원을 가서 선생님처럼 되고 싶어서 요가를 시작했습니다. 그리고 선생님은 항상 웃는 얼굴로 맞이해주십니다. 하지만, 제가 힘들어하는 동작을 할 때는 엄격하게 가르쳐 주십니다. 식단 관리까지 꼼꼼하게 해주십니다. 저는 제 요가 선생님과 잘 맞습니다.

나만의 스토리를 만들어 보세요! 🐝

OPIc 시험에서는 질문의 의도를 빠르게 파악하는 것이 매우 중요합니다. 익숙한 질문일수록, 당황하지 않고 자연스럽게 답변을 할 수 있습니다. 주제에 관한 다양한 질문 유형들을 반복해서 익히고 학습해 보세요.

1. Anh/Chị tập yoga ở đâu? Anh/Chị có thường tập yoga không? Anh/Chị tập yoga với ai?

당신은 어디에서 요가를 하나요? 당신은 보통 요가를 하나요? 당신은 누구와 함께 요가를 하나요?

---

2. Anh/Chị nghĩ là điểm mạnh của tập gym là gì? Hoặc phải chú ý điều gì khi tập gym?

당신은 헬스의 장점이 무엇이라고 생각하나요? 또는 헬스를 할 때 주의할 점은 무엇인가요?

---

3. Ai đã dạy anh/chị tập gym? Anh/Chị tập gym được bao lâu rồi?

누가 당신에게 헬스를 가르쳐 주었나요? 당신은 헬스를 한 지 얼마나 되었나요?

---

4. Vì sao anh/chị chọn tập yoga trong số nhiều môn thể thao? Anh/Chị cảm thấy như thế nào sau khi tập yoga?

많은 운동들 중에 왜 요가를 선택했나요? 요가를 하고 나면 기분이 어떤가요?

---

5. Anh/Chị đi phòng tập gym nào? Hãy miêu tả chi tiết về phòng tập gym đó.

당신은 어느 헬스장에 다니나요? 그 헬스장에 대해 자세히 묘사해 주세요.

주제에 관한 다양하고 유용한 표현들입니다. 자신에게 맞는 문장을 체크하고 재미있는 스토리를 만들어 보세요. 돌발 질문에도 당황하지 않고 나만의 표현력은 물론, 논리력에도 자신감이 생깁니다.

☐ 헬스장은 24시간 운영해서 언제든지 갈 수 있습니다.

Phòng tập gym mở cửa 24 giờ nên tôi có thể đến đó bất cứ khi nào.

☐ 저는 헬스장 안에서 요가를 합니다.

Tôi tập yoga trong phòng tập gym.

☐ 저는 준비 운동으로 러닝머신을 20분 뜁니다.

Tôi chạy trên máy chạy bộ 20 phút để khởi động.

☐ 운동을 한 다음날, 온몸이 쑤셨습니다.

Ngày tiếp theo sau khi tập thể dục, toàn thân tôi đau nhức.

☐ 저는 요가를 통해 유연성과 집중력을 기를 수 있습니다.

Tôi có thể rèn luyện tính dẻo dai và tập trung thông qua yoga.

☐ 저는 여러 가지 동작들을 하며 자세를 교정합니다.

Tôi làm nhiều động tác và điều chỉnh tư thế của mình.

☐ 운동하기 전, 선생님이 먼저 시범을 보입니다.

Trước khi tập, giáo viên làm mẫu trước.

☐ 보통, 저는 1시간 동안 쉬지 않고 운동을 합니다.

Bình thường, tôi tập thể dục không nghỉ suốt 1 tiếng.

☐ 지금 저는 수준급 실력을 가지고 있습니다.

Bây giờ tôi có năng lực đạt chuẩn.

☐ 헬스를 할 때는 항상 조심해야 합니다.

Phải luôn cẩn thận khi tập gym.

축구하기

> OPIc 시험에서는 콤보 형식으로 출제되는 경우가 많습니다. 주제별 답변에 대한 핵심 구조를 중심으로 응용 어휘를 활용한 콤보 형식의 답변을 연습해 보세요. 모범 답변을 활용해 나만의 스토리텔링도 만들어 보세요.

Q Lý do anh/chị thích bóng đá là gì? Bình thường anh/chị chơi bóng đá ở đâu và chơi với ai? Hãy nói về một trận bóng đá mà anh/chị nhớ.

당신이 축구를 좋아하는 이유는 무엇인가요? 당신은 보통 어디에서 누구랑 축구를 하나요?
당신이 기억에 남는 축구 경기에 대해 이야기해 주세요.

 3단 콤보 답변

주제별 답변에 대한 핵심 구조를 중심으로 응용 어휘를 활용해서 콤보 형식의 답변을 익혀 보세요.

① 축구를 좋아하는 이유

> **핵심 구조** 축구를 좋아하게 된 계기, 축구를 좋아하는 이유, 좋아하는 축구선수

① Tôi đã thích chơi bóng đá từ khi tôi là học sinh tiểu học.
  저는 초등학생 때부터 축구하는 것을 좋아했습니다.

② Tôi đã thích bóng đá nhờ các trận bóng đá World Cup.
  저는 월드컵 경기를 통해서 축구를 좋아하게 되었습니다.

③ Bóng đá vừa tốt cho sức khỏe, vừa tốt cho việc phát huy tinh thần tập thể.
  축구는 건강에도 좋고, 팀 정신 증진에도 좋습니다.

④ Tôi thích tất cả các vận động viên quốc gia của Hàn Quốc.
  저는 우리나라 국가대표 선수를 다 좋아합니다.

⑤ Vì cầu thủ đó rất giỏi và thân thiện nên tôi thích anh ấy.
  축구 실력도 매우 좋고 친절하기 때문에 저는 그 선수를 좋아합니다.

응용 어휘	① 어렸을 때 khi còn nhỏ	중학교 때 khi tôi học cấp 2
	고등학교 때 khi tôi học cấp 3	성인이되고 난 후 sau khi trưởng thành
	③ 스트레스 해소 giải tỏa căng thẳng	정신 건강 tinh thần khỏe mạnh

② 축구하기

핵심 구조 축구하는 시간과 장소, 축구를 함께하는 사람

① Tôi chơi bóng đá vào mỗi sáng chủ nhật.
저는 일요일 아침마다 축구를 합니다.

② Tôi chơi bóng đá cùng với những người trong hội yêu thích bóng đá.
저는 축구 동호회 사람들과 함께 축구를 합니다.

③ Địa điểm chơi bóng đá mỗi lúc đều khác nhau.
축구를 하는 장소는 그때마다 다릅니다.

④ Tôi kéo giãn cơ trước khi chơi bóng đá.
저는 축구를 하기 전에 스트레칭을 합니다.

⑤ Cùng tụ tập với những người có cùng mối quan tâm và tập thể dục là điều rất thú vị.
같은 관심사를 가진 사람들과 모여서 운동을 하는 것은 매우 즐겁습니다.

① 매주 mỗi tuần	매달 mỗi tháng	마지막 주 tuần cuối cùng
금요일 저녁 tối thứ sáu	토요일 thứ bảy	
② 중학교 친구들 bạn bè cấp 2	고등학교 친구들 bạn bè cấp 3	
대학교 친구들 bạn bè đại học	직장 동료 đồng nghiệp công ty	
③ 무료 축구장이다 là sân bóng đá miễn phí	학교 운동장이다 là sân vận động trường	

③ 기억에 남는 축구 경기

핵심 구조 기억에 남는 축구 경기 소개, 느낀 점

① 1 tháng trước, đội của tôi đã có một trận bóng đá với đội khác.
한 달 전, 저희 팀과 다른 팀의 축구 경기가 있었습니다.

② Tôi đã bị thương khi đang chơi bóng đá.
저는 축구를 하다가 부상을 당했습니다.

③ Tôi đã ghi bàn vào giây phút quyết định.
저는 결정적인 순간에 골을 넣었습니다.

④ Đội của tôi đã thua.
우리 팀은 졌습니다.

⑤ Tuy tôi không hài lòng với kết quả nhưng đã rất thú vị.
결과는 만족하지 못했지만, 재미있었습니다.

② 다리가 부러지다 bị gãy chân	어지러워지다 bị chóng mặt
③ 골 네트에 슈팅하다 sút bóng vào gôn	넘어지다 bị ngã
공을 잘 패스하지 못하다 không thể chuyền bóng tốt	

☐ **1단계** 축구를 좋아하는 이유 ① + ⑤ 🎧 06-23

Tôi đã thích chơi bóng đá từ khi tôi là học sinh tiểu học. Vào mỗi giờ nghỉ trưa, tôi chơi bóng đá với bạn bè. Tôi vừa có thể chơi bóng đá, vừa trở nên thân thiết hơn với bạn bè nên tôi thích bóng đá. Khi trưởng thành, tôi chơi bóng đá với những người yêu thích bóng đá, chúng tôi thích cùng nhau ăn cơm và cùng trải qua thời gian bên nhau. Cầu thủ bóng đá mà tôi yêu thích là 'Son Heung Min'. Vì cầu thủ đó giỏi và thân thiện nên tôi thích anh ấy.

저는 초등학생 때부터 축구하는 것을 좋아했습니다. 점심시간마다 친구들과 함께 축구를 했습니다. 축구를 하면서, 친구들과 친해질 수 있어서 축구를 좋아했습니다. 성인이 되어서는, 축구를 좋아하는 사람들과 운동을 하고 함께 식사하며 시간을 보내는 것이 좋습니다. 제가 좋아하는 축구선수는 '손흥민'입니다. 축구 실력도 매우 좋고 매우 친절하기 때문에 저는 그 선수를 좋아합니다.

☐ **2단계** 축구하기 ① + ② + ③ + ⑤ 🎧 06-24

Tôi chơi bóng đá vào mỗi sáng chủ nhật. Tôi chơi bóng đá cùng với những người trong hội yêu thích bóng đá. Địa điểm chơi bóng đá mỗi lúc đều khác nhau. Sau khi hội trưởng câu lạc bộ đặt sân bóng đá thì chúng tôi sẽ hẹn nhau. Tôi mua đồng phục bóng đá và giày chơi bóng đá cùng với những người trong hội yêu thích bóng đá. Sau khi chơi bóng đá vào mỗi sáng, chúng tôi thường ăn trưa và trải qua thời gian với nhau. Cùng tụ tập với những người có cùng mối quan tâm và tập thể dục là điều rất thú vị.

저는 일요일 아침마다 축구를 합니다. 저는 축구 동호회 사람들과 함께 축구를 합니다. 축구를 하는 장소는 그때마다 다릅니다. 동호회 회장이 축구장을 예약한 뒤에 약속을 정합니다. 축구 동호회 사람들과 함께 축구복 및 축구 운동화를 구매합니다. 우리는 매일 아침 축구를 한 뒤에 점심 식사를 하며 시간을 보냅니다. 같은 관심사를 가진 사람들과 모여 운동을 하는 것은 매우 즐겁습니다.

☐ **3단계** 기억에 남는 축구 경기 ① 🎧 06-25

1 tháng trước, đội của tôi đã có một trận bóng đá với đội khác. Vì đội đối phương là một đội nổi tiếng nên chúng tôi thấy sợ. Trong hiệp một, chúng tôi thua 1:0. Chúng tôi tuy có hơi mệt nhưng vẫn cố gắng và đá hiệp hai. 5 phút trước khi kết thúc hiệp hai, tôi đã ghi bàn và tạo tỉ số hòa. Vì thế, trận lần này đã kết thúc với tỉ số hòa. Đội của chúng tôi đã rất hài lòng với kết quả hòa.

한 달 전, 저희 팀과 다른 팀의 축구 경기가 있었습니다. 상대팀이 유명한 팀이어서 두려웠습니다. 전반전에 는, 1:0으로 졌습니다. 우리는 기운이 조금 빠졌지만, 그래도 힘을 내서 후반전을 했습니다. 후반전이 끝나 기 5분 전에, 제가 골을 넣어서 동점을 만들었습니다. 그래서 이번 경기는 무승부로 끝이 났습니다. 우리 팀 은 무승부로 끝난 결과에 매우 만족했습니다.

나만의 스토리를 만들어 보세요! 🐝

OPIc 시험에서는 질문의 의도를 빠르게 파악하는 것이 매우 중요합니다. 익숙한 질문일수록, 당황하지 않고 자연스럽게 답변을 할 수 있습니다. 주제에 관한 다양한 질문 유형들을 반복해서 익히고 학습해 보세요.

1. Anh/Chị có nhớ khi lần đầu tiên chơi bóng đá không? Hãy nói về kinh nghiệm lần đầu tiên chơi bóng đá.

당신이 처음으로 축구를 했을 때가 기억나나요? 처음으로 축구를 한 경험에 대해 이야기해 주세요.

2. Anh/Chị có từng bị thương khi đang vận động không? Hãy nói chi tiết về kinh nghiệm đó.

당신은 운동을 하던 중 다쳤던 경험이 있나요? 그 경험에 내해 자세하게 밀해 주세요.

3. Vai trò của anh/chị là gì khi chơi bóng đá? Vì sao anh/chị đảm nhận vai trò đó?

당신이 축구를 할 때 당신의 역할은 무엇인가요? 왜 당신은 그 역할을 맡았나요?

4. Anh/Chị thích cầu thủ bóng đá nào? Vì sao anh/chị thích cầu thủ đó?

당신이 좋아하는 축구 선수는 누구입니까? 왜 그 선수를 좋아하나요?

5. Anh/Chị có thường xem các trận bóng đá trên tivi không? Hãy nói về trận bóng đá mà anh/chị đã xem gần đây.

당신은 TV에서 축구 경기를 자주 보나요? 최근에 봤던 축구 경기에 대해서 이야기해 주세요.

주제에 관한 다양하고 유용한 표현들입니다. 자신에게 맞는 문장을 체크하고 재미있는 스토리를 만들어 보세요. 돌발 질문에도 당황하지 않고 나만의 표현력은 물론, 논리력에도 자신감이 생깁니다.

☐ 어렸을 때, 생일 선물로 축구복과 축구화를 받았습니다.
Khi còn nhỏ, tôi đã nhận được món quà sinh nhật là đồng phục bóng đá và giày bóng đá.

☐ 축구를 할 때, 가장 기분 좋을 때는 골을 넣을 때입니다.
Khi chơi bóng đá, tôi thấy vui nhất là khi ghi bàn.

☐ 저는 아들과 함께 공원에서 축구 연습을 합니다.
Tôi luyện tập bóng đá với con trai ở công viên.

☐ 중학교 때, 축구를 많이 해서 건강해졌습니다.
Khi tôi học cấp 2, vì chơi bóng đá nhiều nên tôi khỏe hơn.

☐ 축구 경기를 할 때 항상 저는 흥분됩니다.
Tôi luôn thấy hào hứng khi chơi trận bóng đá.

☐ 운동을 할 때, 제 승부욕이 강해집니다.
Khi chơi thể thao, tham vọng chiến thắng của tôi trở nên mạnh mẽ.

☐ 일이 너무 바빠서 운동할 시간이 없습니다.
Vì công việc quá bận rộn nên tôi không có thời gian chơi thể thao.

☐ 저는 우리 팀의 에이스입니다.
Tôi là át chủ bài của đội tôi.

☐ 유명한 축구 선수들과 함께 축구를 하는 것이 소원입니다.
Ước mơ của tôi là được cùng chơi bóng đá với những cầu thủ bóng đá nổi tiếng.

☐ 저는 해외 선수들의 경기를 보며 기술을 연습합니다.
Tôi xem các trận đấu của các cầu thủ nước ngoài và luyện tập kĩ thuật.

여행 (국내/해외)

학습목표 출제경향 Background Survey에서 여행 항목을 선택할 경우에는 1개 이상의 항목을 선택하는 것이 좋습니다. 세부적으로 '국내/해외의 여행, 출장, 휴가'로 나누어집니다. 그러나 출장과 여행은 연관된 질문으로 이어갈 수 있으므로, 연결해서 준비하는 것이 높은 점수를 받기에 유리합니다. 경험이나 준비물, 느낀 점 등으로 본인의 답변을 만들어 보세요.

주제별 고득점 꿀팁 ★

Bài 1 국내 여행	✹ 국내 여행에 필요한 준비물 → 국내 여행 준비 과정 ✹ 좋아하는 국내 여행지 → 좋아하는 이유 ☞ 여행을 하는 동안 나의 취미 및 여가활동을 연관 지어서 전략적으로 답변을 준비합니다.
Bài 2 해외여행	✹ 해외 여행에 필요한 준비물 → 해외여행 준비 과정 ✹ 해외 여행에서 기억에 남는 에피소드 → 느낀 점 ☞ 국내 여행과 해외여행을 연관 지어서 전략적으로 답변을 준비합니다.
Bài 3 국내 출장	✹ 국내 출장에 필요한 준비물 → 국내 출장 준비 과정 ✹ 출장 중 하는 일 → 출장 중 느낀 점 ☞ 나의 업무와 연관 지어서 출장에 관한 답변을 준비합니다.
Bài 4 해외 출장	✹ 해외 출장에 필요한 준비물 → 해외 출장 준비 과정 ✹ 해외 출장에서 기억에 남는 에피소드 → 느낀 점
Bài 5 집에서 보내는 휴가	✹ 집에서 보내는 휴가와 여행으로 보내는 휴가 비교 → 집에서 휴가를 보낼 때 하는 일 ✹ 집에서 보낸 휴가 중 기억에 남는 에피소드 → 느낀 점 ☞ 나의 취미나 여가활동을 연관 지어서 전략적으로 답변을 준비합니다.

✦ Background Survey에서 해당 항목을 선택했을 경우, 자주 출제되는 콤보 형식의 질문 유형입니다.
빈출도 높은 질문 유형들을 익혀두고, 질문의 의도를 빠르게 파악할 수 있도록 학습해 보세요.

주제별 질문 유형 한눈에 파악하기 🎧 07-1

Bài 1 국내 여행	Anh/Chị chuẩn bị gì trước khi đi du lịch trong nước? Địa điểm du lịch của đất nước anh/chị mà anh/chị muốn giới thiệu là ở đâu? Hãy nói về chuyến du lịch trong nước mà anh/chị nhớ. 당신은 국내 여행을 가기 전에 무엇을 준비하나요? 소개해주고 싶은 당신 국가의 여행지는 어디인가요? 당신이 기억에 남는 국내 여행에 대해서 이야기해 주세요.
Bài 2 해외여행	Anh/Chị lên kế hoạch như thế nào trước khi đi du lịch nước ngoài? Địa điểm du lịch nước ngoài mà anh/chị thích là ở đâu? Hãy nói về chuyến du lịch nước ngoài gần đây của anh/chị. 당신은 해외여행을 가기 전에 어떤 계획을 세우나요? 당신이 좋아하는 해외여행 장소는 어디인가요? 당신이 최근에 간 해외여행에 대해서 이야기해 주세요.
Bài 3 국내 출장	Anh/Chị thường chuẩn bị gì khi đi công tác trong nước? Anh/Chị thường làm gì vào thời gian tự do khi đi công tác? Hãy nói về kinh nghiệm đi công tác mà anh/chị nhớ nhất. 당신은 국내 출장을 갈 때 보통 무엇을 준비하나요? 당신은 출장을 가서 자유시간에 보통 무엇을 하나요? 가장 기억에 남는 출장 경험을 이야기해 주세요.
Bài 4 해외 출장	Anh/Chị thường chuẩn bị gì trước khi đi công tác nước ngoài? Hãy miêu tả về những người mà anh/chị đã gặp và những địa điểm mà anh/chị đã đến khi đi công tác nước ngoài. Hãy kể về chuyến đi công tác nước ngoài mà anh/chị đã đi gần đây. 당신은 해외 출장을 가기 전에 무엇을 준비하나요? 당신이 해외 출장을 갔을 때 만났던 사람들과 장소에 대해 묘사해 주세요. 당신이 최근에 갔던 해외 출장에 대해 이야기해 주세요.
Bài 5 집에서 보내는 휴가	Vì sao anh/chị lại nghỉ phép ở nhà? Anh/Chị thường làm gì khi nghỉ phép ở nhà? Hãy nói về câu chuyện mà anh/chị nhớ nhất trong số những lần nghỉ phép ở nhà. 당신은 왜 집에서 휴가를 보내나요? 당신은 보통 집에서 휴가를 보내며 무엇을 하나요? 집에서 휴가를 보낸 경험 중 가장 기억에 남는 이야기를 해주세요.

국내 여행

OPIc 시험에서는 콤보 형식으로 출제되는 경우가 많습니다. 주제별 답변에 대한 핵심 구조를 중심으로 응용 어휘를 활용한 콤보 형식의 답변을 연습해 보세요. 모범 답변을 활용해 나만의 스토리텔링도 만들어 보세요.

Q Anh/Chị chuẩn bị gì trước khi đi du lịch trong nước? Địa điểm du lịch của đất nước anh/chị mà anh/chị muốn giới thiệu là ở đâu? Hãy nói về chuyến du lịch trong nước mà anh/chị nhớ.

당신은 국내 여행을 가기 전에 무엇을 준비하나요? 소개해주고 싶은 당신 국가의 여행지는 어디인가요? 당신이 기억에 남는 국내 여행에 대해서 이야기해 주세요.

 3단 콤보 답변

주제별 답변에 대한 핵심 구조를 중심으로 응용 어휘를 활용해서 콤보 형식의 답변을 익혀 보세요.

❶ 국내 여행을 갈 때 준비물

핵심 구조 여행 시 준비물, 국내 여행 준비 과정

① Tôi chuẩn bị đồ dùng trước khi đi du lịch.
저는 여행 가기 전에 준비물을 챙깁니다.

② Tùy theo mùa mà đồ dùng sẽ khác nhau.
계절에 따라서 준비물이 달라집니다.

③ Trong đồ dùng có quần áo, máy ảnh, vân vân.
준비물에는 옷, 카메라 등이 있습니다.

④ Tôi thích đi ngắm nhiều thứ.
저는 많은 것을 보러 다니는 것을 좋아합니다.

⑤ Tôi luôn cảm thấy hồi hộp trước khi đi du lịch trong nước.
저는 국내 여행을 가기 전에 항상 설렙니다.

응용 어휘

① 경로를 세우다 xây dựng lộ trình	정보를 찾다 tìm thông tin	
② 목적지 điểm đến		
③ 지도 bản đồ 책 sách	충전기 dây sạc pin	핸드폰 điện thoại di động
화장품 mỹ phẩm		
④ 관찰하는 것 quan sát	휴식하는 것 nghỉ ngơi	

❷ 국내 추천 여행지

핵심 구조 국내 여행지 추천, 추천하는 이유

① Địa điểm du lịch mà tôi muốn giới thiệu ở đất nước của tôi là 'tỉnh Gangwon'.

제가 우리나라에서 추천하는 여행지는 '강원도'입니다.

② Ở tỉnh Gangwon có biển rất mát.

강원도에는 시원한 바다가 있습니다.

③ Ở tỉnh Gangwon có núi và biển nên đây là địa điểm du lịch nổi tiếng.

강원도에는 산과 바다가 함께 있어서 인기 있는 여행지입니다.

④ Vào mùa đông, thời tiết ở tỉnh Gangwon rất lạnh.

겨울에, 강원도의 날씨는 매우 춥습니다.

⑤ Nếu đi đến tỉnh Gangwon thì có thể cảm nhận được Hàn Quốc.

강원도에 가면 한국을 느낄 수 있을 것입니다.

응용어휘	① 강릉 Gangneung	거제도 đảo Geoje	경상도 tỉnh Gyeongsang	부산 Busan
	서울 Seoul	속초 Sokcho	전라도 tỉnh Jeonla	제주도 đảo Jeju
	② 역사적인 장소 địa điểm mang tính lịch sử	전통마을 làng truyền thống		

❸ 기억에 남는 국내 여행

핵심 구조 국내 여행 중 일어난 일, 느낀 점

① Tôi đã đi du lịch đảo Jeju với gia đình vào mùa hè năm ngoái.

저는 작년 여름에 가족들과 제주도로 여행을 갔습니다.

② Chúng tôi đã đi máy bay và đến đảo Jeju.

우리는 비행기를 타고 제주도로 향했습니다.

③ Chúng tôi bắt đầu lịch trình du lịch 3 ngày 2 đêm.

2박 3일 일정으로 여행을 시작했습니다.

④ Chúng tôi đã đi đến những địa điểm du lịch nổi tiếng và quán ăn ngon ở đảo Jeju.

우리는 제주도에서 유명한 관광지와 맛집을 돌아다니며 시간을 보냈습니다.

⑤ Chúng tôi đã có khoảng thời gian hạnh phúc.

우리는 행복한 시간을 보냈습니다.

응용어휘	① 동료들 đồng nghiệp	친한 친구들 những người bạn thân	부모님 bố mẹ
	② 기차 tàu lửa	버스 xe buýt	자동차 xe ô tô
	③ 1박 2일 2 ngày 1 đêm	3박 4일 4 ngày 3 đêm	당일치기 trong ngày
	⑤ 아름다운 đẹp	재미있는 thú vị	흥미로운 hứng thú

콤보 형식의 답변을 활용해서 주제별 모범 답변을 제시합니다.

☐ **1단계** 국내 여행을 갈 때 준비물 ① + ③ + ④　　🎧 07-3

Tôi chuẩn bị đồ dùng trước khi đi du lịch. Trong đồ dùng có quần áo, máy ảnh, vân vân. Việc đầu tiên tôi làm trước khi đi du lịch là quyết định địa điểm du lịch. Tùy theo khoảng cách mà tôi sẽ quyết định là sẽ đi phương tiện giao thông nào, và tôi tìm địa điểm nổi tiếng của nơi du lịch đó và những quán ăn ngon. Tôi thích đi ngắm nhiều thứ. Vì thế, tôi luôn thấy mệt nếu đi du lịch nhưng tôi rất vui.

저는 여행 가기 전에 준비물을 챙깁니다. 준비물에는 옷, 카메라 등이 있습니다. 저는 여행을 가기 전 가장 먼저 하는 일은 여행지를 정하는 것입니다. 거리에 따라서 교통수단으로 무엇을 타고 갈지 정하고, 그 여행지의 유명한 장소와 맛집을 찾습니다. 저는 많은 것을 보러 다니는 것을 좋아합니다. 그래서 여행을 하면 항상 피곤하지만, 즐겁습니다.

☐ **2단계** 국내 추천 여행지 ① + ③ + ④　　🎧 07-4

Địa điểm du lịch mà tôi muốn giới thiệu ở đất nước tôi là 'tỉnh Gangwon'. Ở tỉnh Gangwon có núi và biển nên đây là địa điểm du lịch nổi tiếng. Tôi đã đi tỉnh Gangwon nhiều lần rồi. Vào mùa đông, thời tiết ở tỉnh Gangwon rất lạnh. Vì thế, có lẽ đây là nơi tốt nhất để cảm nhận mùa đông. Hơn nữa, ở đây có rất nhiều món ăn ngon nên tôi rất muốn giới thiệu tỉnh Gangwon.

제가 우리나라에서 추천하는 여행지는 '강원도'입니다. 강원도에는 산과 바다가 함께 있어서 인기 있는 여행지입니다. 저는 강원도를 여러 번 다녀왔습니다. 겨울에, 강원도의 날씨는 매우 춥습니다. 그래서 겨울을 느끼기에는 가장 좋은 장소인 것 같습니다. 게다가, 맛있는 음식이 매우 많아서 저는 강력 추천합니다.

3 단계 기억에 남는 국내 여행 ① + ② + ③ + ④   🎧 07-5

Tôi đã đi du lịch đảo Jeju với gia đình vào mùa hè năm ngoái. Chúng tôi đã đi máy bay và đến đảo Jeju. Chúng tôi bắt đầu lịch trình du lịch 3 ngày 2 đêm. Chúng tôi đã ở một resort rất tốt ở Jeju. Chúng tôi đã đi đến những địa điểm du lịch nổi tiếng và quán ăn ngon ở đảo Jeju. Chúng tôi đã cùng trải qua những khoảng thời gian có ý nghĩa sâu sắc, bằng với khoảng thời gian mà chúng tôi không thể ở cùng nhau vì ai cũng bận rộn.

저는 작년 여름에 가족들과 제주도로 여행을 갔습니다. 우리는 비행기를 타고 제주도로 향했습니다. 2박 3일 일정으로 여행을 시작했습니다. 제주도에서 우리는 매우 좋은 리조트에서 숙박했습니다. 우리는 제주도에서 유명한 관광지와 맛집을 돌아다니며 시간을 보냈습니다. 서로 바빠서 함께 시간을 많이 보내지 못했던 만큼, 더욱 뜻깊은 시간을 보냈습니다.

나만의 스토리를 만들어 보세요! 🐝

OPIc 시험에서는 질문의 의도를 빠르게 파악하는 것이 매우 중요합니다. 익숙한 질문일수록, 당황하지 않고 자연스럽게 답변을 할 수 있습니다. 주제에 관한 다양한 질문 유형들을 반복해서 익히고 학습해 보세요.

1. Anh/Chị thường đi du lịch trong nước với ai? Khi nào? Anh/Chị thích đi đâu?

당신은 보통 누구와 국내 여행을 가나요? 언제 가나요? 어디로 가는 것을 좋아하나요?

---

2. Anh/Chị nghĩ lý do mọi người thích đi du lịch là gì?

당신이 생각할 때 사람들이 여행을 좋아하는 이유는 무엇이라고 생각하나요?

---

3. Anh/Chị hãy giới thiệu về địa điểm du lịch trong nước mà anh/chị đã đi lần gần đây nhất.

당신이 가장 최근에 간 국내 여행지에 대해 소개해 주세요.

---

4. Anh/Chị hãy giới thiệu về địa điểm du lịch nổi tiếng nhất của đất nước anh/chị.

당신 나라의 가장 유명한 여행지에 대해서 소개해 주세요.

---

5. Địa điểm du lịch trong nước mà anh/chị muốn đi là ở đâu? Vì sao anh/chị muốn đi đến đó?

당신이 가고 싶은 국내 여행지는 어디인가요? 왜 거기에 가고 싶나요?

주제에 관한 다양하고 유용한 표현들입니다. 자신에게 맞는 문장을 체크하고 재미있는 스토리를 만들어 보세요. 돌발 질문에도 당황하지 않고 나만의 표현력은 물론, 논리력에도 자신감이 생깁니다.

☐ 한국은 아름다운 장소가 매우 많습니다.

Hàn Quốc có rất nhiều địa điểm đẹp.

☐ 사계절의 풍경이 모두 다릅니다.

Phong cảnh 4 mùa đều khác nhau.

☐ 저는 가이드와 함께 여행을 했습니다.

Tôi đã đi du lịch với hướng dẫn viên.

☐ 맛집에는 사람이 굉장히 많이 있었습니다.

Ở quán ăn ngon có rất nhiều người.

☐ 저는 사진을 찍으며 추억을 남겼습니다.

Tôi đã chụp ảnh và lưu lại kỉ niệm.

☐ 저는 문화유적을 구경했습니다.

Tôi đã tham quan di tích văn hóa.

☐ 다리가 매우 아팠지만, 저는 멈출 수 없었습니다.

Chân tôi rất đau nhưng tôi không thể dừng lại.

☐ 저는 국내 여행을 많이 해야겠다고 생각했습니다.

Tôi đã nghĩ rằng mình phải đi du lịch trong nước nhiều.

☐ 그 지역 사람들은 매우 친절했습니다.

Những người ở khu vực đó rất thân thiện.

☐ 현지인이 그곳을 추천해 주었습니다.

Người dân bản địa đã giới thiệu nơi đó.

해외여행

OPIc 시험에서는 콤보 형식으로 출제되는 경우가 많습니다. 주제별 답변에 대한 핵심 구조를 중심으로 응용 어휘를 활용한 콤보 형식의 답변을 연습해 보세요. 모범 답변을 활용해 나만의 스토리텔링도 만들어 보세요.

Q Anh/Chị lên kế hoạch như thế nào trước khi đi du lịch nước ngoài? Địa điểm du lịch nước ngoài mà anh/chị thích là ở đâu? Hãy nói về chuyến du lịch nước ngoài gần đây của anh/chị.

당신은 해외여행을 가기 전에 어떤 계획을 세우나요? 당신이 좋아하는 해외여행 장소는 어디인가요? 당신이 최근에 간 해외여행에 대해서 이야기해 주세요.

  3단 콤보 답변

주제별 답변에 대한 핵심 구조를 중심으로 응용 어휘를 활용해서 콤보 형식의 답변을 익혀 보세요.

❶ 해외여행 시 계획

핵심 구조 해외여행 시 준비물, 계획 세우기

① Trước khi đi du lịch nước ngoài, tôi tìm hiểu vé máy bay trước.
해외여행을 가기 전에, 저는 먼저 비행기 표를 알아봅니다.

② Khi đi du lịch nước ngoài, tôi luôn mang theo 'Kimchi'.
해외여행을 갈 때, 저는 항상 '김치'를 챙겨갑니다.

③ Và tôi tìm kiếm những địa điểm du lịch nổi tiếng ở nơi đó thông qua internet.
그리고 저는 인터넷을 통해 그곳의 유명 관광지를 찾습니다.

④ Tôi tham khảo kế hoạch du lịch được đăng trên internet.
저는 인터넷에 올라와 있는 여행 계획을 참고합니다.

⑤ Tôi đặt chỗ ở.
저는 숙소를 예약합니다.

응용어휘				
① 계절 mùa	날씨 thời tiết	맛집 quán ăn ngon	물가 vật giá
호텔 khách sạn			
② 그 나라의 화폐 tiền của nước đó		잠옷 đồ ngủ	지도 bản đồ
카메라 máy chụp ảnh/camera			
③ 책 sách	SNS mạng xã hội	친구들의 경험 kinh nghiệm của bạn bè	

❷ 좋아하는 해외여행 장소

핵심 구조 좋아하는 해외여행 장소, 여행 시기, 동행인, 좋아하는 이유

① Tôi thích đi du lịch Đông Nam Á.
저는 동남아시아로 여행 가는 것을 좋아합니다.

② Tôi cảm thấy hạnh phúc khi đi du lịch Đông Nam Á.
동남아시아로 여행을 갈 때 행복감을 느낍니다.

③ Và tôi thích đi chơi vào mùa thấp điểm, không có nhiều người và giá rẻ.
그리고 사람들이 많이 없고 가격이 싼 비수기에 놀러 가는 것을 좋아합니다.

④ Tôi thường đi du lịch với bạn thân.
저는 친한 친구와 자주 여행을 갑니다.

⑤ Vì nếu đi du lịch với bạn thân thì rất thoải mái.
친한 친구와 여행을 가면 편하기 때문입니다.

응용어휘	①② 남미 Nam Mỹ	미국 Mỹ	북미 Bắc Mỹ	아시아 châu Á	유럽 châu Âu
	③ 봄 mùa xuân	가을 mùa thu	겨울 mùa đông		
	⑤ 맛 집을 잘 안다 biết nhiều quán ăn ngon				
	쇼핑을 함께할 수 있다 có thể cùng đi mua sắm				
	여행 경험이 많아서 좋다 có nhiều kinh nghiệm du lịch nên rất tốt			자유롭다 tự do	

❸ 최근에 간 해외여행 경험

핵심 구조 여행지, 여행지의 느낌, 그곳에서 한 일

① Gần đây tôi đã đi du lịch Việt Nam.
최근에 저는 베트남 여행을 다녀왔습니다.

② Tôi đã đi Đà Nẵng, địa điểm du lịch nổi tiếng ở Việt Nam.
저는 베트남에서 유명한 여행지인 다낭을 다녀왔습니다.

③ Ở đó thực sự rất yên lặng.
그곳은 정말 조용했습니다.

④ Chúng tôi đến Đà Nẵng rồi ăn những món ăn ngon, và đến những địa điểm du lịch.
우리는 다낭에 도착해서 맛있는 음식을 먹고, 관광지로 갔습니다.

⑤ Nếu lần sau có cơ hội, tôi muốn đi lại.
다음에 기회가 된다면, 저는 다시 가고 싶습니다.

응용어휘	② 사람들은 잘 모르는 여행지 địa điểm du lịch không nhiều người biết	
	대표적인 관광 도시 thành phố du lịch tiêu biểu	휴양지 nơi nghỉ dưỡng

콤보 형식의 답변을 활용해서 주제별 모범 답변을 제시합니다.

□ **1단계** 해외여행 시 계획 ① + ② + ③ + ⑤   🎧 07-8

Trước khi đi du lịch nước ngoài, tôi tìm hiểu vé máy bay trước. Và tôi làm quen với những đoạn hội thoại cơ bản của nước đó. Khi đi du lịch nước ngoài, tôi luôn mang theo 'Kimchi'. Vì món ăn có thể không hợp khẩu vị của tôi. Và tôi tìm kiếm những địa điểm du lịch nổi tiếng ở nơi đó thông qua internet. Và tôi tra cứu phương tiện giao thông và lên kế hoạch. Sau khi quyết định sẽ đi đâu, tôi đặt chỗ ở.

저는 해외여행을 가기 전에, 저는 먼저 비행기 표를 알아봅니다. 그리고 그 나라의 기본 회화를 익힙니다. 해외여행을 갈 때, 저는 항상 '김치'를 챙겨갑니다. 음식이 입에 맞지 않을 수도 있기 때문입니다. 그리고 인터넷을 통해 그곳의 유명 관광지를 찾습니다. 그리고 교통수단들을 검색해서 계획을 세웁니다. 어디를 갈지 정한 뒤에, 저는 숙소를 예약합니다.

□ **2단계** 좋아하는 해외여행 장소 ① + ③ + ④ + ⑤   🎧 07-9

Tôi thích đi du lịch Đông Nam Á. Tôi thích Thái Lan trong số các nước Đông Nam Á. Và tôi thích đi chơi vào mùa thấp điểm, không có nhiều người và giá rẻ. Tôi thường đi du lịch với bạn thân. Vì nếu đi du lịch với bạn thân thì rất thoải mái.

저는 동남아시아로 여행 가는 것을 좋아합니다. 동남아시아 국가 중에서 태국을 좋아합니다. 그리고 사람들이 많이 없고 가격이 싼 비수기에 놀러 가는 것을 좋아합니다. 저는 친한 친구와 자주 여행을 갑니다. 친한 친구와 여행을 가면 편하기 때문입니다.

☐ **3단계** 최근에 간 해외여행 경험 ① + ② + ④ + ⑤   🎧 07-10

Gần đây tôi đã đi du lịch Việt Nam. Tôi đã đi cùng với gia đình trong 6 ngày 5 đêm. Tôi đã đi Đà Nẵng, địa điểm du lịch nổi tiếng ở Việt Nam. Từ Hàn Quốc đến Đà Nẵng mất khoảng 5 tiếng. Chúng tôi đến Đà Nẵng rồi ăn những món ăn ngon, và đến những địa điểm du lịch. Và chúng tôi cũng đã đến Hội An. Hội An là nơi có bầu không khí rất mới lạ. Nếu lần sau có cơ hội, tôi muốn đi lại.

최근에 저는 베트남 여행을 다녀왔습니다. 가족들과 함께 5박 6일로 다녀왔습니다. 저는 베트남에서 유명한 여행지인 다낭을 다녀왔습니다. 한국에서 다낭까지 5시간 정도 걸렸습니다. 우리는 다낭에 도착해서 맛있는 음식을 먹고, 관광지로 갔습니다. 그리고 호이안도 다녀왔습니다. 호이안은 색다른 분위기가 있는 곳입니다. 다음에 기회가 된다면, 저는 다시 가고 싶습니다.

나만의 스토리를 만들어 보세요! 🐝

OPIc 시험에서는 질문의 의도를 빠르게 파악하는 것이 매우 중요합니다. 익숙한 질문일수록, 당황하지 않고 자연스럽게 답변을 할 수 있습니다. 주제에 관한 다양한 질문 유형들을 반복해서 익히고 학습해 보세요.

1. Nơi đầu tiên mà anh/chị đã đi du lịch nước ngoài là ở đâu? Anh/Chị đã làm gì ở nơi đó? Anh/Chị cảm thấy như thế nào?

당신이 처음 해외여행을 갔던 곳은 어디인가요? 그곳에 가서 무엇을 했나요? 느낀 점은 무엇인가요?

2. Địa điểm du lịch nước ngoài mà anh/chị nhớ nhất là ở đâu? Đã có chuyện gì xảy ra ở đó?

당신이 기억에 남는 해외여행지는 어디인가요? 그곳에서 무슨 일이 있었나요?

3. Địa điểm du lịch nước ngoài mà anh/chị muốn đến là ở đâu? Vì sao anh/chị muốn đến đó?

당신이 가보고 싶은 해외여행지는 어디인가요? 왜 그곳을 가고 싶나요?

4. Anh/Chị nghĩ điều quan trọng nhất khi đi du lịch nước ngoài là gì? Vì sao anh/chị nghĩ điều đó quan trọng?

해외여행을 할 때 당신이 가장 중요하게 생각하는 것은 무엇인가요? 왜 그것을 중요하게 생각하나요?

5. Khi chọn địa điểm du lịch, anh/chị thường cân nhắc đến điều gì nhiều nhất? Ví dụ như chi phí, văn hóa, an ninh của đất nước đó, vân vân, anh/chị quan tâm đến điều gì nhất?

여행지를 선택할 때, 당신은 무엇을 가장 많이 고려하나요? 예를 들어 비용, 그 나라의 문화, 치안 등 무엇에 대해서 관심이 가장 많나요?

주제에 관한 다양하고 유용한 표현들입니다. 자신에게 맞는 문장을 체크하고 재미있는 스토리를 만들어 보세요. 돌발 질문에도 당황하지 않고 나만의 표현력은 물론, 논리력에도 자신감이 생깁니다.

☐ 저는 혼자 여행 가는 것을 좋아합니다.

Tôi thích đi du lịch một mình.

☐ 해외여행을 하면 할수록 새로운 것들을 알아가게 됩니다.

Càng đi du lịch nước ngoài thì tôi càng biết được nhiều điều mới.

☐ 저는 여행하며 외국 친구들을 많이 사귀었습니다.

Tôi đi du lịch và làm quen được nhiều bạn bè nước ngoài.

☐ 저는 한국 음식이 너무 그리웠습니다.

Tôi đã rất nhớ món ăn Hàn Quốc.

☐ 한국에서는 전혀 볼 수 없는 것이었습니다.

Đây là thứ tuyệt đối không thể thấy ở Hàn Quốc.

☐ 사람들이 모두 느긋했습니다.

Tất cả mọi người đều từ tốn.

☐ 저는 말이 안 통해서 힘들었습니다.

Tôi đã rất mệt vì không hiểu tiếng.

☐ 저는 걸어 다니며 사람을 구경하는 것을 좋아합니다.

Tôi thích đi bộ và ngắm nhìn con người.

☐ 핸드폰이 안 되면 너무 답답합니다.

Nếu điện thoại không sử dụng được thì tôi thấy rất khó chịu.

☐ 한국과 그곳의 시차는 4시간입니다.

Chênh lệch múi giờ của nơi đó và Hàn Quốc là 4 tiếng.

Bài 3 🎧 07-12

국내 출장

> OPIc 시험에서는 콤보 형식으로 출제되는 경우가 많습니다. 주제별 답변에 대한 핵심 구조를 중심으로 응용 어휘를 활용한 콤보 형식의 답변을 연습해 보세요. 모범 답변을 활용해 나만의 스토리텔링도 만들어 보세요.

Q Anh/Chị thường chuẩn bị gì khi đi công tác trong nước? Anh/Chị thường làm gì vào thời gian tự do khi đi công tác? Hãy nói về kinh nghiệm đi công tác mà anh/chị nhớ nhất.

당신은 국내 출장을 갈 때 보통 무엇을 준비하나요? 당신은 출장을 가서 자유시간에 보통 무엇을 하나요? 가장 기억에 남는 출장 경험을 이야기해 주세요.

 3단 콤보 답변

주제별 답변에 대한 핵심 구조를 중심으로 응용 어휘를 활용해서 콤보 형식의 답변을 익혀 보세요.

① 국내 출장 준비하기

핵심 구조 국내 출장 시 준비물, 국내 출장 계획 세우기

① Tôi sắp xếp các tài liệu phải chuẩn bị trước khi đi công tác.
저는 출장을 가기 전에 준비해야 할 서류들을 정리합니다.

② Tôi lên kế hoạch rõ ràng theo mục đích công tác.
저는 출장 목적에 따라서 확실히 계획을 세웁니다.

③ Tuy có sự khác nhau tùy theo thời gian công tác, nhưng tôi cũng tra cứu địa điểm du lịch nổi tiếng của nơi tôi đi công tác.
출장 기간에 따라 다르지만, 출장지의 유명 여행지도 검색을 합니다.

④ Tôi mang theo tối thiểu những thứ cần thiết như quần áo, mỹ phẩm, vân vân.
저는 옷, 화장품 등의 필요한 것들은 최소한으로 챙깁니다.

⑤ Tôi tìm kiếm phương tiện giao thông công cộng.
저는 대중교통을 찾아봅니다.

응용어휘			
① 계약서 hợp đồng	발표 자료 tài liệu phát biểu		
③ 렌터카 xe thuê	맛집 quán ăn ngon	숙소 chỗ ở	

❷ 출장 중 자유시간에 하는 일

핵심 구조 자유시간에 하는 일

① Tuy mỗi chuyến công tác đều khác nhau nhưng thường có thời gian tự do khoảng một ngày.

저는 출장마다 다르지만, 보통 하루 정도 자유시간이 있습니다.

② Tôi tìm đến quán ăn ngon nổi tiếng của nơi đó vào thời gian tự do.

저는 자유시간에 그곳의 유명 맛집을 찾아갑니다.

③ Bình thường, nếu đi công tác một mình thì vì việc phải làm rất nhiều nên tôi làm việc tại chỗ ở.

보통, 혼자 출장을 가면 해야 할 일이 많기 때문에 숙소에서 일을 합니다.

④ Hoặc khi không có việc thì tôi cũng nghỉ ngơi tại chỗ ở.

또는 일이 없을 때 숙소에서 휴식을 취하기도 합니다.

⑤ Tôi mua đặc sản của nơi đó cho gia đình tôi.

저는 가족들을 위해 그곳의 특산품을 삽니다.

응용어휘			
① 5시간 **5 tiếng**	반나절 **nửa buổi**	이틀 **2 ngày**	저녁 시간 **thời gian buổi tối**
② 관광지 **địa điểm du lịch**		쇼핑몰 **khu mua sắm**	카페 **quán cà phê**
③④ 보고서를 작성하다 **viết báo cáo**		잠을 자다 **ngủ**	
친구들과 통화를 하다 **nói chuyện điện thoại với bạn bè**			

❸ 기억에 남는 국내 출장 경험

핵심 구조 기억에 남는 에피소드

① Vào mùa đông năm ngoái, tôi đã đi công tác trong 3 ngày 2 đêm.

작년 겨울에, 저는 2박 3일로 출장을 갔습니다.

② Tôi đã tham dự hội thảo ở đảo Jeju.

제가 제주도에 세미나를 참석하는 것이었습니다.

③ Vì thời tiết nên chuyến bay đã bị hoãn lại.

날씨로 인해 비행기가 연착되었기 때문입니다.

④ Tôi đã để quên máy vi tính.

저는 컴퓨터를 두고 왔습니다.

⑤ Sau lần đó, tôi luôn kiểm tra thời tiết trước khi đi công tác.

그 이후로, 저는 출장 가기 전에 항상 날씨를 확인합니다.

콤보 형식의 답변을 활용해서 주제별 모범 답변을 제시합니다.

☐ **1단계** 국내 출장 준비하기 ① + ③ + ④ 🎧 07-13

Tôi sắp xếp các tài liệu phải chuẩn bị trước khi đi công tác. Và tôi tra cứu phương tiện giao thông của nơi tôi đi công tác rồi quyết định trước. Tuy có sự khác nhau tùy theo thời gian công tác, nhưng tôi cũng tra cứu địa điểm du lịch nổi tiếng của nơi tôi đi công tác. Tôi mang theo tối thiểu những thứ cần thiết như quần áo, mỹ phẩm, vân vân. Trong đó, thứ quan trọng nhất là điện thoại và laptop.

저는 출장을 가기 전에 준비해야 할 서류들을 정리합니다. 그리고 출장지의 교통수단을 검색하고 미리 정해 놓습니다. 출장 기간에 따라 다르지만, 출장지의 유명 여행지도 검색을 합니다. 저는 옷, 화장품 등의 필요한 것들은 최소한으로 챙깁니다. 그중에서, 가장 중요한 것은 핸드폰과 노트북입니다.

☐ **2단계** 출장 중 자유시간에 하는 일 ① + ② + ③ + ④ 🎧 07-14

Tuy mỗi chuyến công tác đều khác nhau nhưng thường có thời gian tự do khoảng một ngày. Tôi tìm đến quán ăn ngon nổi tiếng của nơi đó vào thời gian tự do. Và tôi đến địa điểm du lịch nổi tiếng của nơi đó. Bình thường, nếu đi công tác một mình thì vì việc phải làm rất nhiều nên tôi làm việc tại chỗ ở. Hoặc khi không có việc thì tôi cũng nghỉ ngơi tại chỗ ở. Tôi thấy có thời gian tự do cũng tốt nhưng nhanh kết thúc chuyến công tác và về nhà thì tốt hơn.

저는 출장마다 다르지만, 보통 하루 정도 자유시간이 있습니다. 저는 자유시간에 그곳의 유명 맛집을 찾아 갑니다. 그리고 그곳의 인기 있는 여행지를 갑니다. 보통, 혼자 출장을 가면 해야 할 일이 많기 때문에 숙소 에서 일을 합니다. 또는 일이 없을 때 숙소에서 휴식을 취하기도 합니다. 저는 자유시간이 있는 것도 좋지 만, 출장을 빨리 끝내고 집으로 돌아오는 것이 더 좋습니다.

3단계 기억에 남는 국내 출장 경험 ① + ② + ③ + ⑤ 🎧 07-15

Vào mùa đông năm ngoái, tôi đã đi công tác trong 3 ngày 2 đêm. Tôi đã tham dự hội thảo ở đảo Jeju. Tôi đã đi máy bay đến đảo Jeju. Tôi đến vào buổi sáng, tham dự hội thảo vào buổi trưa rồi tôi đến sân bay để về nhà. Ở sân bay có rất nhiều người. Vì thời tiết nên chuyến bay bị hoãn lại. Tôi đợi ở sân bay, sau đó tôi đặt phòng rồi đợi ở khách sạn. Và phải 2 ngày sau thì tôi mới có thể về nhà. Sau lần đó, tôi luôn kiểm tra thời tiết trước khi đi công tác.

작년 겨울에, 저는 2박 3일로 출장을 갔습니다. 제가 제주도에 세미나를 참석하는 것이었습니다. 저는 비행기를 타고 제주도로 갔습니다. 아침에 도착해서 점심에 세미나 참석을 하고 돌아가기 위해 공항으로 향했습니다. 공항에는 많은 사람이 있었습니다. 날씨로 인해 비행기가 연착되었기 때문입니다. 저는 공항에서 기다리다가, 호텔을 예약한 후 대기했습니다. 그리고 이틀이 지난 뒤에야 저는 집으로 돌아올 수 있었습니다. 그 이후로, 저는 출장 가기 전에 항상 날씨를 확인합니다.

나만의 스토리를 만들어 보세요! 🐝

OPIc 시험에서는 질문의 의도를 빠르게 파악하는 것이 매우 중요합니다. 익숙한 질문일수록, 당황하지 않고 자연스럽게 답변을 할 수 있습니다. 주제에 관한 다양한 질문 유형들을 반복해서 익히고 학습해 보세요.

1. Anh/Chị có thường đi công tác trong nước không? Bình thường, anh/chị đi với ai?

당신은 얼마나 자주 국내 출장을 가나요? 보통, 누구와 함께 가나요?

2. Anh/Chị sử dụng phương tiện di chuyển nào khi đi công tác? Lý do là gì?

당신은 출장을 갈 때 어떤 이동 수단을 이용하나요? 그 이유는 무엇인가요?

3. Anh/Chị gặp ai khi đi công tác? Hãy nói về người đó.

당신이 출장에 가서 만난 사람은 누구인가요? 그 사람에 대해 이야기해 주세요.

4. Anh/Chị làm công việc gì khi đi công tác?

당신은 출장에 가서 무슨 일을 하나요?

5. Anh/Chị hãy nói về kinh nghiệm đi công tác gần đây của mình.

당신이 최근에 간 출장 경험에 대해 이야기해 주세요.

주제에 관한 다양하고 유용한 표현들입니다. 자신에게 맞는 문장을 체크하고 재미있는 스토리를 만들어 보세요. 돌발 질문에도 당황하지 않고 나만의 표현력은 물론, 논리력에도 자신감이 생깁니다.

☐ 국내 출장을 가면 저는 자유시간이 없습니다.
Nếu đi công tác trong nước thì tôi không có thời gian tự do.

☐ 출장에서, 저는 보통 업무를 끝내고 고객과 함께 저녁 식사를 합니다.
Trong chuyến công tác, tôi thường kết thúc công việc và ăn tối với khách hàng.

☐ 제가 자주 가는 출장지는 '경주'입니다.
Địa điểm mà tôi thường đi công tác là 'Gyeongju'.

☐ 출장을 가기 전, 저는 그 회사에 대해서 미리 알아봅니다.
Trước khi đi công tác, tôi tìm hiểu trước về công ty đó.

☐ 출장을 갈 때, 저는 항상 팀장님과 함께 갑니다.
Khi đi công tác, tôi luôn đi với nhóm trưởng.

☐ 가까운 출장은 차를 타고 이동합니다.
Với chuyến công tác gần thì tôi di chuyển bằng xe ô tô.

☐ 출장을 갈 때 준비해야 할 것들이 많습니다.
Có nhiều thứ phải chuẩn bị khi đi công tác.

☐ 저는 출장이 끝나고 자유시간에 지인과 우연히 마주쳤습니다.
Kết thúc chuyến công tác và tôi đã tình cờ gặp người quen vào thời gian tự do.

☐ 국내 출장이 해외 출장보다 더 좋습니다.
Đi công tác trong nước thì tốt hơn đi công tác ở nước ngoài.

☐ 출장을 다녀올 때 너무 피곤합니다.
Khi đi công tác về thì tôi rất mệt mỏi.

해외 출장

OPIc 시험에서는 콤보 형식으로 출제되는 경우가 많습니다. 주제별 답변에 대한 핵심 구조를 중심으로 응용 어휘를 활용한 콤보 형식의 답변을 연습해 보세요. 모범 답변을 활용해 나만의 스토리텔링도 만들어 보세요.

Q Anh/Chị thường chuẩn bị gì trước khi đi công tác nước ngoài? Hãy miêu tả về những người mà anh/chị đã gặp và những địa điểm mà anh/chị đã đến khi đi công tác nước ngoài. Hãy kể về chuyến đi công tác nước ngoài mà anh/chị đã đi gần đây.

당신은 해외 출장을 가기 전에 무엇을 준비하나요? 당신이 해외 출장을 갔을 때 만났던 사람들과 장소에 대해 묘사해 주세요. 당신이 최근에 갔던 해외 출장에 대해 이야기해 주세요.

 3단 콤보 답변

주제별 답변에 대한 핵심 구조를 중심으로 응용 어휘를 활용해서 콤보 형식의 답변을 익혀 보세요.

❶ 해외 출장 준비하기

핵심 구조 해외 출장 시 준비물, 해외 출장 계획 세우기

① Trước khi đi công tác nước ngoài, tôi thường đặt vé máy bay trước.
해외 출장을 가기 전에, 저는 보통 가장 먼저 비행기 표를 예매합니다.

② Tôi tra cứu phương tiện giao thông mà tôi sẽ sử dụng ở đó.
저는 그곳에서 이용할 교통수단을 검색합니다.

③ Và tôi sắp xếp tài liệu về các công việc phải làm khi đi công tác.
그리고 출장을 가서 해야 하는 업무에 대해 자료를 정리합니다.

④ Trước ngày đi công tác, tôi thường thu xếp hành lý.
출장 가기 전날에, 저는 보통 짐을 쌉니다.

⑤ Tôi nhất định mang theo máy vi tính và sạc điện thoại.
저는 컴퓨터와 핸드폰 충전기는 꼭 챙깁니다.

응용 어휘
③ 관련 정보들을 알아보다 tìm hiểu các thông tin liên quan
시장 조사를 하다 khảo sát thị trường
⑤ 비행기 티켓 vé máy bay   여권 hộ chiếu   여벌 옷 quần áo dự phòng
한국 음식 món ăn Hàn Quốc

② 해외 출장을 갔던 장소 및 사람

핵심 구조 해외 출장 장소와 만난 사람들, 대화 내용

① Tôi thường tham dự hội thảo trong chuyến công tác nước ngoài.
저는 보통 해외 출장에서 세미나에 참석합니다.

② Tôi gặp nhiều người tốt.
저는 좋은 사람들을 많이 만납니다.

③ Tôi thường nói chuyện công việc với những người mà tôi đã gặp trong chuyến công tác nước ngoài.
저는 보통 해외 출장에서 만난 사람들과 업무적인 대화를 나눕니다.

④ Địa điểm hội thảo của chuyến công tác nước ngoài rất tiện nghi.
해외 출장의 세미나 장소는 매우 편리합니다.

⑤ Tôi thường tham dự nhiều hội thảo quy mô lớn.
저는 보통 대규모 세미나에 많이 참석합니다.

응용어휘
① 계약을 하다 kí hợp đồng
⑤ 다국적 세미나 hội thảo đa quốc gia
중요한 계약 미팅 cuộc họp hợp đồng quan trọng
한국기업 세미나 hội thảo doanh nghiệp Hàn Quốc

회의에 참석하다 tham dự cuộc họp
소규모 세미나 hội thảo quy mô nhỏ

③ 최근에 다녀온 해외 출장

핵심 구조 해외 출장 에피소드

① Vào 2 tháng trước, tôi đã đi công tác Trung Quốc.
2달 전에, 저는 중국으로 출장을 다녀왔습니다.

② Tôi đã bị trễ hẹn vì tắc đường.
저는 교통체증으로 인해 약속에 늦었습니다.

③ Tôi đã rất hoang mang.
저는 매우 당황했습니다.

④ May mắn là khách hàng đã hiểu và chờ tôi.
다행히 고객이 이해해주시고 기다려 주셨습니다.

⑤ Tôi không thể quên được việc khi đó.
저는 그때의 일을 잊을 수 없습니다.

응용어휘
② 비행기 지연 hoãn chuyến máy bay
③ 기쁘다 vui
초조하다 thấp thỏm

사고 tai nạn, sự cố
스트레스 받다 bị căng thẳng
행복하다 hạnh phúc

지갑 분실 mất ví/bóp
슬프다 buồn

모범 답변

콤보 형식의 답변을 활용해서 주제별 모범 답변을 제시합니다.

☐ **1단계** 해외 출장 준비하기 ① + ③ + ④ + ⑤ 🎧07-18

Trước khi đi công tác nước ngoài, tôi thường đặt vé máy bay trước. Và tôi đặt chỗ ở theo lịch trình công tác. Và tôi sắp xếp tài liệu về các công việc phải làm khi đi công tác. Trường hợp nếu có thời gian tự do thì tôi cũng sẽ lên kế hoạch về các điểm du lịch tôi sẽ đi. Trước ngày đi công tác, tôi thường thu xếp hành lý. Tôi nhất định mang theo máy vi tính và sạc điện thoại.

해외 출장을 가기 전에, 저는 보통 가장 먼저 비행기 표를 예매합니다. 그리고 출장 스케줄에 따라서 숙소를 예약합니다. 그리고 출장을 가서 해야 하는 업무에 대해 자료를 정리합니다. 만약에 자유시간이 있을 경우에 갈 여행지들에 대해서도 계획을 세웁니다. 출장 가기 전날에 저는 보통 짐을 쌉니다. 컴퓨터와 핸드폰 충전기는 꼭 챙깁니다.

☐ **2단계** 해외 출장을 갔던 장소 및 사람 ① + ③ + ⑤ 🎧07-19

Tôi thường tham dự hội thảo trong chuyến công tác nước ngoài. Vì thế, tôi gặp nhiều người của các nước. Tôi thường nói chuyện công việc với những người mà tôi đã gặp trong chuyến công tác nước ngoài. Và chúng tôi gặp riêng nhau vào bữa tối và nói chuyện cá nhân. Mỗi khi đi công tác nước ngoài, tôi thấy hình thức của hội thảo rất đa dạng. Tôi thường tham dự nhiều hội thảo quy mô lớn.

저는 보통 해외 출장에서 세미나에 참석합니다. 그래서 각국의 여러 사람과 만납니다. 저는 보통 해외 출장에서 만난 사람들과 업무적인 대화를 나눕니다. 그리고 저녁 식사 때 따로 만나서 사적인 이야기를 나눕니다. 해외 출장을 갈 때마다 세미나의 형태가 매우 다양하다고 느낍니다. 저는 보통 대규모 세미나에 많이 참석합니다.

Vào 2 tháng trước, tôi đã đi công tác Trung Quốc. Vì từ Hàn Quốc đến Trung Quốc không xa lắm nên tôi không thấy mệt khi đi công tác. Tôi đến Trung Quốc, ghé qua chỗ ở và đang trên đường đi làm việc. Tôi đã bị trễ hẹn vì tắc đường. Trong xe tắc xi, tôi thấy thấp thỏm vì đã trễ hẹn, nhưng vì tôi không biết rõ đường ở Trung Quốc nên tôi chỉ có thể đợi. May mắn là khách hàng đã hiểu và chờ tôi. Nhờ câu chuyện lúc đó mà tôi chuẩn bị thời gian hẹn thư thả hơn một chút.

2달 전에, 저는 중국으로 출장을 다녀왔습니다. 한국에서 중국은 그렇게 멀지 않기 때문에 출장 갔을 때 힘들지 않았습니다. 중국에 도착해서, 숙소에 들렸다가 업무를 보러 가는 길이었습니다. 저는 교통체증으로 인해 약속에 늦었습니다. 택시 안에서, 약속에 늦어서 초조했지만, 중국의 길을 잘 몰라서 기다릴 수밖에 없었습니다. 다행히 고객이 이해해주시고 기다려 주셨습니다. 저는 그때의 에피소드 덕분에 약속 시간을 조금 더 여유롭게 준비합니다.

나만의 스토리를 만들어 보세요! 🐝

OPIc 시험에서는 질문의 의도를 빠르게 파악하는 것이 매우 중요합니다. 익숙한 질문일수록, 당황하지 않고 자연스럽게 답변을 할 수 있습니다. 주제에 관한 다양한 질문 유형들을 반복해서 익히고 학습해 보세요.

1. Anh/Chị có thường đi công tác nước ngoài không? Mục đích đi công tác là gì?

당신은 얼마나 자주 해외 출장을 가나요? 출장을 가는 목적은 무엇인가요?

2. Anh/Chị thường sử dụng phương tiện giao thông nào khi đi công tác nước ngoài? Lý do là gì?

당신은 해외 출장을 갈 때 어떤 교통수단을 이용하나요? 그 이유는 무엇인가요?

3. Anh/Chị thường làm gì vào thời gian tự do khi đi công tác nước ngoài?

당신은 보통 해외 출장을 가서 자유시간에 무엇을 하나요?

4. Anh/Chị hãy nói về chuyến công tác mà anh/chị nhớ nhất.

당신이 기억에 남는 출장에 대해 이야기해 주세요.

5. Anh/Chị thường đi công tác nước ngoài với ai? Công việc chủ yếu mà anh/chị làm ở đó là gì?

당신은 보통 해외 출장을 누구랑 같이 가나요? 거기서 주로 하는 업무는 무엇인가요?

주제에 관한 다양하고 유용한 표현들입니다. 자신에게 맞는 문장을 체크하고 재미있는 스토리를 만들어 보세요. 돌발 질문에도 당황하지 않고 나만의 표현력은 물론, 논리력에도 자신감이 생깁니다.

☐ 저는 해외 출장을 자주 갑니다.

Tôi hay đi công tác nước ngoài.

☐ 저는 출장을 갈 때 제 동료들과 함께 갑니다.

Tôi đi với các đồng nghiệp của tôi khi đi công tác.

☐ 자유시간에, 저는 그 국가의 맛집을 찾아갑니다.

Vào thời gian tự do, tôi đi tìm quán ăn ngon của nước đó.

☐ 그들은 저를 위해 공항으로 마중 나왔습니다.

Họ đến sân bay đón tôi.

☐ 시간이 남으면 호텔 주변을 돌아다닙니다.

Nếu còn thời gian thì tôi đi loanh quanh xung quanh khách sạn.

☐ 저는 성공적인 계약을 했습니다.

Tôi đã kí hợp đồng thành công.

☐ 출장 가기 전, 저는 고객들을 위해 한국 선물을 준비합니다.

Trước khi đi công tác, tôi chuẩn bị quà Hàn Quốc cho khách hàng.

☐ 저는 보통 호텔에서 조식을 먹습니다.

Tôi thường ăn sáng ở khách sạn.

☐ 저는 그들과 영어로 대화를 나눕니다.

Tôi nói chuyện bằng tiếng Anh với họ.

☐ 저는 실수를 했습니다.

Tôi đã phạm sai lầm.

집에서 보내는 휴가

> OPIc 시험에서는 콤보 형식으로 출제되는 경우가 많습니다. 주제별 답변에 대한 핵심 구조를 중심으로 응용 어휘를 활용한 콤보 형식의 답변을 연습해 보세요. 모범 답변을 활용해 나만의 스토리텔링도 만들어 보세요.

Q Vì sao anh/chị lại nghỉ phép ở nhà? Anh/Chị thường làm gì khi nghỉ phép ở nhà? Hãy nói về câu chuyện mà anh/chị nhớ nhất trong số những lần nghỉ phép ở nhà.

당신은 왜 집에서 휴가를 보내나요? 당신은 보통 집에서 휴가를 보내며 무엇을 하나요? 집에서 휴가를 보낸 경험 중 가장 기억에 남는 이야기를 해주세요.

 3단 콤보 답변

주제별 답변에 대한 핵심 구조를 중심으로 응용 어휘를 활용해서 콤보 형식의 답변을 익혀 보세요.

① 집에서 휴가를 보내는 이유

핵심 구조 | 집에서 휴가를 보내는 이유와 장점

① Vì tôi thích ở một mình nên tôi đã trải qua kì nghỉ phép ở nhà.
혼자 있는 것을 좋아하기 때문에 저는 집에서 휴가를 보냅니다.

② Vì mệt nên tôi không thích đi du lịch.
피곤하기 때문에 저는 여행하는 것을 싫어합니다.

③ Nếu ở nhà thì tôi có thể nghỉ ngơi thoải mái mà không có kế hoạch.
집에 있으면 계획 없이 편하게 쉴 수 있습니다.

④ Và tôi cũng có thể giải tỏa mệt mỏi.
그리고 피로 해소도 할 수 있습니다.

⑤ Tôi trải qua phần lớn kì nghỉ ở nhà.
저는 대부분의 휴가를 집에서 보냅니다.

응용 어휘
① 가족들과 함께 있을 수 있어서 **vì có thể ở cùng với gia đình**
　돈을 아낄 수 있어서 **vì có thể tiết kiệm tiền**　　쉬는 것이 좋아서 **vì tôi thích nghỉ ngơi**
② 돈을 많이 써서 **vì tiêu nhiều tiền**　　스트레스를 받아서 **vì tôi bị căng thẳng**

② 집에서 휴가를 보내며 하는 일

핵심 구조 휴가를 보내며 하는 일

① Tôi thường ngủ trưa vào ngày đầu tiên của kì nghỉ phép.
저는 휴가 첫날에 보통 낮잠을 잡니다.

② Tôi định nghỉ ngơi đầy đủ vào thời gian nghỉ phép.
저는 휴가 기간에 충분한 휴식을 취하려고 합니다.

③ Và tôi xem những phim điện ảnh mà tôi đã muốn xem.
그리고 보고 싶었던 영화들을 봅니다.

④ Và tôi dọn dẹp nhà.
그리고 집 청소를 합니다.

⑤ Khi dọn dẹp thì tôi thấy lòng mình rất sảng khoái.
청소할 때 제 마음이 매우 상쾌해집니다.

응용어휘
① 휴가 마지막 날 ngày cuối cùng của kì nghỉ phép
② 많은 사람들을 만나다 gặp nhiều người   집에만 있고 티비를 보다 chỉ ở nhà và xem tivi
③ 드라마 phim truyền hình   사진 hình ảnh   영상 video
⑤ 가벼워지다 nhẹ nhõm   즐겁다 vui   편안해지다 thanh thản
  흥미롭다 hứng thú

③ 기억에 남는 집에서의 휴가

핵심 구조 집에서 보낸 휴가의 에피소드

① Cuối tuần trước, tôi đã trải qua kì nghỉ phép ở nhà.
지난 주말에, 저는 집에서 휴가를 보냈습니다.

② Lâu lắm rồi tôi mới nghỉ ngơi thoải mái.
오랜만에 편하게 휴식을 취했습니다.

③ Tôi đã gọi bạn bè và trải qua thời gian cùng với họ.
저는 친구들을 불러서 함께 보냈습니다.

④ Tôi lặp đi lặp lại việc ăn và ngủ trong suốt kì nghỉ.
저는 휴가 동안 먹고 자고를 반복했습니다.

⑤ Và tôi đã gọi thức ăn giao đến và ăn.
그리고 배달음식을 시켜 먹었습니다.

응용어휘
② 즐겁게 thú vị   특별하게 đặc biệt
③ 가족 gia đình   직장 동료 đồng nghiệp công ty
  친척 họ hàng   친한 친구 bạn thân

☐ **1단계** 집에서 휴가를 보내는 이유 ① + ③ + ④ 🎧 07-23

Vì tôi thích ở một mình nên tôi đã trải qua kì nghỉ phép ở nhà. Khi nghỉ phép, tôi cũng thích đi du lịch nhưng tôi thích ở nhà hơn. Nếu ở nhà thì tôi có thể nghỉ ngơi thoải mái mà không có kế hoạch. Và tôi cũng có thể giải tỏa mệt mỏi. Ngược lại, nếu trải qua kì nghỉ phép ở bên ngoài thì tôi có cảm giác mệt mỏi thêm.

혼자 있는 것을 좋아하기 때문에 저는 집에서 휴가를 보냅니다. 휴가 때, 여행을 하는 것도 좋지만 저는 집에 있는 것이 더 좋습니다. 집에 있으면 계획 없이 편하게 쉴 수 있습니다. 그리고 피로 해소도 할 수 있습니다. 오히려, 밖에서 휴가를 보내면 피로가 더 쌓이는 기분입니다.

☐ **2단계** 집에서 휴가를 보내며 하는 일 ① + ② + ③ + ④ + ⑤ 🎧 07-24

Tôi thường ngủ trưa vào ngày đầu tiên của kì nghỉ phép. Tôi định nghỉ ngơi đầy đủ vào thời gian nghỉ phép. Và tôi xem những phim điện ảnh mà tôi đã muốn xem. Tôi rất thích xem tivi nhưng vì không có thời gian nên tôi thường không xem được tivi. Và tôi dọn dẹp nhà. Khi dọn dẹp thì tôi thấy lòng mình rất sảng khoái.

저는 휴가 첫날에 보통 낮잠을 잡니다. 저는 휴가 기간에 충분한 휴식을 취하려고 합니다. 그리고 보고 싶었던 영화들을 봅니다. 저는 TV 보는 것을 매우 좋아하지만, 시간이 없어서 잘 못 보기 때문입니다. 그리고 집 청소를 합니다. 청소할 때 제 마음이 매우 상쾌해집니다.

☐ **3 단계** 기억에 남는 집에서의 휴가 ① + ③ + ⑤　　　　　　🎧 07-25

Cuối tuần trước, tôi đã trải qua kì nghỉ phép ở nhà. Tôi đã gọi bạn bè và trải qua thời gian cùng với họ. Tôi đã dọn dẹp trước khi bạn bè đến, và sau đó chúng tôi cùng xem phim. Và tôi đã gọi thức ăn giao đến và ăn. Tôi đã xem phim truyền hình ở nhà đến khuya và nghỉ ngơi rất nhiều trong suốt cuối tuần.

지난 주말에, 저는 집에서 휴가를 보냈습니다. 저는 친구들을 불러서 함께 보냈습니다. 친구들이 오기 전에 청소를 하고, 그다음에 우리는 함께 영화를 보았습니다. 그리고 배달음식을 시켜 먹었습니다. 밤늦게까지 집에서 드라마를 보며 주말 동안 휴식을 많이 취했습니다.

나만의 스토리를 만들어 보세요! 🐝

OPIc 시험에서는 질문의 의도를 빠르게 파악하는 것이 매우 중요합니다. 익숙한 질문일수록, 당황하지 않고 자연스럽게 답변을 할 수 있습니다. 주제에 관한 다양한 질문 유형들을 반복해서 익히고 학습해 보세요.

1. Bình thường, ai đến thăm khi anh/chị nghỉ phép ở nhà?

보통, 당신이 집에서 휴가를 보낼 때 누가 방문을 하나요?

2. Anh/Chị đã làm gì với người đến thăm khi anh/chị nghỉ phép ở nhà?

당신은 집에서 휴가를 보낼 때 방문한 사람과 무엇을 하나요?

3. Anh/Chị hãy nói về kì nghỉ phép ở nhà lần gần đây của anh/chị.

당신이 최근에 집에서 휴가를 보낸 경험에 대해서 이야기해 주세요.

4. Vì sao anh/chị thích nghỉ phép ở nhà hơn đi du lịch?

당신은 왜 여행보다 집에서의 휴가를 좋아하나요?

5. Anh/Chị hãy kể về việc anh/chị nhớ nhất khi nghỉ phép ở nhà.

당신이 집에서 휴가를 보낼 때 가장 기억에 남은 일에 대해서 말해 주세요.

주제에 관한 다양하고 유용한 표현들입니다. 자신에게 맞는 문장을 체크하고 재미있는 스토리를 만들어 보세요. 돌발 질문에도 당황하지 않고 나만의 표현력은 물론, 논리력에도 자신감이 생깁니다.

☐ 저는 매일 12시간씩 잤습니다.

Tôi ngủ 12 tiếng mỗi ngày.

☐ 저는 아침부터 밤까지 게임을 했습니다.

Tôi đã chơi game từ sáng đến tối.

☐ 저는 강아지와 놀면서 하루를 보냈습니다.

Tôi vừa chơi với chó con vừa trải qua một ngày.

☐ 여행은 힘들기 때문에 저는 싫어합니다.

Vì đi du lịch rất mệt nên tôi không thích.

☐ 저는 인터넷 서핑을 하며 시간을 보냅니다.

Tôi dành thời gian để lướt mạng.

☐ 저는 보지 못한 드라마를 모두 보았습니다.

Tôi đã xem tất cả phim truyền hình tôi chưa xem.

☐ 저는 요리를 해서 가족들과 함께 먹었습니다.

Tôi đã cùng nấu và ăn với gia đình.

☐ 저는 휴가 마지막 날에 대청소를 했습니다

Tôi đã tổng dọn dẹp vào ngày cuối cùng của kì nghỉ phép.

☐ 저는 친구들과 함께 집에서 뒹굴뒹굴합니다.

Tôi nằm dài ở nhà cùng với bạn bè.

☐ 가장 행복했던 휴가였습니다.

Đây là kì nghỉ phép hạnh phúc nhất.

OPIc 시험을 마치기 전 마지막 단계로 '롤플레이'를 진행하게 됩니다. OPIc의 롤플레이는 다른 롤플레이 형식과 다르게 시험관이 상황을 제시하는 문구가 나오면, **상대방이 있다는 가정하에 제시된 상황에 맞게 혼자 질문과 답변을 병행하며 상황을 재연**하는 방식으로 진행됩니다. 한마디로 1인 역할극이라고 이해하면 됩니다.

수험생들이 OPIc 시험 중 가장 어려워하는 부분이 바로 롤플레이(Role play)인 역할극이므로, 롤플레이에 필요한 핵심 패턴을 집중적으로 학습해 보세요.

   시험 형식 샘플

상황 제시

🖊 Anh/Chị muốn đặt chỗ ở nhà hàng.
Hãy hỏi nhân viên phục vụ 3~4 câu hỏi về việc đặt chỗ.
당신은 레스토랑에서 예약을 하고 싶습니다.
웨이터에게 예약에 관해 3~4가지 질문을 해 보십시오.

답변 Tôi muốn đặt một bàn.		테이블을 하나 예약하고 싶습니다.
Tôi có thể hỏi vài câu hỏi không?		몇 가지 질문을 해도 될까요?
Tôi muốn biết giá.		가격을 알고 싶습니다.
Không có giảm giá cho học sinh ạ?		학생 할인은 없나요?
Tiếc quá!		안타깝네요!
Cảm ơn vì đã cho tôi biết.		알려주셔서 감사합니다.

"혼자 북 치고 장구 치고~, 쑥스러워 하지 말고 자신 있게!"

롤플레이

핵심 패턴

1 면접관에게 질문하기

면접관에게 설문 조사에서 선택한 주제들에 대해 질문을 하는 유형으로 돌발 질문에 대한 주제로 질문을 하는 경우도 있습니다. 육하원칙을 이용해서 여러 가지 질문을 할 수 있도록 연습해 보세요.

① Khi nào anh/chị đi du lịch?

당신은 언제 여행을 가요?

연결답변 ☞ Tôi thường đi du lịch vào cuối tuần.

저는 보통 주말에 여행을 가요.

대체 어휘 1
산책하다 đi dạo
쇼핑하다 mua sắm
영화를 보다 xem phim

② Anh/Chị nghe nhạc ở đâu?

당신은 어디에서 음악을 듣나요?

연결답변 ☞ Tôi nghe nhạc mỗi khi có thời gian.

저는 시간이 날 때마다 음악을 들어요.

대체 어휘 2
운동하다 tập thể dục
캠핑을 가다 đi cắm trại
콘서트를 보다
xem buổi biểu diễn

③ Anh/Chị làm gì khi đi cắm trại?

당신은 캠핑을 가서 무엇을 하나요?

연결답변 ☞ Tôi nướng BBQ và ăn với bạn bè.

저는 친구들이랑 바비큐를 해 먹어요.

대체 어휘 3
공원을 가다 đi công viên
쇼핑하러 가다 đi mua sắm
여행을 가다 đi du lịch

사진을 찍다 chụp ảnh
신상 제품을 보다
xem sản phẩm mới

④ Anh/Chị mang theo cái gì trước khi đi công tác?

당신은 출장을 가기 전에 어떤 것들을 챙기나요?

연결답변 ☞ Tôi định mang đơn giản nhất có thể.

저는 가능한 가장 간단하게 챙겨가려고 해요.

대체 어휘 4
운동을 가다 đi tập thể dục
콘서트를 보러 가다
đi xem buổi biểu diễn

물과 수건
nước và khăn tay
스타의 포스터
poster của ngôi sao

🐤 롤플레이는 시험관이 질문하는 입장이 될 수도 있고, 내가 질문하는 입장이 될 수도 있습니다. 그러므로, 양쪽의 역할을 모두 연습하는 게 좋습니다. 친구들과 역할을 바꾸어 역할극 놀이를 해보세요.

⑤ Vì sao anh/chị nuôi thú cưng?
당신은 왜 애완동물을 기르게 되었나요?

연결답변 ☞ Vì từ khi tôi còn nhỏ, tôi đã lớn lên cùng với thú cưng.

저는 어릴 때부터, 애완동물과 함께 자랐기 때문이에요.

대체 어휘 5
강아지 con chó
거북이 con rùa
고양이 con mèo

⑥ Anh/Chị thường xem phim với ai?
당신은 보통 누구와 함께 영화를 보나요?

연결답변 ☞ Tôi thường xem phim một mình.
저는 보통 혼자 영화를 봐요.

대체 어휘 6
산책하다 đi dạo
요리하다 nấu ăn
출장을 가다 đi công tác

⑦ Môn thể thao anh/chị thích nhất là gì?
당신이 가장 좋아하는 운동은 무엇인가요?

연결답변 ☞ Dạo này tôi thích chơi golf.
요즘 저는 골프 치는 것을 좋아해요.

대체 어휘 7
드라마 phim truyền hình
한국 음식
món ăn Hàn Quốc

비빔밥 cơm trộn
중국 드라마 phim truyền hình Trung Quốc

💬 리액션(Reaction)하기 좋은 답변

Thật à? Không thể tin được!	정말요? 믿을 수 없어요!
Một ngày nào đó, tôi cũng muốn được làm điều đó!	언젠가, 저도 그것을 해보고 싶어요!
Tuyệt quá!	대단해요!
Tôi cũng nghĩ như thế!	저도 그렇게 생각해요!
Có lẽ là khác với tôi.	저와 다른 것 같아요.

2 상황에 맞게 질문하기

주어진 상황에 맞게 질문을 하는 유형으로, '식당, 어학원, 여행사, 차 렌트하기' 등의 상황이 자주 출제됩니다. 상황에 맞게 질문하는 것이 중요합니다.

❶ Món ăn nổi tiếng nhất là gì?
가장 인기 있는 요리가 무엇입니까?

연결답변 ☞ **Tôi sẽ gọi món.**
주문할게요.

대체 어휘 1
가장 좋은 호텔 패키지
gói khách sạn tốt nhất
예매율이 가장 높은 영화
phim có tỉ lệ đặt vé cao
nhất

예약하다 đặt
예매하다 đặt vé
방을 예약하다 đặt phòng

❷ Có cái gì rẻ hơn không?
더 싼 것이 있나요?

연결답변 ☞ **Tôi không thích cái này.**
저는 이것이 마음에 들지 않아요.

대체 어휘 2
나와 어울린 것 hợp với tôi
더 재미있는 것 thú vị hơn

❸ Tôi có phải đặt chỗ trước không?
제가 예약을 미리 해야 하나요?

연결답변 ☞ **Vâng, vậy tôi sẽ làm như thế.**
네, 그럼 그렇게 진행하도록 할게요.

대체 어휘 3
비행기 표를 바꾸다
đổi vé máy bay
전화해서 호텔을 예약하다
gọi điện và đặt phòng
khách sạn

❹ Địa chỉ là gì ạ?
주소가 어떻게 되나요?

연결답변 ☞ **Chờ một chút. Có lẽ là tôi phải ghi chú lại.**
잠시만요. 메모를 해야 할 것 같아요.

대체 어휘 4
담당자의 연락처 số điện
thoại của người phụ trách
예약 번호 mã đặt chỗ
예약자의 성명
tên người đặt chỗ

롤플레이는 시험관이 질문하는 입장이 될 수도 있고, 내가 질문하는 입장이 될 수도 있습니다.
그러므로, 양쪽의 역할을 모두 연습하는 게 좋습니다. 친구들과 역할을 바꾸어 역할극 놀이를 해보세요.

⑤ Trong lịch trình này có bao gồm những gì?
이 일정에는 어떤 것들이 포함되어 있나요?

연결답변 ☞ **Rất hoàn hảo!**
완벽해요!

대체 어휘 5
비행기 표 예약 쿠폰
coupon đặt vé máy bay
호텔 서비스 패키지
gói dịch vụ khách sạn
회원비 chi phí hội viên

⑥ Khi nào thì đóng cửa?
언제 문을 닫나요?

연결답변 ☞ **Tôi sẽ đến trước khi đó.**
제가 그전에 다시 오도록 할게요.

대체 어휘 6
비행기가 착륙하다
máy bay hạ cánh
콘서트가 시작되다
buổi biểu diễn bắt đầu
티켓 구매 기간이 끝나다
kết thúc thời gian mua vé

⑦ Tôi có thể thanh toán ở đâu?
저는 어디에서 결제를 할 수 있나요?

연결답변 ☞ **Vâng, cảm ơn.**
네, 감사합니다.

대체 어휘 7
약을 구매하다 mua thuốc
진료를 받다
khám và chữa bệnh
환불을 받다 nhận hoàn tiền

💬 리액션(Reaction)하기 좋은 답변

Họ rất thân thiện!	정말 친절하시군요!
Vâng, tôi đã hiểu rất rõ.	네, 잘 이해했어요.
Cảm ơn vì đã giúp đỡ tôi.	도움을 주셔서 감사합니다.
Tôi sẽ để lại số điện thoại của tôi.	제 연락처를 남겨드릴게요.
Nếu có điều gì thắc mắc thêm thì hãy hỏi tôi.	더 궁금한 것들이 있으면 물어볼게요.

롤플레이의 주제별 답변에 대한 핵심 패턴들을 익혀 보세요.

3 | 전화로 질문하기

전화로 질문을 하는 유형입니다. 주로 예약하기, 약속 정하기, 정보 물어보기 등의 질문들이 자주 출제됩니다. 전화할 때 필요한 표현들에 대해서 학습해 보세요.

---

1 Alo? Đây có phải là 공ty du lịch ECK không?

여보세요? ECK 여행사인가요?

연결답변 ☞ Vâng, tôi là 'Lee Soo Kyung'.

네, 저는 '이수경'입니다.

대체 어휘 1

(의사) 김 선생님의 전화번호
số điện thoại của bác sĩ Kim
ABC 호텔 khách sạn ABC
한국 병원
bệnh viện Hàn Quốc

---

2 Tôi có thể nói chuyện điện thoại với Soo Kyung không?

제가 수경과 통화할 수 있을까요?

연결답변 ☞ Tôi muốn nói chuyện điện thoại với cô ấy.

저는 그녀와 통화를 하고 싶어요.

대체 어휘 2

만나서 이야기를 나누다
gặp và nói chuyện
베트남어를 공부하다
học tiếng Việt
저녁을 먹다 ăn tối

---

3 Tôi có thể để lại lời nhắn cho cô ấy không?

제가 그녀에게 메모를 남길 수 있을까요?

연결답변 ☞ Vì không thể liên lạc với cô ấy nên tôi muốn để lại lời nhắn.

그녀와 연락이 되지 않기 때문에 메모를 남기고 싶어요.

대체 어휘 3

급한 일이 있기 때문에
vì có việc gấp
내일 일찍 가야 하기 때문에
vì ngày mai tôi phải đi sớm

---

4 Bạn có thể nói lớn hơn không?

조금 더 크게 이야기해 주실 수 있을까요?

연결답변 ☞ Có lẽ là tín hiệu điện thoại không tốt lắm.

통화 상태가 좋지 않은 것 같아요.

대체 어휘 4

다시 한번 말하다
nói lại một lần nữa
전화를 다시 걸다
gọi điện thoại lại
천천히 이야기하다 nói từ từ

한 번에 *끝!* OPIc 베트남어

롤플레이는 시험관이 질문하는 입장이 될 수도 있고, 내가 질문하는 입장이 될 수도 있습니다. 그러므로, 양쪽의 역할을 모두 연습하는 게 좋습니다. 친구들과 역할을 바꾸어 역할극 놀이를 해보세요.

⑤ Khi nào thì tôi có thể nói chuyện điện thoại với anh ấy?

그와 언제 통화가 가능할까요?

연결답변 ☞ **Khi anh ấy quay lại, xin hãy điện thoại cho tôi.**

그가 돌아오면, 전화 부탁드릴게요.

⑥ Tôi có thể nói chuyện điện thoại với người có thể giải quyết việc này không?

제가 그것을 해결해 주실 분과 통화할 수 있을까요?

연결답변 ☞ **Vâng, xin hãy nối máy để tôi có thể nói chuyện điện thoại với người ấy.**

네, 그분과 통화하도록 연결해 주세요.

💬 리액션(Reaction)하기 좋은 답변

Tôi sẽ rất biết ơn bạn nếu bạn điện thoại cho tôi.	제게 전화 주시면 감사하겠습니다.
Tôi sẽ chờ điện thoại.	저는 전화 기다리고 있을게요.
Hãy điện thoại cho tôi bất cứ khi nào.	언제든지 전화해 주세요.
Sau này tôi sẽ điện thoại lại.	나중에 다시 걸게요.
Bạn có thể nghe điện thoại không?	통화 가능하신가요?

4 상품 구매하기

상품을 구입할 때 상황에 맞게 질문하는 유형입니다. 주로 전자제품 및 의류 등의 물건을 사는 상황이 자주 출제됩니다. 상황에 맞게 질문하고 답변을 하는 학습을 해 보세요.

① Tôi muốn mua tivi.

저는 TV를 사고 싶어요.

연결답변 ☞ Tôi muốn so sánh nhiều kiểu mẫu.

저는 여러 모델을 비교해 보고 싶어요.

대체 어휘 1
냉장고 tủ lạnh
원피스 đầm liền
자동차 xe ô tô

② Kiểu mẫu được yêu thích nhất là gì?

가장 인기가 많은 모델은 무엇인가요?

연결답변 ☞ Vâng, tôi sẽ mua cái này.

네, 저는 이것으로 할게요.

대체 어휘 2
가장 많이 팔리는 제품
sản phẩm bán chạy nhất
새로 출시된 제품
sản phẩm mới ra mắt
저렴한 제품
sản phẩm giá rẻ

③ Ưu điểm lớn nhất của sản phẩm này là gì?

이 제품의 가장 큰 장점은 무엇인가요?

연결답변 ☞ Tôi hài lòng nhất về chức năng đó.

저는 그 기능이 가장 마음에 들어요.

대체 어휘 3
제품의 가격 giá sản phẩm
제품의 서비스
dịch vụ sản phẩm

④ Thời gian bảo hành là bao lâu?

보증기간은 얼마나 되나요?

연결답변 ☞ Thời gian bảo hành là 3 năm nên rất tốt!

3년이라니 너무 좋네요!

대체 어휘 4
배달 시간
thời gian giao hàng
서비스 이용 기간
thời gian sử dụng dịch vụ
제품 입고 기간
thời gian nhập hàng

30분 30 phút
3일 3 ngày
일주일 1 tuần
1년 1 năm

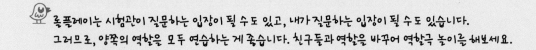

롤플레이는 시험관이 질문하는 입장이 될 수도 있고, 내가 질문하는 입장이 될 수도 있습니다. 그러므로, 양쪽의 역할을 모두 연습하는 게 좋습니다. 친구들과 역할을 바꾸어 역할극 놀이를 해보세요.

❺ Tổng là bao nhiêu?
총 얼마인가요?

연결답변 ☞ Vâng, ở đây ạ.
　　　　네, 여기 있습니다.

대체 어휘 5
부가세 포함된 가격
giá đã bao gồm thuế giá trị gia tăng (VAT)
쿠폰 적용된 가격
giá đã áp dụng coupon
할인된 가격 giá đã giảm

❻ Tôi muốn thanh toán bằng thẻ tín dụng.
신용카드로 결제하고 싶어요.

연결답변 ☞ Tôi sẽ trả góp trong 3 tháng.
　　　　3개월 할부로 할게요.

대체 어휘 6
계좌이체
chuyển khoản ngân hàng
포인트 điểm thưởng
현금 tiền mặt

일시불 thanh toán 1 lần

💬 **리액션(Reaction)하기 좋은 답변**

Giá này rất phù hợp!	합리적인 가격이네요!
Tôi sẽ lấy cái đó.	저는 저것으로 할게요.
Có lẽ sản phẩm này rất hợp với tôi.	저에게 딱 맞는 것 같아요.
Tuyệt quá!	멋지네요!

롤플레이 핵심 패턴　247

롤플레이의 주제별 답변에 대한 핵심 패턴들을 익혀 보세요.

예약 및 약속하기

예약을 하거나 약속을 할 때 많이 사용되는 유형입니다. 주로 식당 및 호텔을 예약하거나 친구와 약속 잡기 등이 많이 출제됩니다. 상황에 맞게 정확한 예약 및 약속을 하는 표현을 학습해 보세요.

1 Tôi muốn **đặt chỗ ăn tối vào hôm nay** cho 4 người.

저는 4명을 위한 오늘 저녁 식사를 예약하고 싶어요.

연결답변 ☞ Tôi còn có vài câu hỏi.

저는 몇 가지 질문이 더 있어요.

대체 어휘 1

내일 저녁 식사 예약을 취소하다 hủy đặt chỗ ăn tối vào ngày mai

다음 주 월요일 점심 식사를 예약하다 đặt chỗ ăn trưa vào thứ hai tuần sau

2 Có chỗ ngồi nào?

어떤 좌석이 있나요?

연결답변 ☞ Tôi muốn **ngồi ở sân hiên ngoài trời**.

저는 야외 테라스 석에 앉고 싶어요.

대체 어휘 2

2층 단체석 chỗ ngồi nhóm tầng 2

창가 좌석 chỗ ngồi gần cửa sổ

3 Có phòng loại nào?

어떤 종류의 방이 있나요?

연결답변 ☞ **Phòng thứ 2** có lẽ là hợp với tôi.

두 번째 방이 저에게 맞는 것 같아요.

대체 어휘 3

금연 방 phòng không hút thuốc

도시 전망 방 phòng hướng phố

바다 전망 방 phòng hướng biển

4 Ngày mai chúng ta **đi xem phim** nhé?

내일 우리 함께 영화 보러 갈래?

연결답변 ☞ Ừ, vậy chúng ta gặp nhau ở đó nhé!

그래, 그럼 거기서 보자!

대체 어휘 4

산책하다 đi dạo

쇼핑하다 đi mua sắm

콘서트를 보러 가다 đi xem buổi biểu diễn

롤플레이는 시험관이 질문하는 입장이 될 수도 있고, 내가 질문하는 입장이 될 수도 있습니다.
그러므로, 양쪽의 역할을 모두 연습하는 게 좋습니다. 친구들과 역할을 바꾸어 역할극 놀이를 해보세요.

⑤ **Chúng ta gặp nhau lúc mấy giờ nhỉ?**

몇 시에 만날까?

연결답변 ☞ **Tôi cũng thấy lúc đó thì ổn! Đừng đến trễ nhé!**

나도 그때가 좋아! 늦지 마!

대체 어휘 5

공항에 도착하다 **đến sân bay**
기차를 타다 **đi tàu lửa**
저녁을 먹다 **ăn tối**

⑥ **Có thể lùi hẹn đến tuần sau không?**

다음 주로 약속을 미룰 수 있니?

연결답변 ☞ **Ừ, cũng không còn cách nào khác mà.**

그래, 어쩔 수 없지 뭐.

대체 어휘 6

기차표 **vé tàu lửa**
비행기 표 **vé máy bay**

💬 리액션(Reaction)하기 좋은 답변

Tôi sẽ nghĩ thêm một chút và đặt chỗ lại.	조금 생각해 보고 다시 예약할게요.
Tôi nghĩ điều đó là quan trọng nhất.	그것은 가장 중요하다고 생각합니다.
Ngoài thời gian đó thì tôi không có thời gian.	그 시간이 아니면 저는 시간이 없어요.
Vậy hãy cho tên tôi vào danh sách người đợi.	그럼 대기자 명단에 올려 주세요.

6 항의하기

물건을 구매하거나 예약을 했을 시, 불만족스러울 때 해결을 하기 위한 상황으로 많이 출제되고 있습니다. 자신의 감정을 나타내며, 질문하고 답변하는 학습을 해 보세요.

---

1 Tôi đến đây vì tôi không hài lòng về phần này.

저는 이 부분이 마음에 안 들어서 왔습니다.

연결답변 ☞ Hi vọng bạn sẽ giải quyết cho tôi.

당신이 해결해 주었으면 좋겠네요.

---

2 Chức năng của điện thoại này không sử dụng được.

이 핸드폰의 기능이 잘되지 않습니다.

연결답변 ☞ Có lẽ là sản phẩm này bị lỗi.

이 제품에 결함이 있는 것 같아요.

---

3 Có vết bẩn dính trên áo.

이 옷에 얼룩이 묻어있어요.

연결답변 ☞ Hi vọng bạn sẽ đổi sản phẩm mới cho tôi.

새 제품으로 바꿔 주셨으면 좋겠습니다.

---

4 Hi vọng bạn sẽ nhanh giải quyết cho tôi.

빨리 해결해 주셨으면 좋겠습니다.

연결답변 ☞ Tôi hơi thất vọng.

저는 약간 실망스럽습니다.

롤플레이는 시험관이 질문하는 입장이 될 수도 있고, 내가 질문하는 입장이 될 수도 있습니다.
그러므로, 양쪽의 역할을 모두 연습하는 게 좋습니다. 친구들과 역할을 바꾸어 역할극 놀이를 해보세요.

5 Đây không phải là phòng tôi đã đặt.
제가 예약한 방이 아닙니다.

연결답변 ☞ Xin hãy kiểm tra lại một lần nữa.
다시 한번 확인해 주세요.

6 Tôi chưa từng đặt sản phẩm đó.
저는 그 제품을 주문한 적이 없습니다.

연결답변 ☞ Tôi đã đặt sản phẩm kia.
저는 저것을 주문했어요.

💬 리액션(Reaction)하기 좋은 답변

Có cách giải quyết không?	해결할 방법이 있나요?
Tôi không thể hiểu được.	저는 이해할 수 없습니다.
Quá bất tiện!	너무 불편합니다!
Bạn đã không nói về nội dung này.	이 사항을 이야기해주지 않았어요.

환불 및 교환하기

물건 구매 후, 환불 또는 교환할 때 사용되는 표현입니다. 구매 및 항의하기를 함께 연결해서 사용할 수 있으며, 환불 또는 교환을 할 때 필요한 어휘들을 함께 학습해 보세요.

① Tôi đến để hoàn tiền sản phẩm này.

저는 이 제품을 환불하려고 왔어요.

연결답변 ☞ Có lẽ sản phẩm này không hợp với tôi.

저와 잘 어울리지 않는 것 같아요.

> **대체 어휘 1**
> 서비스를 문의하다
> hỏi về dịch vụ
> 제품을 고치다
> sửa sản phẩm
> 제품을 교환하다 đổi hàng

② Tôi có thể đổi thành size khác không?

다른 사이즈로 교환할 수 있을까요?

연결답변 ☞ Cái này nhỏ quá!

이것은 너무 작아요!

> **대체 어휘 2**
> 다른 모델 kiểu mẫu khác
> 다른 색깔 màu sắc khác
> 다른 제품 sản phẩm khác

③ Nếu muốn đổi hàng thì cần những gì?

교환을 하려면 어떤 것들이 필요한가요?

연결답변 ☞ Đây là hóa đơn và thẻ đã thanh toán.

여기 영수증과 결제한 카드입니다.

> **대체 어휘 3**
> 계좌이체 확인서 giấy xác
> nhận chuyển khoản ngân
> hàng
> 구매 확인서
> giấy xác nhận mua hàng

④ Nếu muốn hoàn tiền thì có phải thanh toán phí không?

환불을 하려면 수수료를 지급해야 하나요?

연결답변 ☞ À, may quá!

아, 다행이네요.

> **대체 어휘 4**
> 제품을 교환하다 đổi hàng
> 구매를 취소하다
> hủy mua hàng
> 반품하다 trả hàng

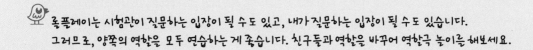

롤플레이는 시험관이 질문하는 입장이 될 수도 있고, 내가 질문하는 입장이 될 수도 있습니다.
그러므로, 양쪽의 역할을 모두 연습하는 게 좋습니다. 친구들과 역할을 바꾸어 역할극 놀이를 해보세요.

⑤ Có thể đổi hàng bằng cách giao hàng không?
택배로 제품을 교환할 수 있을까요?

연결답변 ☞ **Vâng, hãy cho tôi biết địa chỉ có thể đổi hàng.**
네, 교환할 수 있는 주소를 알려 주세요.

<table>
<tr><td colspan="2">대체 어휘 5</td></tr>
</table>

대체 어휘 5

교환받는 사람의 연락처
số điện thoại người nhận đổi hàng
교환받는 사람의 이름
tên người nhận đổi hàng
시간 **thời gian**
회사 주소 **địa chỉ công ty**

⑥ Tôi đã làm mất hóa đơn rồi, phải làm thế nào ạ?
제가 영수증을 잃어버렸는데, 어떻게 해야 하나요?

연결답변 ☞ **À, vậy thì chắc là sẽ khó đấy!**
아, 그럼 힘들겠네요!

대체 어휘 6

결제 카드 **thẻ thanh toán**
결제 확인서 **giấy xác nhận thanh toán**
제품 보증서 **giấy bảo hành sản phẩm**

💬 리액션(Reaction)하기 좋은 답변

Bây giờ, tôi muốn hoàn tiền ngay.	지금, 저는 환불하기를 원합니다.
Mất bao lâu?	얼마나 걸리나요?
À, phức tạp quá!	아, 정말 복잡하네요!
Tôi thực sự không thể hiểu tình huống này.	저는 이 상황을 정말 이해할 수 없네요.
Tôi muốn đổi sản phẩm này thành sản phẩm kia.	저는 이 상품을 저 상품으로 교환하고 싶어요.

8 사과하기

친구와 약속에 늦거나, 어떠한 상황에서 사과하는 롤플레이에 대한 표현들입니다. 사과하는 동시에 대안을 제시하거나, 도움을 요청하는 등을 함께 응용해서 사용할 수 있습니다. 사과할 때의 어휘 및 표현을 함께 학습해 보세요.

---

❶ Xin lỗi vì đã **đến trễ.**

늦게 와서 미안해.

연결답변 ☞ Lần sau tôi tuyệt đối sẽ **không đến trễ nữa.**

다음에는 절대로 늦게 오지 않을게.

❷ Tôi đã làm mất đồ của bạn.

내가 너의 물건을 잃어버렸어.

연결답변 ☞ Tôi sẽ **mua cho bạn món đồ giống y hệt.**

내가 똑같은 것으로 사줄게.

❸ Vì tôi **có việc** nên có lẽ phải hủy hẹn.

제가 일이 생겨서 약속을 취소해야 할 것 같아요.

연결답변 ☞ Thực sự xin lỗi bạn. Chúng ta có thể lùi hẹn vào tuần sau không?

정말 죄송합니다. 다음 주로 미룰 수 있을까요?

❹ Tôi đã **quên mất cái hẹn đó.**

내가 그 약속을 깜빡했어.

연결답변 ☞ Xin lỗi bạn. Lần sau tuyệt đối sẽ không xảy ra việc như thế nữa.

미안해. 다음엔 절대 그럴 일 없을 거야.

🐦 롤플레이는 시험관이 질문하는 입장이 될 수도 있고, 내가 질문하는 입장이 될 수도 있습니다. 그러므로, 양쪽의 역할을 모두 연습하는 게 좋습니다. 친구들과 역할을 바꾸어 역할극 놀이를 해보세요.

❺ Tôi đã **không thể làm hết** việc đó.
저는 그 일을 다 끝내지 못했습니다.

연결답변 ☞ Tôi sẽ cố gắng để kết thúc việc đó nhanh nhất có thể.
가능한 최대한 빨리 그 일을 마치도록 할게요.

대체 어휘 5
빨리 진행하다 tiến hành nhanh
신경을 많이 쓰다 quan tâm nhiều đến
해결하다 giải quyết

❻ **Vì tôi có việc gấp** nên có lẽ tôi không thể đi được.
급한 일이 생겼기 때문에 못 갈 것 같아.

연결답변 ☞ Bạn có thể hiểu cho tôi một chút được không?
나를 좀 이해해줄 수 있겠니?

대체 어휘 6
배가 아프다 đau bụng
지방 출장을 가다 đi công tác ở địa phương
집에 일이 생기다 có việc ở nhà

💬 리액션(Reaction)하기 좋은 답변

Cảm ơn vì đã hiểu cho tôi.	나를 이해해줘서 고마워.
Tôi sẽ chú ý hơn.	내가 더 주의하도록 할게.
Đều là lỗi của tôi.	모두 내 잘못이야.
Tôi không cố ý đâu, tôi xin lỗi.	고의는 아니었어, 미안해.

도움 요청하기

여러 상황에서 도움을 요청할 때 사용되는 유형입니다. 자신이 처한 상황에 대해 어떤 도움을 원하는지
이야기하는 방법을 연습하고 어휘를 익혀 보세요.

① Bạn có biết nơi nào tốt để tổ chức tiệc không?

파티를 할 만한 장소를 알고 있니?

연결답변 ☞ Sẽ rất tốt nếu bạn cho tôi biết thông tin nơi đó
ở đâu.

그곳이 어딘지 나에게 정보를 알려주면 좋을 것 같아.

대체 어휘 1

중고 제품을 구매하다
**mua hàng đã qua sử
dụng**
파트너와 회의를 하다
họp với đối tác
회식을 하다
làm tiệc liên hoan

② Bạn có thể cùng giúp tôi làm việc này không?

이 일을 함께 도와줄 수 있니?

연결답변 ☞ Cảm ơn vì bạn tuy bận nhưng vẫn giúp đỡ tôi.

바쁜데 도와줘서 고마워.

대체 어휘 2

많이 지원하다 **hỗ trợ nhiều**
열정적으로 도와주다
giúp đỡ nhiệt tình
적극적으로 협조하다
hợp tác tích cực

③ Xin lỗi nhưng liệu bạn có thời gian không?

실례하지만, 혹시 시간이 있으세요?

연결답변 ☞ Bạn có thể giúp tôi không?

저를 도와줄 수 있나요?

대체 어휘 3

지원하다 **hỗ trợ**
협조하다 **hợp tác**

④ Bạn có thể thay tôi điện thoại cho cô ấy không?

당신이 저 대신 그녀에게 전화해 줄 수 있나요?

연결답변 ☞ Bạn giúp tôi như thế nên tôi rất cảm ơn bạn.

당신이 그렇게 도와줘서 매우 고마워요.

대체 어휘 4

만나서 통보하다
gặp và thông báo
커피를 사주다 **mua cà phê**

롤플레이는 시험관이 질문하는 입장이 될 수도 있고, 내가 질문하는 입장이 될 수도 있습니다.
그러므로, 양쪽의 역할을 모두 연습하는 게 좋습니다. 친구들과 역할을 바꾸어 역할극 놀이를 해보세요.

5 Liệu bạn có thể đến đón tôi không?
혹시 나를 데리러 와 줄 수 있니?

연결답변 ☞ Nhờ bạn mà tôi thấy thoải mái, cảm ơn bạn.
덕분에 너무 편해, 고마워.

6 Bạn có thể mua thức ăn trên đường đến không?
오는 길에 음식을 사다 줄 수 있니?

연결답변 ☞ Tôi đã rất đói bụng nhưng tôi không có thời gian để đi mua thức ăn.
너무 배고팠는데 음식 사러 갈 시간이 없었거든.

7 Tôi sẽ rất biết ơn nếu bạn giúp tôi chuẩn bị.
당신이 준비를 도와주면 너무 고맙겠어요.

연결답변 ☞ Tôi sẽ không quên việc này.
내가 이 일은 잊지 않을게.

💬 리액션(Reaction)하기 좋은 답변

Bạn quả là người bạn tốt!	당신은 역시 좋은 친구네요!
Vì bạn đã giúp tôi nên sau này tôi sẽ mua cơm cho bạn nhé!	나를 도와줬으니까 나중에 내가 밥 사줄게요!
Không sao đâu. Bạn cũng bận mà.	괜찮아요. 당신도 바쁜데요.
Cảm ơn vì đã dành thời gian để giúp tôi.	나를 도와주려고 시간을 내줘서 고마워.

10 상황 설명 및 대안 제시하기

선택한 주제 혹은 돌발 주제에서 상황을 설명하고 대안을 제시하는 상황입니다. 자신이 잘못한 경우와 상대방이 잘못한 경우에 대해서 상황 설명 및 대안을 제시하는 학습을 해 보세요.

1 Vì **đặt chỗ nhầm** nên đã không đặt chỗ được.

예약을 잘못했기 때문에 예약이 안 됐어.

연결답변 ☞ Có lẽ hôm nay chúng ta phải đến chỗ khác, xin lỗi bạn.

오늘은 다른 곳에 가야 할 것 같아, 미안해.

대체 어휘 1

늦게 예약하다 **đặt chỗ muộn**
예약자 연락처를 남기지 않다 **không để lại số điện thoại của người đặt chỗ**
예약자 정보가 없다 **không có thông tin về người đặt chỗ**

2 Vì **thời tiết** nên có lẽ chúng ta không thể đến nơi đó.

날씨 때문에 그곳에 가지 못할 것 같아.

연결답변 ☞ Hãy lập kế hoạch khác đi!

다른 계획을 세우자!

대체 어휘 2

갑작스러운 출장 **chuyến công tác đột xuất**
비행기 표를 구매하지 못하다 **không mua được vé máy bay**
태풍 **bão**

3 Người ta nói là bây giờ sản phẩm này đã hết hàng!

지금 이 제품이 품절이래!

연결답변 ☞ Hãy tìm thử **trên mạng** nhé?

인터넷에서 찾아보는 것은 어떨까?

대체 어휘 3

다른 매장에서 **ở cửa hàng khác**
온라인 쇼핑 사이트에서 **ở trang bán hàng online**
중고 매장에서 **ở cửa hàng đồ đã qua sử dụng**

4 Tôi có mấy **phương án**.

나에게 몇 가지 대안이 있어.

연결답변 ☞ Cái này thế nào?

이건 어때?

대체 어휘 4

방법 **cách, phương pháp**
의견 **ý kiến**
해결법 **cách giải quyết**

롤플레이는 시험관이 질문하는 입장이 될 수도 있고, 내가 질문하는 입장이 될 수도 있습니다. 그러므로, 양쪽의 역할을 모두 연습하는 게 좋습니다. 친구들과 역할을 바꾸어 역할극 놀이를 해보세요.

⑤ Hay là chúng ta đi xem phim nhé?
대신에 영화를 보러 가는 건 어때?

연결답변 ☞ **Bạn thích cái nào hơn?**
너는 어떤 게 더 좋니?

⑥ Tôi ngủ dậy muộn rồi bị trễ.
나는 늦잠을 자다가 늦었어.

연결답변 ☞ **Xin lỗi, tôi sẽ thử lên kế hoạch khác.**
미안해, 다른 계획을 세워볼게.

💬 리액션(Reaction)하기 좋은 답변

Nếu bạn thấy không sao thì chúng ta làm cái này nhé!	네가 괜찮다면 이것으로 하자!
Xin lỗi vì tôi đã không nói sớm.	일찍 말 못 해서 미안해.
Nếu điện thoại lại thì sẽ được thôi. Đừng lo lắng!	다시 전화를 해보면 될 거야. 걱정하지 마!
Tôi thì cái gì cũng được.	나는 뭐든지 괜찮아.
Tôi thì lúc nào cũng được.	나는 언제든지 괜찮아.

돌발 질문은 선택된 주제와 관련되거나 전혀 다른 내용의 질문이 나올 수 있는 상황을 대
처하는 코너입니다. 출제 빈도가 높은 질문에 대한 다양한 답변을 제시하고 대처할 수 있는
응용 어휘들을 함께 익혀 보세요.

돌발 질문

10

1. 은행 이용하기

출제 빈도가 높은 주제별 돌발 질문들의 모범 답변입니다. 어떤 질문이 나와도 당황하지 않도록, 대체 어휘를 응용해 나에게 맞는 대처 답변을 만들어 보세요.

Q Hãy nói về ngân hàng ở đất nước của anh/chị. Ngân hàng mở cửa và đóng cửa khi nào?

당신 나라의 은행에 대해서 말해 보세요. 은행은 언제 열고 언제 닫나요?

Ở Hàn Quốc có nhiều ngân hàng. Ví dụ như[1] ngân hàng Shinhan, ngân hàng Woori, ngân hàng KB, vân vân. Thời gian làm việc của ngân hàng Hàn Quốc giống nhau. Ngân hàng mở cửa lúc 9 giờ sáng và đóng cửa lúc 4 giờ chiều. Ngoài thời gian làm việc thì có thể sử dụng máy ATM. Có thể thực hiện các công việc đơn giản tại máy ATM như nộp tiền, rút tiền, chuyển tiền, vân vân.[2] Khi đến ngân hàng, trước tiên, phải lấy số thứ tự. Nếu đến lượt của mình thì có thể đến quầy và nhận dịch vụ cần thiết. Hầu hết các nhân viên của ngân hàng Hàn Quốc rất thân thiện và xử lý công việc nhanh.

한국에는 은행이 많이 있습니다. 예를 들어 신한은행, 우리은행, 국민은행 등입니다. 한국은행의 영업시간은 동일합니다. 오전 9시에 열고 오후 4시에 닫습니다. 영업시간 외에는 ATM 기기를 이용할 수 있습니다. ATM 기기에서 입금, 출금, 송금 등 간단한 업무를 할 수 있습니다. 은행에 갈 때 먼저 순서표를 받아야 합니다. 제 차례가 되면 창구에 가서 필요한 서비스를 받을 수 있습니다. 한국은행의 직원들이 대부분 친절하고 업무를 빨리 처리합니다.

선생님의 한마디!

1. 'Ví dụ(예시)'와 'như(~처럼)'가 결합되어 '예를 들어'라는 표현으로 사용됩니다.

2. 'vân vân(등)'은 약어로 'v.v.'으로 표현합니다.

대체 어휘!

• 은행 업무 관련 어휘

은행 앱
ứng dụng ngân hàng
인터넷뱅킹 internet banking

Q Vì sao người ta đến ngân hàng và người ta thường làm gì ở ngân hàng?

사람들은 은행에 왜 가고 사람들은 보통 은행에서 무엇을 하나요?

Người ta mở tài khoản hoặc mở thẻ ở ngân hàng. Đồng thời, người ta đến ngân hàng để rút tiền trong tài khoản hoặc nộp tiền vào tài khoản. Khi rút tiền mặt cũng đến ngân hàng. Tất nhiên là có thể sử dụng máy ATM và rút tiền mặt. Ngoài ra, các ngân hàng cung cấp các sản phẩm cho vay hoặc gửi tiết kiệm. Có nhiều người vay tiền ở ngân hàng để kinh doanh hoặc mua nhà. Và cũng có thể đổi tiền ở ngân hàng.

은행에서 계좌를 개설하거나 카드를 만듭니다. 또한, 계좌에서 돈을 인출하거나 계좌로 돈을 입금하기 위해서도 은행에 갑니다. 현금을 찾을 때도 은행에 갑니다. 물론 ATM 기기를 이용해서 현금을 찾을 수 있습니다. 그 외에는 은행들이 대출이나 저축 상품을 제공합니다. 사업을 하거나 집을 사기 위해서 은행에서 돈을 대출하는 사람이 많습니다. 그리고 은행에서 환전도 할 수 있습니다.

대체 어휘!

• 은행 상품

예금 **tiền gửi**
투자 **đầu tư**

2. 휴대폰 사용하기

출제 빈도가 높은 주제별 돌발 질문들의 모범 답변입니다. 어떤 질문이 나와도 당황하지 않도록, 대체 어휘를 응용해 나에게 맞는 대처 답변을 만들어 보세요.

Q Anh/Chị hãy nói về việc sử dụng điện thoại của mình trong đời sống hàng ngày.

일상생활에서 자신의 휴대폰 사용에 대해서 이야기해 주세요.

Tôi đang sử dụng điện thoại thông minh. Dạo này, tôi thường sử dụng mạng xã hội để liên lạc với bạn bè và nắm bắt về tình hình của họ. Khi đi ra ngoài, tôi luôn mang theo điện thoại, và tôi thường sử dụng điện thoại để nghe nhạc và chơi game. Nếu tôi để quên điện thoại ở nhà thì tôi thường cảm thấy khó chịu và bất an. Tôi nghĩ là tôi không thể sống nếu thiếu điện thoại thông minh.

저는 스마트폰을 사용하고 있습니다. 요즘에는, 친구들과 연락하고 그들의 상황을 파악하기 위해서 SNS를 자주 사용합니다. 외출할 때 스마트폰을 늘 가져가며 스마트폰을 활용해서 음악을 듣거나 게임을 합니다. 스마트폰을 집에 놓고 가면 짜증나고 불안한 느낌이 듭니다. 제 생각에는 스마트폰이 없으면 제가 살 수 없는 것 같습니다.

선생님의 한마디!

가능성을 나타내는 표현으로는 'có thể(할 수 있다)'와 'không thể(할 수 없다)'가 있습니다.

대체 어휘!

• SNS 사용 목적

일상 공유 chia sẻ về cuộc sống hàng ngày
정보 검색 tìm kiếm thông tin
정보 교환 trao đổi thông tin

Q Cũng có nhiều ý kiến nói rằng điện thoại di động ảnh hưởng không tốt đến cuộc sống của con người. Anh/Chị nghĩ thế nào về vấn đề này?

휴대폰이 사람의 삶에 안 좋은 영향을 주고 있다는 많은 의견도 있습니다. 이 문제에 대해서 어떻게 생각합니까?

Tôi thấy điện thoại di động rất cần thiết trong cuộc sống hiện nay. Nhưng vì con người ngày càng phụ thuộc vào điện thoại di động nên đã xảy ra nhiều vấn đề. Ví dụ như liên tục sử dụng điện thoại khi qua đường. Hoặc khi gặp bạn bè, người ta chỉ cúi đầu và nhìn vào màn hình điện thoại, thay vì nói chuyện với bạn bè. Tôi nghĩ là chúng ta cần hạn chế sử dụng điện thoại và chỉ sử dụng điện thoại khi cần thiết, để có thể bảo vệ sức khỏe của bản thân và các mối quan hệ xã hội.

제 생각에는 현재 삶에서 휴대폰은 아주 필요합니다. 그렇지만 갈수록 사람들이 휴대폰에 더 의존하고 있기 때문에 많은 문제가 발생합니다. 예를 들어, 길을 건너갈 때 휴대폰을 계속 사용하는 것입니다. 또는 친구들을 만날 때 친구들과 이야기하는 대신에 사람들이 고개를 숙이고 휴대폰 화면만 봅니다. 자신의 건강과 사회관계를 지키기 위해서 휴대폰 사용을 자제하고 필요할 때만 휴대폰을 사용하면 좋겠다고 생각합니다.

선생님의 한마디!

'Hoặc(또는)'이라는 표현은 Hay로 대체해서 사용 가능합니다. 그러나 Hoặc은 '평서문'에서만 가능하고 Hay는 '평서문'과 '의문문'에서 모두 사용 가능합니다.

대체 어휘!

• 휴대폰 사용에 대한 생각

불필요하다 không cần thiết
실용적이다 thiết thực
유용하다 hữu dụng
편리하다 thuận tiện

3. 인터넷 이용하기

출제 빈도가 높은 주제별 돌발 질문들의 모범 답변입니다. 어떤 질문이 나와도 당황하지 않도록, 대체 어휘를 응용해 나에게 맞는 대처 답변을 만들어 보세요.

Q Trang web mà anh/chị thường sử dụng trên internet là gì? Vì sao anh/chị thường sử dụng trang web đó, và anh/chị làm việc gì thông qua trang web đó?

당신이 인터넷에서 자주 이용하는 웹사이트는 무엇인가요? 왜 그 웹사이트를 자주 사용하고, 그 웹사이트를 통해 어떤 일을 하나요?

Trang web mà tôi thường sử dụng trên internet là trang web video tên là 'YouTube'[1]. Đây là nơi con người trên toàn thế giới chia sẻ video và có thể xem những thông tin thú vị, vân vân. Trong đó, tôi thích nhất các video về làm đẹp[2]. Tôi xem video và học cách quản lý. Và cũng có thể nghe nhạc nữa. Thay vì xem tivi, tôi làm mọi thứ trên trang web này. Tôi nghĩ là trang web này rất hữu dụng.

제가 인터넷에서 자주 사용하는 웹사이트는 '유튜브'라는 동영상 사이트입니다. 전 세계 사람들이 동영상을 공유하며 재미있는 정보 등을 볼 수 있는 곳입니다. 그중에서, 저는 뷰티에 관한 영상을 가장 좋아합니다. 동영상을 보며 관리하는 법을 배웁니다. 그리고 음악 감상도 가능합니다. 저는 TV를 보는 대신에, 이 사이트에서 모든 것을 다 합니다. 이 사이트는 매우 유용하다고 생각합니다.

대체 어휘

1. 웹사이트 종류

검색 사이트 trang tìm kiếm
뉴스 사이트 trang tin tức
쇼핑 사이트 trang mua sắm
정보 사이트 trang thông tin

2. 동영상 주제

먹방(음식) mukbang(vừa ăn vừa ghi hình)
→ (베트남에서도 mukbang 이라고도 부름)
게임 game
역사 lịch sử
핫 이슈 vấn đề nóng bỏng

Q Anh/Chị sử dụng internet khi nào? Và anh/chị sử dụng internet để làm gì nhiều nhất?

당신은 언제 인터넷을 이용하나요? 그리고 인터넷을 활용해서 무엇을 가장 많이 하나요?

Dạo này, những phương tiện có thể sử dụng internet đã trở nên nhiều hơn. Ví dụ như máy vi tính, điện thoại di động, máy tính bảng và tivi. Vì tôi luôn mang theo điện thoại di động nên mỗi khi có thời gian, tôi luôn sử dụng internet. Tôi sử dụng internet để chat là nhiều nhất. Và khi tìm kiếm tin tức mới nhất, hoặc khi có điều gì thắc mắc thì tôi thường tìm kiếm thông tin là nhiều nhất. Đối với người hiện đại, internet có lẽ là thứ không thể thiếu được.

요즘은 인터넷을 이용할 수 있는 수단이 매우 많아졌습니다. 예를 들어 컴퓨터, 핸드폰, 태블릿과 TV입니다. 저는 항상 핸드폰을 들고 다니기 때문에 시간이 날 때마다, 인터넷을 이용하고 있습니다. 저는 인터넷을 활용해 채팅을 가장 많이 합니다. 그리고 최신 뉴스들을 검색하거나, 궁금한 것이 생겼을 때 정보검색을 가장 많이 합니다. 현대인들에게 인터넷은 없어서는 안 될 존재인 것 같습니다.

대체 어휘

• 인터넷 활용

문서 공유 chia sẻ văn bản
영상 재생 phát video
음악 감상 nghe nhạc
이메일 확인 kiểm tra email
게임 chơi game
쇼핑 mua sắm
그림 그리기 vẽ tranh
음악 만들기 sáng tác nhạc

4. 쇼핑하기

출제 빈도가 높은 주제별 돌발 질문들의 모범 답변입니다. 어떤 질문이 나와도 당황하지 않도록, 대체 어휘를 응용해 나에게 맞는 대처 답변을 만들어 보세요.

Q Anh/Chị có thường hay mua sắm không? Và anh/chị đi mua sắm với ai?

당신은 얼마나 자주 쇼핑을 하나요? 그리고 누구와 함께 쇼핑을 하나요?

Tôi đi mua sắm khoảng 1 tuần 1 lần. Bình thường, tôi đến siêu thị lớn gần nhà và mua sắm vào buổi tối cuối tuần. Tôi thường đi mua sắm một mình, vì có thể tiết kiệm thời gian và cũng thoải mái. Và mỗi khi chuyển mùa, tôi đến trung tâm mua sắm để mua quần áo mới. Tôi tận dụng thời gian giảm giá của trung tâm mua sắm và mua nhiều thứ. Ngoài ra, tôi cũng mua sắm online những thứ cần thiết.

저는 일주일에 한 번 정도 쇼핑을 합니다. 보통, 주말 저녁에 집 근처 대형마트에 가서 쇼핑을 합니다. 저는 보통 혼자서 쇼핑을 하러 가는데, 시간도 절약되고 편하기 때문입니다. 그리고 계절이 지날 때마다, 저는 새로운 옷을 구매하러 백화점에 갑니다. 백화점 세일 기간을 이용해서 쇼핑을 많이 합니다. 그 외에, 필요한 것들은 인터넷으로 쇼핑을 하기도 합니다.

선생님의 한마디!
'Ngoài ra'는 '그 외에'라는 표현으로 앞의 설명에 이어서 추가적으로 이야기를 할 때 사용하는 표현입니다.

대체 어휘
• 쇼핑 장소
대형 쇼핑몰
khu mua sắm lớn
시장 chợ
작은 마트 siêu thị nhỏ
집 근처 마트
siêu thị gần nhà

Q Anh/Chị mua sắm ở đâu nhiều nhất? Anh/Chị hãy nói về lý do anh/chị mua sắm ở đó.

당신은 어디에서 쇼핑을 가장 많이 하나요? 그곳에서 쇼핑을 하는 이유를 이야기해 주세요.

Ở Hàn Quốc có nhiều trung tâm mua sắm phức hợp quy mô lớn. Tôi thường mua sắm ở đó. Vì có thể đi chợ và cũng có thể mua áo quần, cặp và giày ở đó trong 1 lần. Tôi mua sắm và cũng có thể ăn uống ở đó. Và vì có rạp chiếu phim nên có thể làm tất cả mọi thứ cách thuận tiện ở bên trong một tòa nhà. Ở Hàn Quốc có một từ là 'Mallcance', là từ kết hợp của 'Shopping Mall' và 'Vacance'. Mỗi cuối tuần, ở đó rất đông người.

한국에는 대형 복합 쇼핑몰들이 많이 있습니다. 저는 보통 그곳에서 쇼핑을 합니다. 그곳에서는 장도 볼 수 있고 옷과 가방 그리고 신발들도 한 번에 살 수 있기 때문입니다. 쇼핑을 하고 그곳에서 식사도 할 수 있습니다. 그리고 영화관이 있어서 한 건물 안에서 편안하게 모든 일을 할 수 있습니다. 한국에는 쇼핑몰과 바캉스의 합성어인 '몰캉스'라는 말이 있습니다. 주말마다 그곳에는 사람들이 많습니다.

대체 어휘
• 쇼핑몰에 있는 것들
미용실 tiệm cắt tóc
오락실 phòng game
옷 가게 cửa hàng quần áo
음식점 quán ăn
카페 quán cà phê
헬스장 phòng gym

5. 교통수단

출제 빈도가 높은 주제별 돌발 질문들의 모범 답변입니다. 어떤 질문이 나와도 당황하지 않도록, 대체 어휘를 응용해 나에게 맞는 대처 답변을 만들어 보세요.

선생님의 한마디!

giờ cao điểm은 '러시아워'를 뜻하는 합성어입니다.

· 비슷한 형태의 단어
성수기 : mùa cao điểm
비수기 : mùa thấp điểm

Q Phương tiện giao thông mà người nước anh/chị chủ yếu sử dụng là gì?

당신 나라의 사람들이 주로 이용하는 교통수단은 무엇인가요?

Giao thông Hàn Quốc rất tiện lợi. Người ta chủ yếu sử dụng phương tiện giao thông công cộng như tàu điện ngầm hoặc xe buýt. Tàu điện ngầm có ưu điểm là đi và đến đúng giờ. Vì xe buýt có làn đường chuyên dụng vào giờ cao điểm nên có thể đi nhanh hơn xe ô tô. Tất cả các phương tiện giao thông công cộng của Hàn Quốc đều có thể thanh toán bằng thẻ. Bên cạnh đó, trên xe buýt và tàu điện ngầm có chế độ giảm giá khi đổi tuyến nên có thể sử dụng hợp lý hơn. Ngoài ra, người Hàn Quốc cũng sử dụng xe taxi và xe ô tô riêng.

한국의 교통은 매우 편리합니다. 사람들은 주로 지하철이나 버스 같은 대중교통을 이용합니다. 지하철은 정시에 도착하고 갈 수 있는 장점이 있습니다. 버스 역시 러시아워에 버스전용 차로가 있기 때문에 일반 자동차보다 빨리 갈 수 있습니다. 한국의 모든 대중교통은 카드로 결제가 가능합니다. 게다가 버스와 지하철에는 환승 할인이라는 제도가 있어서 더욱 합리적으로 사용할 수 있습니다. 그 외에도, 한국 사람들은 택시나 자가용도 많이 사용합니다.

Q Anh/Chị có từng gặp vấn đề khi sử dụng phương tiện giao thông công cộng không? Hãy nói cụ thể về vấn đề đó.

당신은 대중교통을 이용하며 문제가 생긴 적이 있나요? 구체적으로 이야기해 주세요.

Tôi thường đi làm và về bằng tàu điện ngầm. Đó là lúc tôi đang đi tàu điện ngầm và đi về nhà. Tôi xuống ở ga tàu gần nhà và định đi ra cửa ra thì tôi biết là tôi đã bị mất ví. Tôi đã đến trung tâm đồ thất lạc ở trong ga tàu điện ngầm. Tôi đã nói về hình dáng của chiếc ví và nhân viên đã cho tôi xem chiếc ví và đã hỏi tôi đó có phải là ví của tôi không. Họ nói là một người qua đường đã nhặt được nó và mang đến cho trung tâm. Đó là một ngày mà tôi cảm thấy ấm lòng.

저는 보통 지하철로 출·퇴근을 합니다. 제가 지하철을 타고 퇴근을 하는 길이었습니다. 저는 집 근처 역에 내려서 출구에서 나가려고 하는데 지갑이 없어진 것을 알았습니다. 저는 지하철 내에 있는 분실물 센터로 갔습니다. 제 지갑의 모양을 이야기했고 직원분께서 지갑을 보여주며 내 지갑인지 물었습니다. 지나가던 분이 주워서 센터에 가져다주셨다고 했습니다. 마음이 너무 따뜻해지는 하루였습니다.

6. 한국의 명절

출제 빈도가 높은 주제별 돌발 질문들의 모범 답변입니다. 어떤 질문이 나와도 당황하지 않도록, 대체 어휘를 응용해 나에게 맞는 대처 답변을 만들어 보세요.

Q Ngày lễ lớn ở nước của anh/chị là khi nào? Anh/Chị hãy nói về những ngày lễ.

당신 나라의 큰 명절은 언제인가요? 명절들에 대해 이야기해 주세요.

Ngày lễ lớn của Hàn Quốc là 'Trung thu' và 'Tết nguyên đán'. Vào ngày Tết nguyên đán, có phong tục là chúc tết người lớn tuổi và nhận tiền lì xì. Các trò chơi cùng chơi với nhau có 'thả diều' và 'Yutnori', vân vân. Và 'Trung thu' có thể nói là ngày lễ lớn thứ 2. Trung thu là lúc bước vào mùa thu. Gia đình sẽ tụ họp với nhau và đón trăng. Ngày nghỉ Tết nguyên đán dài hơn Trung thu.

한국의 큰 명절은 '추석'과 '설날'이 있습니다. 설날에는, 어른들께 세배를 하고 세뱃돈을 받는 풍습이 있습니다. 함께 하는 놀이로는 '연날리기'와 '윷놀이' 등이 있습니다. 그리고 두 번째로 큰 명절이라고 할 수 있는 '추석'이 있습니다. 추석은 가을로 접어드는 때입니다. 가족들과 함께 모여 달맞이를 합니다. 추석보다 설날의 연휴가 더 깁니다.

Q Anh/Chị thường làm gì vào ngày lễ ở đất nước của anh/chị? Hãy nói về điều đó.

당신은 보통 당신의 나라에서 명절에 무엇을 하며 시간을 보내나요? 그것에 대해 이야기해 주세요.

Tết nguyên đán là ngày lễ tiêu biểu của Hàn Quốc, và là thời gian cùng ở với gia đình. Tôi đi về quê và mọi người cùng nhau nấu ăn và chơi trò chơi. Vào Tết nguyên đán, trẻ em sẽ lạy người lớn và nhận tiền lì xì. Cũng có những gia đình thờ cúng tổ tiên. Và chúng tôi cùng làm và ăn món ăn gọi là 'canh bánh gạo'. Ngoài ra, chúng tôi cũng làm và ăn món ăn gọi là 'bánh xèo'. Và chúng tôi cùng tụ họp nhau chơi trò chơi truyền thống của Hàn Quốc là 'Yutnori', hoặc đi ra ngoài và chơi 'thả diều'.

설날은 한국의 대표적인 명절이고 가족들과 함께 보내는 시간입니다. 고향으로 내려가 모두 함께 요리하고 게임을 합니다. 설날에 아이들은 어른들에게 절을 해서 세뱃돈을 받습니다. 조상님께 차례를 지내는 가족들도 있습니다. 그리고 함께 '떡국'이라는 음식을 만들어 먹습니다. 그 외에 '전'이라는 음식도 만들어 먹습니다. 그리고 '윷놀이'라는 한국 전통 게임을 모여서 하거나 야외로 나가서 '연날리기'도 합니다.

> **선생님의 한마디!**
> '자신의 고향에 간다'는 표현으로는 'đi(가다)' 대신에 've(돌아가다)'를 사용해야 합니다.
>
> 예) về nhà 귀가하다
> về nước 귀국하다
> về quê 귀향하다

7. 계절과 날씨

출제 빈도가 높은 주제별 돌발 질문들의 모범 답변입니다. 어떤 질문이 나와도 당황하지 않도록, 대체 어휘를 응용해 나에게 맞는 대처 답변을 만들어 보세요.

Q Đất nước của anh/chị có những mùa nào? Hãy nói về đặc điểm của những mùa đó.

당신의 나라는 어떤 계절들이 있나요? 그 계절의 특징에 대해 이야기해 주세요.

Hàn Quốc là nước có 4 mùa rõ rệt. Có mùa xuân, mùa hè, mùa thu và mùa đông. Mùa xuân là thời điểm thời tiết trở nên ấm hơn. Và vì có nhiều hoa nở nên nhiều người đi ngắm hoa. Mùa hè là thời điểm thời tiết trở nên nóng hơn. Cách ăn mặc cũng trở nên thoải mái hơn. Và nhiều người đi du lịch ở những nơi nghỉ mát. Và mùa thu là thời điểm thời tiết trở nên se lạnh. Lá cây chuyển màu đỏ và nhiều người đi ngắm lá rơi. Và mùa đông là thời điểm thời tiết trở nên lạnh hơn. Vì tuyết rơi nhiều nên cũng có nhiều người đến khu trượt tuyết. Hàn Quốc có những nét quyến rũ của từng mùa.

한국은 사계절이 뚜렷한 나라입니다. 봄, 여름, 가을 그리고 겨울이 있습니다. 봄은 날씨가 따뜻해지는 시기입니다. 그리고 꽃이 많이 피기 때문에 많은 사람은 꽃 구경을 하러 갑니다. 여름은 더워지는 시기입니다. 옷차림이 더 편해집니다. 그리고 많은 사람이 피서지로 여행을 떠납니다. 그리고 가을은 쌀쌀해지는 시기입니다. 나뭇잎이 붉게 물들어서 많은 사람이 낙엽 구경을 하러 갑니다. 그리고 겨울은 추워지는 시기입니다. 눈이 많이 와서 스키장에 가는 사람들도 많아집니다. 한국은 계절마다 매력이 있습니다.

Q Anh/Chị nghĩ thời tiết trước đây và bây giờ đã thay đổi như thế nào? Hãy nói cụ thể về điều này.

당신은 예전과 지금의 날씨는 어떻게 변했다고 생각하나요? 구체적으로 이야기해 주세요.

Tôi nghĩ là thời tiết trước đây và bây giờ đã thay đổi nhiều. Mùa hè bây giờ nóng hơn trước đây. Vì thế tôi sợ đi ra ngoài trời. Và mùa đông cũng giống như vậy, mùa đông bây giờ lạnh hơn trước đây. Thời tiết quá lạnh và quá nóng nên cũng có nhiều người bị bệnh và mệt mỏi. Vấn đề lớn nhất là 'bụi mịn'. Ở Hàn Quốc, vì bụi mịn mà rất khó để hoạt động ngoài trời.

저는 예전의 날씨와 지금의 날씨는 많이 변했다고 생각합니다. 여름에는 예전의 여름보다 더 덥습니다. 그래서 야외에 나가는 것이 무섭습니다. 그리고 겨울도 마찬가지로 예전의 겨울보다 더 춥습니다. 날씨가 너무 춥고 더워서 병에 걸려 힘들어하는 사람들도 많습니다. 가장 문제가 되는 것은 '미세먼지'입니다. 한국은 미세먼지로 야외활동을 하기가 힘들어졌습니다.

선생님의 한마디!

1. 「trở nên + 형용사」의 구조는 '형용사 해지다'의 의미로 표현됩니다.

2. 'hơn'은 '더'라는 의미로 형용사 뒤에 사용됩니다.

대체 어휘

· 계절의 종류

건기 mùa khô
우기 mùa mưa

8. 건강

출제 빈도가 높은 주제별 돌발 질문들의 모범 답변입니다. 어떤 질문이 나와도 당황하지 않도록, 대체 어휘를 응용해 나에게 맞는 대처 답변을 만들어 보세요.

Q Anh/Chị nghĩ phải làm gì để giữ gìn sức khỏe? Hãy nói chi tiết về điều này.

당신은 건강을 지키기 위해서 해야 하는 일이 무엇이라고 생각하나요? 구체적으로 이야기해 주세요.

Có rất nhiều việc phải làm để giữ gìn sức khỏe. Trước tiên, tôi nghĩ là phải ăn cơm điều độ và phải ăn ít[1] để giữ gìn sức khỏe. Nếu không ăn cơm điều độ và ăn nhiều[2] thì không chỉ sẽ bị béo mà hệ miễn dịch còn yếu đi. Thứ hai là tập thể dục. Nếu tập thể dục đều đặn thì có thể giữ gìn sức khỏe của mình. Thứ ba là giảm những thứ không tốt cho cơ thể như rượu và thuốc lá, vân vân. Ngoài ra có nhiều việc có thể giữ gìn sức khỏe nhưng khó thực hiện.

건강을 지키기 위해서 해야 하는 일들은 매우 많습니다. 첫 번째, 건강을 위해서는 밥을 잘 챙겨 먹고 소식을 해야 한다고 생각합니다. 밥을 잘 챙겨 먹지 않고 과식을 하면 뚱뚱해질 뿐만 아니라 면역력도 낮아집니다. 두 번째로는 운동입니다. 꾸준히 운동을 하면 나의 건강을 지킬 수 있습니다. 세 번째로는 술과 담배 등 몸에 안 좋은 것을 줄이는 것입니다. 이외에 많은 건강을 지킬 수 있는 일들이 있지만 실천하기가 힘듭니다.

대체 어휘

1. 건강을 지키기 위한 행동
금연 cấm hút thuốc
금식 nhịn ăn
금주 bỏ rượu

2. 건강을 망치는 행동
과음 uống rượu quá nhiều, uống quá chén
흡연 hút thuốc

Q Gần đây, anh/chị có từng đi bệnh viện không? Hãy nói về việc đi bệnh viện.

최근에, 당신은 병원에 간 적이 있나요? 병원에 간 일에 대해 이야기해 주세요.

Gần đây, răng[1] của tôi đau quá nên tôi đã đến phòng khám nha khoa[2]. Khi tôi còn nhỏ, tôi đã rất ghét âm thanh và mùi của phòng khám nha khoa[2]. Bác sĩ đã nói là răng[1] của tôi đã bị sâu[3]. Bác sĩ nói là vì tôi đến quá trễ nên tình trạng trở nên xấu hơn. Trong lúc điều trị, tôi đã rất đau. Hơn nữa, tôi phải đến thêm mấy lần và phải nhận điều trị. Qua lần này, tôi đã quyết tâm nếu bị đau răng[1] thì tôi sẽ đến bệnh viện và nhận điều trị ngay.

최근에, 저는 이가 너무 아파서 치과에 갔습니다. 저는 어렸을 때부터, 치과의 소리와 냄새를 싫어했습니다. 제 이가 썩었다고 의사 선생님께서 말씀하셨습니다. 너무 늦게 온 탓에 상태가 더 나빠졌다고 했습니다. 치료하는 동안, 저는 너무 아팠습니다. 게다가, 몇 번 더 가서 치료를 받아야 합니다. 이번 계기로, 저는 이가 아프면 바로 병원에 가서 치료를 받겠다고 다짐했습니다.

대체 어휘

1. 아픈 위치
배 bụng
팔 tay
다리 chân

2. 병원 종류
내과 khoa nội
외과 khoa ngoại

3. 증상
장염에 걸리다 bị viêm ruột
멍이 들다 bị bầm
금이 가다 bị mẻ
부러지다 bị gãy

9. 농부 및 농촌

출제 빈도가 높은 주제별 돌발 질문들의 모범 답변입니다. 어떤 질문이 나와도 당황하지 않도록, 대체 어휘를 응용해 나에게 맞는 대처 답변을 만들어 보세요.

Q Cuộc sống của người nông dân ở nông thôn của Hàn Quốc như thế nào? Anh/Chị hãy nói về cuộc sống của người nông dân Hàn Quốc.

한국의 농촌에서 농부의 삶은 어떠한가요? 한국 농부의 삶에 대해 이야기해 주세요.

Cuộc sống của nhân viên công ty ở thành phố rất khác với[1] cuộc sống của người nông dân ở nông thôn. Người nông dân dậy sớm và bắt đầu một ngày, và họ kết thúc một ngày sớm. Vì ở Hàn Quốc có 4 mùa nên việc mà người nông dân làm cũng khác theo từng mùa. Vào mùa xuân, người nông dân đào đất trên ruộng đồng, và rải hạt giống. Vào mùa hè, họ quản lý ruộng đồng. Mùa thu là mùa mà người nông dân bận rộn nhất. Đây là mùa thu hoạch và bán. Vào mùa đông là thời gian chuẩn bị cho việc đồng áng của năm sau. Vì việc đồng áng chịu ảnh hưởng[2] nhiều từ thời tiết nên rất mệt.

농촌에서 농부의 삶과 도시에서 회사원의 삶은 매우 다릅니다. 농부는 일찍 일어나서 하루를 시작하고 하루가 일찍 끝납니다. 한국은 사계절이 있기 때문에 계절마다 농부가 하는 일이 다릅니다. 봄이 되면 논과 밭의 흙을 갈고 씨를 뿌립니다. 여름이 되면 논과 밭을 관리합니다. 가을은 농부가 가장 바쁜 계절입니다. 수확하고 판매하는 계절입니다. 겨울에는 내년 농사를 준비하는 기간입니다. 농사일은 날씨에 많은 영향을 받기 때문에 힘이 듭니다.

Q Cuộc sống ở nông thôn và cuộc sống ở thành phố khác nhau như thế nào? Anh/Chị hãy nói về điểm khác nhau đó.

농촌에서의 삶과 도시에서의 삶은 어떻게 다른가요? 차이점에 대해 이야기해 주세요.

Cuộc sống ở nông thôn yên bình hơn cuộc sống ở thành phố. Cũng không có nhiều âm thanh xe cộ ồn ào, và con người cũng nhàn nhã hơn người thành phố. Và vật giá ở nông thôn rẻ hơn vật giá ở thành phố. Ngược lại, ở thành phố, giao thông rất thuận tiện nhưng ở nông thôn thì bất tiện. Và khác với thành phố, nơi có thể dễ dàng mua được bất cứ món đồ nào, có nhiều trường hợp khó có thể mua được ở nông thôn.

농촌에서의 삶은 도시에서의 삶보다 평화롭습니다. 시끄러운 차 소리도 많이 나지 않으며, 도시 사람들보다 더 여유롭습니다. 그리고 농촌에서의 물가는 도시에서의 물가보다 더 저렴합니다. 반대로 도시에서는 교통이 매우 편리하지만, 농촌은 불편합니다. 그리고 어떤 물건이든 손쉽게 구할 수 있는 도시와 달리 농촌은 구하기가 힘든 경우가 있습니다.

선생님의 한마디!

1. 'khác với'는 '~와 다르다'라는 표현의 합성어입니다.

2. 'chịu ảnh hưởng'은 '~에 영향을 받다'라는 의미로 사용됩니다.

대체 어휘

· 농촌에서의 삶

복잡한 phức tạp
불편한 bất tiện
시끄러운 ồn ào
편리한 tiện lợi

10. 환경오염

출제 빈도가 높은 주제별 돌발 질문들의 모범 답변입니다. 어떤 질문이 나와도 당황하지 않도록, 대체 어휘를 응용해 나에게 맞는 대처 답변을 만들어 보세요.

Q **Anh/Chị làm gì để giảm ô nhiễm môi trường ở đất nước của anh/chị? Hãy nói về những việc đó.**

당신의 나라에서는 환경오염을 줄이기 위해 어떤 일들을 하나요? 그 일들에 대해 이야기해 주세요.

Ở Hàn Quốc hiện nay, vấn đề rác tái sử dụng rất nghiêm trọng. Người ta nói là rác tái sử dụng được phân loại và thải ra nhưng vì không thể xử lý những loại rác này nên rất mệt. Trong đó, điều nghiêm trọng nhất chính là nhựa. Vì thế, ở nhiều quán cà phê và nhà hàng đã giảm việc sử dụng chén, ống hút, vân vân loại dùng một lần. Thay vào đó, họ sử dụng chén giấy và ống hút giấy. Trong tương lai, chúng ta phải giải quyết tốt vấn đề này vì một môi trường tốt hơn.

한국에서는 현재 재활용 쓰레기 문제가 심각합니다. 재활용 쓰레기들을 분리해서 배출하지만, 이 쓰레기들을 처리할 수가 없어서 힘들다고 합니다. 그중에서 가장 심각한 것이 플라스틱입니다. 그래서 카페 및 여러 식당에는 일회용 그릇과 빨대 등의 사용을 줄였습니다. 대신에, 그들은 종이 그릇과 종이 빨대를 사용합니다. 미래에, 더욱더 좋은 환경을 위해서 우리는 이 문제를 잘 해결해 나가야 합니다.

선생님의 한마디!

'nhất'은 '가장'이라는 표현으로 최상급을 나타냅니다.

대체 어휘

• 환경오염 문제

미세먼지 bụi mịn
산림 파괴 phá hủy rừng
오존층 파괴
phá hủy tầng ôzôn
지구 온난화
trái đất nóng dần lên

Q **Dạo này vấn đề ô nhiễm môi trường rất nghiêm trọng. Do ô nhiễm môi trường, mọi thứ đã thay đổi như thế nào?**

요즘 환경오염 문제가 심각합니다. 환경오염으로 인해 어떻게 변화했나요?

Vấn đề nghiêm trọng nhất chịu ảnh hưởng từ ô nhiễm môi trường là khí hậu. Tôi thấy những hiện tượng nghiêm trọng trên thế giới qua tin tức. Vấn đề nghiêm trọng nhất là sự nóng dần lên của trái đất. Không chỉ ở những nước có khí hậu nóng mà trên toàn thế giới, mùa hè đang trở nên dài hơn. Người ta nói là băng hà cũng đang tan dần. Tôi sợ rằng khí hậu của 10 năm sau sẽ rất xấu.

환경오염으로 영향을 받는 가장 심각한 문제는 기후입니다. 세계적으로 심각한 현상들을 뉴스를 통해 봅니다. 가장 심각한 문제는 지구 온난화입니다. 더운 기후의 나라들뿐만 아니라 전 세계적으로 여름이 길어지고 있습니다. 빙하는 점점 녹고 있다고 합니다. 저는 10년 뒤의 기후가 너무 안 좋아질까 봐 무섭습니다.

OPIc 시험 도중 답변이 생각나지 않거나 예상치 못한 질문을 받았을 때 위기를 모면할 수 있는 위기상황 대처 표현들과 본문에서 유용하게 활용할 수 있는 단어들을 카테고리 별로 정리하였습니다.

꿀팁! 부록

- 위기상황 대처 표현 20
- 기초 단어

1. **Xin chờ tôi một chút!**

   잠시만 기다려 주세요!

2. **Xin cho tôi một chút thời gian suy nghĩ!**

   생각할 시간을 조금만 주세요!

3. **Tôi sẽ suy nghĩ thêm về vấn đề này.**

   저는 이 문제에 대해서 더 생각해 보겠습니다.

4. **Tôi cũng không biết rõ về vấn đề này.**

   저도 이 문제에 대해서 정확히 알지 못합니다.

5. **Rất khó để giải thích về suy nghĩ của tôi.**

   저의 생각에 대해 설명하기가 아주 어렵습니다.

6. **Xin lỗi nhưng tôi không thể nhớ hết nội dung của câu hỏi.**

   죄송하지만, 질문 내용을 다 기억하지 못합니다.

7. **Tôi muốn nói nhiều về vấn đề này, nhưng không đủ thời gian.**

   이 문제에 대해 많이 이야기하고 싶지만, 시간이 충분하지 않네요.

8. **Tôi không hiểu ý nghĩa của câu hỏi này.**

   저는 이 질문의 의미를 잘 모릅니다.

9. **Tôi không biết phải trả lời như thế nào.**

   저는 어떻게 대답해야 할지 모르겠습니다.

10. **Tôi không có kinh nghiệm về vấn đề đó.**

    이 문제에 대해 경험이 없습니다.

11. Rất tiếc là không có đủ thời gian để tôi giải thích chi tiết về vấn đề này.

이 문제에 대해서 자세히 설명하기 위한 시간이 충분하지 않아 아쉽습니다.

12. Xin lỗi nhưng tôi chỉ có thể nói đến đây thôi.

죄송하지만, 여기까지만 말할 수 있습니다.

13. Vì tôi không có kinh nghiệm về vấn đề này nên tôi có thể nói về câu chuyện của bạn tôi không?

이 문제에 대해 경험이 없으므로, 제 친구의 이야기에 대해 말해도 됩니까?

14. Câu hỏi này phức tạp quá! Nhưng tôi sẽ cố gắng để trả lời.

이 질문이 너무 복잡하네요! 그렇지만 대답하기 위해서 노력하겠습니다.

15. Việc đó đã xảy ra từ rất lâu rồi, nên tôi không nhớ rõ lắm!

그 일은 아주 오래전에 일어났던 일이라, 기억이 잘 안 나네요!

16. Tôi không biết nên nói thế nào về vấn đề này bằng tiếng Việt.

저는 그 문제에 대해서 베트남어로 어떻게 말해야 하는지 모르겠습니다.

17. Tôi đã nói về vấn đề này trong câu trả lời trước đó rồi.

저는 이전 답변에서 이 문제에 대해 이미 이야기했습니다.

18. Tôi sẽ nói lại rõ ràng hơn về vấn đề này.

제가 이 문제에 대해서 더 명확하게 다시 말하겠습니다.

19. Tôi sẽ nói về một chủ đề khác tương tự với chủ đề này.

제가 이 주제와 비슷한 다른 주제에 대해서 말하겠습니다.

20. Tôi chưa từng suy nghĩ nhiều về vấn đề này.

저는 이 문제에 대해서 많이 생각해본 적이 없습니다.

기초 단어

■ 숫자(기수) con số (số cơ bản)

0	không	30	ba mươi
1	một	31	ba mươi mốt
2	hai	32	ba mươi hai
3	ba	33	ba mươi ba
4	bốn	34	ba mươi bốn
5	năm	35	ba mươi lăm
6	sáu	...	
7	bảy	40	bốn mươi
8	tám	50	năm mươi
9	chín	60	sáu mươi
10	mười	70	bảy mươi
11	mười một	80	tám mươi
12	mười hai	90	chín mươi
13	mười ba	100	một trăm
14	mười bốn	200	hai trăm
15	mười lăm	300	ba trăm
16	mười sáu	400	bốn trăm
17	mười bảy	500	năm trăm
18	mười tám	600	sáu trăm
19	mười chín	700	bảy trăm
20	hai mươi	800	tám trăm
21	hai mươi mốt	900	chín trăm
22	hai mươi hai	1,000	một nghìn = một ngàn
23	hai mươi ba	...	
24	hai mươi bốn	10,000	mười nghìn
25	hai mươi lăm	...	
26	hai mươi sáu	100,000	một trăm nghìn
27	hai mươi bảy	...	
28	hai mươi tám	1,000,000	một triệu
29	hai mươi chín	...	

■ 숫자(서수) con số (số thứ tự)

첫 번째	thứ nhất	여섯 번째	thứ sáu
두 번째	thứ hai	일곱 번째	thứ bảy
세 번째	thứ ba	여덟 번째	thứ tám
네 번째	thứ tư	아홉 번째	thứ chín
다섯 번째	thứ năm	열 번째	thứ mười

■ 요일 thứ

월요일	화요일	수요일	목요일	금요일	토요일	일요일
thứ hai	thứ ba	thứ tư	thứ năm	thứ sáu	thứ bảy	chủ nhật

■ 월 tháng

1월	tháng một	7월	tháng bảy
2월	tháng hai	8월	tháng tám
3월	tháng ba	9월	tháng chín
4월	tháng tư	10월	tháng mười
5월	tháng năm	11월	tháng mười một
6월	tháng sáu	12월	tháng mười hai

■ 기간 thời hạn

그저께	hôm kia	주	tuần
어제	hôm qua	주말	cuối tuần
오늘	hôm nay	이번 주	tuần này
내일	ngày mai	월	tháng
내일 모레	ngày kia	이번 달	tháng này
하루 종일	suốt ngày	지난 달	tháng trước
매일	hàng ngày	연	năm
오후	buổi chiều	올해	năm nay
밤	ban đêm	작년	năm trước / năm ngoái

기초 단어

■ 직급 chức vụ

사장	giám đốc	매니저	người quản lí
직원	nhân viên	아르바이트	người làm thêm

■ 전공 chuyên ngành

경제학과	khoa kinh tế học	행정학과	khoa hành chính
경영학과	quản trị kinh doanh	회계	kế toán
무역학과	khoa thương mại	국문과	khoa ngữ văn
법학	luật học	베트남어과	khoa tiếng Việt

■ 가족 gia đình

할아버지	ông	남편	chồng
할머니	bà	부인	vợ
아버지	bố = ba, cha	부부	vợ chồng
어머니	má = mẹ	형제자매	anh chị em
나	tôi	오빠	anh trai
고모, 숙모	cô	남동생	em trai
조카, 손녀	cháu	여동생	em gái
자녀	con	언니	chị gái
큰아버지	bác	큰아들	con trai cả
삼촌, 작은아버지	chú	막내딸	con gái út

■ 성격 tính cách

참을성이 없는	thiếu kiên nhẫn	무서운	sợ
인내심이 강한	kiên nhẫn	소심한	nhút nhát
게으른	lười	쾌활한, 활기찬	hoạt bát
신중한	thận trọng	까칠한	khó tính
다정다감한	đa cảm	정직한	trung thực
열정적인	nhiệt tình	활동적인	năng động

■ 장소 nơi chốn

병원	bệnh viện	공원	công viên
회사	công ty	집	nhà
서점	hiệu sách, nhà sách	우체국	bưu điện
교회	nhà thờ	호텔	khách sạn
마켓	siêu thị	사원(절)	chùa
대사관	đại sứ quán	공항	sân bay
대학교	trường đại học	버스 정류장	trạm xe buýt
상점	cửa hàng	역	ga
식당	nhà hàng	박물관	bảo tàng
은행	ngân hàng	약국	hiệu thuốc = nhà thuốc

■ 취미 sở thích

스포츠	thể thao	쇼핑하다	mua sắm
독서하다	đọc sách	낮잠 자다	ngủ trưa
여행 가다	đi du lịch	TV 보다	xem tivi
요리하다	nấu ăn	인터넷 하다	lên mạng
드라이브	lái xe	축구	bóng đá
산책하다	đi dạo	농구	bóng rổ
음악 듣다	nghe nhạc	야구	bóng chày
사진 찍다	chụp ảnh = chụp hình(남부)	노래 부르다	hát
영화 보다	xem phim	춤추기	nhảy

■ 색깔 màu sắc

빨간색	màu đỏ	흰색	màu trắng
파란색	màu xanh dương	보라색	màu tím
초록색	màu xanh lá cây	회색	màu xám
분홍색	màu hồng	주황색	màu cam
검은색	màu đen	갈색	màu nâu

기초 단어

■ 날씨 thời tiết

봄	mùa xuân	태풍	cơn bão = bão
여름	mùa hè, mùa hạ	천둥	sấm sét
가을	mùa thu	번개	chớp
겨울	mùa đông	습한	oi bức
눈 오는	có tuyết = tuyết rơi	건조한	hanh khô
비 오는	trời mưa	날씨가 좋은	đẹp trời

■ 위치 vị trí

위에	(ở) trên	뒤	(phía) sau
아래	(ở) dưới	오른쪽	bên phải
안에	(ở) trong	왼쪽	bên trái
밖	(ở) ngoài	동쪽	phía Đông
옆에	bên cạnh	서쪽	phía Tây
사이, 가운데	(ở) giữa	남쪽	phía Nam
앞	(phía) trước	북쪽	phía Bắc

■ 교통수단 phương tiện giao thông

지하철	tàu điện ngầm = xe điện ngầm	비행기	máy bay
버스	xe buýt	배	tàu thủy = thuyền
택시	tắc-xi	오토바이	xe máy
자동차	xe ô tô = xe hơi (남부)	자전거	xe đạp